ஜப்பான்

எஸ்.எல்.வி. மூர்த்தி

அகமதாபாத் ஐ.ஐ.எம்.மில் எம்.பி.ஏ. பட்டம் பெற்றவர். 'மூர்த்தி மார்க்கெட்டிங் அசோசியேட்ஸ்' என்னும் நிறுவனத்தை முப்பது ஆண்டுகளாக நடத்தி வருகிறார். நிர்வாகவியல் மற்றும் விற்பனைத்துறை சார்ந்த பயிற்சி வகுப்புகள் நடத்தி வருகிறார். பிசினஸ் ஏஷியா, பிசினஸ் லைன், எகனாமிக் டைம்ஸ், விகடன், குங்குமம் ஆகிய இதழ்களில் நிர்வாகவியல் தொடர்பாக தொடர்ந்து கட்டுரைகள் எழுதி வருகிறார்.

ஜப்பான்

எஸ்.எல்.வி. மூர்த்தி

கிழக்கு

ஜப்பான்
Japan
by S.L.V. Murthy ©

First Edition: December 2012
196 Pages

ISBN: 978-81-8493-782-4
Title No. Kizhakku 726

Kizhakku Pathippagam
177/103, First Floor,
Ambal's Building, Lloyds Road,
Royapettah, Chennai 600 014.
Ph: +91-44-4200-9603

Email : support@nhm.in
Website : www.nhm.in

Author's Email: slvmoorthy@yahoo.com

Cover Image: Shutterstock ©

Kizhakku Pathippagam is an imprint of New Horizon Media Private Limited

என்னை உருவாக்கியவர்களில் முக்கியமானவர்
என் அண்ணன்
அமரர் S.H.S. மணி அவர்களுக்கு

உள்ளே

1

தேவதைகளின் நாடு

ஒரு நாடு எப்படி இருக்க வேண்டும்? காஷ்மீர் முதல் கன்னியாகுமரிவரை விரிந்த நிலப் பரப்பு. அதில் இமாலயம், விந்தியம் போல் வரை வகை வகையாய் மலைகள்: கங்கை, தக்காண சமவெளிகள்; கங்கை, காவேரி, மகாநதி, பிரம்ம புத்திரா, கோதாவரி, கிருஷ்ணா, வைகை நதிகள்: கேரளம், கோவா, பாண்டிச்சேரி போல் கடற்கரைப் பிரதேசங்கள்.

இந்த இலக்கணப்படி பார்த்தால் ஜப்பான் ஒரு நாடே இல்லை. 6852 தீவுகள் சேர்ந்த ஓர் இணைப்பு. அவற்றுள் ஹொக்கைடோ, (Hokkaido), ஹான்ஷு, (Honshu), ஷிக்கோகு, (Shikoku), கியூஷு (Kyushu) ஆகிய நான்கு தீவுகள் மட்டுமே பெரியவை. 426 தீவுகள் மட்டுமே மக்கள் வாழத் தகுதியானவை. மற்ற 6422 தீவுகளும் மனித நடமாட்டமே இல்லாதவை.

ஜப்பான் ஆசியாவில் பசிபிக் பெருங்கடலில் இருக்கிறது. சீனா, தென் கொரியா, வட கொரியா, ரஷ்யா ஆகியவை அண்டை நாடுகள்.

சீனாவிடமிருந்து சீனக் கடலும், தென் கொரியா, வட கொரியா, ரஷ்ய நாடுகளிடமிருந்து ஜப்பான் கடலும் ஜப்பானைப் பிரிக்கின்றன.

ஜப்பானின் நிலப் பரப்பளவு 1,45,902 சதுர மைல். இது இந்தியாவின் நிலப்பரப்பில் ஒன்பதில் ஒரு பங்கு. தமிழ்நாடு, ஆந்திரா ஆகிய இரண்டு மாநிலங்களையும் மட்டும் சேர்த்தாலே ஜப்பானைவிடக் கொஞ்சம் பெரிய நாடாகிவிடும். இந்த நிலப்பரப்பில் 73 சதவிகிதம் மலைகள். மக்கள் வாழ, விவசாயம் செய்ய இயற்கை தந்திருக்கும் பரப்பளவு மொத்தப் பரப்பான 1,45,902 சதுர மைலில் சுமார் கால் பங்கு மட்டுமே. இது எவ்வளவு? 39,393 சதுர மைல். தமிழ்நாட்டின் மொத்தப் பரப்பளவு 50,216 சதுர மைல். அதாவது ஒட்டுமொத்த ஜப்பானிய மக்கள் வாழவும், விவசாயம் தொழில் நடத்தவும் இருக்கும் மொத்த நிலப்பரப்பு தமிழ்நாட்டின் எண்பது சதவிகிதம் மட்டுமே. ஜப்பானின் மக்கள் தொகை 12. 8 கோடி. உலகின் பத்து சதவிகித எரிமலைகள் ஜப்பானில்தான் இருக்கின்றன - 107 எரிமலைகள். அக்னி தன் சக்தியை இப்படிக் காட்டினால், இன்னொரு பஞ்சபூதமான பூமி தரும் பரிசாக ஒவ்வொரு வருடமும் 1500 நில நடுக்கங்கள். உலகத்தின் *பூகம்பத் தொழிற் சாலை* என்று ஜப்பானைப் பலர் அழைப்பது இதனால்தான். கடல் சும்மா இருக்குமா? தன் பங்குக்குத் தாராளமாகச் சூறாவளிக் காற்று, ராட்சச அலைகள், பனிப் புயல்கள் ஆகிய வற்றை அழையா விருந்தாளிகளாக அனுப்பி வைக்கிறது.

மார்ச் 11, 2011 அன்று ஜப்பானையே சிதறடித்த சுனாமியை மறக்கமுடியுமா? பல இடங்களில் 24 அடிக்கும் மேல் உயர்ந்த கடல், வெடித்த ஃபுகுஷிமா அணுமின் நிலையம், தண்ணீரில் மிதந்த வீடுகள், தொழிற்சாலைகள், கார்கள், குடும்பத்தையும், சொத்துகளையும் இழந்து கண்ணீரில் மிதந்த பல்லாயிரக்கணக் கான மக்கள், 235 பில்லியன் டாலர்களுக்கும் அதிகமான சேதம்... எந்த இயற்கைச் சீற்றமும் இத்தகைய சீரழிவை வரலாற்றில் இதற்குமுன் ஏற்படுத்தியதில்லை.

தொழில் உற்பத்திக்குத் தேவையான இயற்கை வளங்கள் ஜப்பானில் கிடையாது. இறக்குமதியை நம்பியிருக்க வேண்டிய கட்டாயம். இறக்குமதிதான் நாட்டின் வாழ்வுக்கும் வளர்ச்சிக்கும் உயிர் மூச்சு.

நாட்டின் 15% பூமி மட்டுமே விவசாயத்துக்கு ஏற்றதாக இருக்கிறது. அரிசி, கோதுமை, சோளம், சோயா ஆகிய எல்லா உணவுப் பொருள்களுக்கும் வெளிநாடுகளை நம்பியிருக்கும் நிலை.

சாப்பாட்டுக்கு வெளிநாடுகளை எதிர்பார்க்கும் ஜப்பானியர் தங்கள் தொழிற்சாலைகளின் தேவைகளை எப்படி சமாளிக்கிறார்கள்? சில முக்கிய மூலப் பொருள்கள் பற்றிய புள்ளி விவரங்கள் இதைத் தெளிவாக்கும்.

மூலப்பொருள்	**தேவையில் இறக்குமதி (சதவிகிதம்)**
பெட்ரோலியப் பொருட்கள்	99.60
கரி	92.10
இரும்புத் தாது	100.00
பாக்சைட் (அலுமினியத் தாது)	100.00
தகரம்	100.00
நிக்கல்	100.00
செம்பு	98.90
ஈயம்	93.00
துத்தநாகம்	82.90

இத்தனை பிரச்னைகளுக்கு நடுவே வாழும் ஜப்பான் உலகப் பொருளாதார அரங்கில் எங்கே இருக்கிறது?

1. ரோபோ தயாரிப்பில் முதல் இடம்.
2. உருக்கு உற்பத்தியில் இரண்டாம் இடம்.
3. கார் உற்பத்தியில் மூன்றாம் இடம்.
4. நாட்டில் உருவாக்கப்படும் பொருள்கள், சேவைகளின் மொத்த மதிப்பான மொத்த உள்நாட்டு உற்பத்தியில் (Gross Domestic Product) நான்காம் இடம்.
5. இன்டர்நெட் இணைப்பில் நான்காம் இடம்.

இரண்டாம் உலகப் போரில் சிதிலமான ஒரு நாடு பேரழிவிலிருந்து எழுந்து வந்து இவற்றைச் சாதித்திருக்கிறது.

1939 முதல் 1945 வரை நடந்த இரண்டாம் உலக மகா யுத்தம் பல நாடுகளின் எல்லைக் கோடுகளையும் சில நாடுகளின் தலைவிதியையும் மாற்றி எழுதியது. நேச நாடுகள் என்று அழைக்கப்பட்ட பிரிட்டன், அமெரிக்கா, ரஷ்யா, பிரான்ஸ் ஓர் அணியில். எதிர் அணியில் அச்சு நாடுகள் என்று அழைக்கப்பட்ட ஜெர்மனி, இத்தாலி, ஜப்பான்.

இந்தப் போரை உலக மகா யுத்தமாக மாற்றியதில் ஜப்பானுக்குப் பெரும் பங்கு உண்டு. ஜெர்மனியும் இத்தாலியும் பிரான்ஸ், பிரிட்டனோடு நடத்திக் கொண்டிருந்த போரை அமெரிக்கா வேடிக்கை பார்த்துக் கொண்டிருந்தது. 1941 ஜப்பான் அமெரிக்கா வின் பேர்ள் துறைமுகத்தின்மீதும் அமெரிக்கக் கட்டுப்பாட்டில் இருந்த பிலிப்பைன்ஸ்மீதும் தாக்குதல் நடத்தியது. அமெரிக்கா பதிலடியாக ஜப்பான்மீது போர் அறிவித்தது. பிற நேச நாடுகளும் ஜப்பான்மீது போர் தொடங்கின.

செப்டெம்பர் 1943. இத்தாலி தன் ஆயுதங்களைக் கீழே போட்டுவிட்டு நேச நாடுகளுக்கு வெள்ளைக் கொடி காட்டியது. ஏப்ரல் 30, 1945 அன்று ஹிட்லர் தற்கொலை செய்துகொண்டார். ஜெர்மனி நேச நாடுகளிடம் சரணடைந்தது. தன் அணியினர் இருவரும் கவிழ்ந்த பிறகும் ஜப்பான் தலை பணிய மறுத்து முரண்டு பிடித்தது.

ஆகஸ்ட் 1945. ஹிரோஷிமா, நாகசாகி ஆகிய ஜப்பானிய நகரங்கள்மீது அமெரிக்கா அணுகுண்டுகள் வீசியது. 1,11, 000 பேர் பலியானார்கள், ஒரு லட்சம் பேருக்கு மேல் படுகாயம் அடைந்தார்கள். அமெரிக்காவுக்கு எதிராகப் போர் நடத்துவது முடியாத காரியம் என்று புரிந்துகொண்ட ஜப்பான் சரணடைந்தது. இரண்டாம் உலகப் போர் முடிவுக்கு வந்தது.

போருக்கு ஜப்பான் கொடுத்த விலை மிக அதிகம். மூன்று கோடிக்கும் அதிகமான மக்களின் மரணம். நாட்டில் இருந்த அத்தனை ராணுவத் தடவாளத் தொழிற்சாலைகளையும் அமெரிக்கா தரைமட்டமாக்கியது. சுமார் 40 சதவிகிதத் தொழிற் சாலைகளும் முக்கிய நகரங்களும் சின்னாபின்னமாயின. ஜப்பான் நாடும் அதன் பொருளாதாரமும் பாதாளத்தில் விழுந்தன. இந்தப் படுகுழியிலிருந்து ஜப்பான் எழுந்து வந்தது. 1960 முதல் 1990 வரை உலகப் பொருளாதார வரிசையில் முன்னணியில் நின்றது. இந்த முப்பது வருட அமோக வளர்ச்சி

ஜப்பான் அதிசயம் (Japanese miracle) என்று அழைக்கப் படுகிறது.

ஜப்பானின் வெற்றி ரகசியம் என்ன?

சாதாரணமாகச் சொல்லப்படும் காரணங்கள் இவை.

1. கட்டுப்பாடு

2011. பல்லாயிரக்கணக்கான மக்களுக்கு வீடு இல்லை, அடுத்த வேளைச் சாப்பாடு இல்லை. அரசாங்கமும், சில சேவை நிறுவனங்களும் உணவுப் பொட்டலங்கள் விநியோகிக் கிறார்கள். பசியிலும், பட்டினியிலும் பரிதவிக்கும் ஆண், பெண், குழந்தைகள் பொறுமையோடு வரிசையில் நிற்கிறார்கள். கடை களிலும், சேவை மையங்களிலும் உணவு கிடைக்காமல் பலர் திரும்பவேண்டிய கட்டாயம். வெறும் கை, வயிற்றில் கொழுந்து விட்டு எரியும் பசி, ஆனால், பொறுமையோடு திரும்பிப் போகிறார் கள். கட்டுப்பாட்டுக்கு இதைவிடச் சிறந்த ஓர் உதாரணம் வேறு என்ன இருக்கமுடியும்? இந்தக் கட்டுப்பாடு ஜப்பானியர் வாழ்வின் சின்னச் சின்ன அம்சங்களிலும் பிரதிபலிக்கிறது.

2. தியாகம்

ஜப்பானியர்கள் தங்கள் வரலாற்றில் பல முறை தோல்விப் படுகுழியில் விழுந்திருக்கிறார்கள் - சீனாவிடம், பிரிட்டனிடம், அமெரிக்காவிடம். அதே சமயம் வியாபாரத்துக்காக இதே நாடுகளை நம்பியிருக்க வேண்டிய கட்டாயம். அந்த நாடுகள் தங்களுக்குச் சாதகமான ஒப்பந்தங்களை உருவாக்கி ஜப்பானைக் கையெழுத்திட வைத்திருக்கின்றன. நாட்டுப்பற்றை உயிராக மதிக்கும் மக்களுக்கு இவை எத்தனை பெரிய அவமானங்கள்? நாட்டின் முன்னேற்றத்துக்காக இந்த அவமானங்களை அவர்கள் தாங்கிக்கொண்டிருக்கிறார்கள்.

ஜப்பானின் பிரபல எழுத்தாளர் தனிஷாக்கி ஜூனீச்சிரோ (Tanizaki Junichiro) துக்கம் தொண்டையை அடைக்கும் சோகத்தோடு இதைச் சொல்கிறார்,

> ‘ஐரோப்பியர்களோடு ஒப்பிடும்போது ஜப்பானியர் களாகிய நாம் எத்தனை துரதிர்ஷ்டசாலிகள், எத்தனை நஷ்டங்களைச் சந்தித்தவர்கள்? ஐரோப்பியர்கள் திட்ட

மிட்டுத் திட்டமிட்டு முன்னேற்றப் பாதையின் ஒவ்வொரு அடியையும் எடுத்து வைத்திருக்கிறார்கள். நாமோ நம்மைவிட முன்னேறிய நாகரிகங்களைச் சந்திக்கும் போதெல்லாம் அவற்றுக்கு மண்டியிடவேண்டி வந்திருக் கிறது. அப்போதெல்லாம் ஆயிரம் ஆயிரம் ஆண்டுகளாகப் போற்றிப் பாதுகாத்த நம் கலாச்சாரப் பாதையைவிட்டு விலகவேண்டி வந்திருக்கிறது.'

3. கடும் உழைப்பு

ஓர் இந்தியர் ஜப்பானில் ரயிலில் பயணம் செய்து கொண்டிருந் தார். அவரோடு ஒரு ஜப்பானியர் சக பயணி. ஜப்பானியர் ஆரஞ்சுப் பழங்கள் சாப்பிட்டுக் கொண்டிருந்தார். பழத் தோல்களைப் பத்திரமாகத் தனக்கு அருகே வைத்தார். அவற்றை அவர் என்ன செய்வார் என்று நம் ஊர்க்காரருக்குக் கவலை. *கீழே இறங்கிப் போகும்போது ரயிலில் விட்டுப் போவாரா, கீழே வீசி எறிவாரா, கவனமாக எடுத்துக் கொண்டுபோய் குப்பைத் தொட்டியில் போடுவாரா?*

அந்த ஜப்பானியர் இவை எதையுமே செய்யவில்லை. பழங்களைச் சாப்பிட்டு முடித்தார். தோல்களால் அழகான ஒரு பொம்மை செய்தார். அவரையே பார்த்துக் கொண்டிருந்த இந்தியருக்கு அந்தப் பொம்மையை அன்போடு பரிசாகக் கொடுத்தார். அதுதான் ஜப்பான் - சும்மாவே இருக்க முடியாமல் ஆக்கப்பூர்வமான வேலை செய்யும் குணம்!

4. பெருமை

நண்பர் சங்கர் ஒரு பெரிய இந்திய நிறுவனத்தில் மக்கள் தொடர்பு அதிகாரி. மாபெரும் ஜப்பானிய நிறுவனத்தின் உதவித் தலைவர் ஒருவர் சென்னை வந்தபோது, அவரை வரவேற்க சங்கர் விமான நிலையம் போனார். அவர் கொண்டு போயிருந்த சொகுசு மெர்சிடஸ் பென்ஸ் காரில் இருவரும் ஐந்து நட்சத்திர ஹோட்டல் போனார்கள். இரவு உணவு முடித்தார்கள். உதவித் தலைவர் சங்கரிடம் சொன்னார். 'மிஸ்டர் சங்கர், உங்கள் உபசரிப்புக்கு மனமார்ந்த நன்றி. உங்களிடம் ஒரே ஒரு வேண்டுகோள். நாளை முதல் நீங்கள் வரும்போது இந்த ஜெர்மன் மெர்சிடஸ் பென்ஸ் கார் வேண்டாம். ஜப்பானியக் கார் அல்லது இந்தியக் கார் கொண்டு வாருங்கள்.'

சங்கர் ஜப்பானியத் தயாரிப்பான டொயோட்டா இன்னோவா கார் கொண்டு போனார். ஜப்பானிய நிறுவனத்தோடு ஒப்பந்தம் வெற்றிகரமாக முடிந்ததற்கு இன்னோவா கார் முக்கியக் காரணம் என்று சங்கர் நினைக்கிறார்.

தன் நாட்டுப் பொருள்கள்மீது ஜப்பானியருக்கு இருக்கும் பெருமித உணர்வு இதிலிருந்து புலனாகிறது.

5. தலைமைப் பண்புகள்

ஜப்பான் நாட்டு மக்கள் கம்பெனிகளை நிறுவனங்களாக நடத்துவதில்லை. கூட்டுக் குடும்பங்களாகவே நடத்துகிறார்கள். வயதில் மூத்தவர்களுக்கு அலாதி மதிப்புக் கொடுக்கிறார்கள். தலைமை அதிகாரிகள் தன்னிச்சையாக முடிவுகள் எடுப்பதில்லை. முடிவுகளால் யார் யார் பாதிக்கப்படுவார்களோ, அவர்கள் கம்பெனியின் கடைநிலை ஊழியர்களாக இருந்தாலும், அவர்கள் அத்தனை பேருடைய கருத்துக்களையும் கேட்டு, பரிசீலித்து, அதற்குப் பிறகுதான் முடிவு எடுக்கிறார்கள்.

இன்னொரு விஷயம். ஜப்பான் கம்பெனிகளில் ஊழியர்கள் வேலை மாறுவதில்லை, கம்பெனியும் அவர்களை வேலையை விட்டு நீக்குவதில்லை. இதை *வாழ்நாள் வேலை* (Lifetime Employment) என்று சொல்கிறார்கள். இதனால், கம்பெனி தங்களுடையது, அதன் வாழ்வும் தாழ்வும் தங்களைப் பாதிக்கும் என்னும் பொறுப்புணர்வோடு எல்லா ஊழியர்களும் தங்கள் ஆலோசனைகளைத் தெரிவிக்கிறார்கள். முடிவு எடுக்கப்பட்டபின் அத்தனை பேரும் அந்த முடிவுக்குப் பின்னால் பக்கபலமாக நிற்கிறார்கள்: எடுத்த முடிவுகள் ஜெயிக்க முழு மூச்சோடு உழைக்கிறார்கள், நூறு சதவிகித அர்ப்பணிப்புடன் இயங்குகிறார்கள்.

ஜப்பானிய நிறுவனங்களோடு வியாபாரத் தொடர்பு வைத்திருக்கும் எல்லா இந்திய நிறுவனங்களும் குறிப்பிடும் ஒரு விஷயம் இது. பேச்சு வார்த்தைகள் நடத்த ஜப்பானியர்கள் ஒரு குழுவாக வருவார்கள். குழுவுக்கு ஒரு தலைவர் இருப்பார். நாம் கேள்விகள் கேட்டால், முந்திரிக் கொட்டையாக யாரும் பதில் சொல்ல மாட்டார்கள். நமக்கு முன்னால் காரசாரமாக விவாதிக்க மாட்டார்கள். அவர்களுக்குள் அமைதியாக விவாதித்த பின் அவர்களுடைய தலைவர் பதில் சொல்வார். அந்தக் குழு அவர் சொல்வதை ஆமோதிக்கும்.

6. குறைந்த விலை, நிறைந்த தரம்

மக்கள் தொகை குறைவான காரணத்தால், பொருளாதார வளர்ச்சிக்கு உள்நாட்டை நம்பியிருக்காமல், உலகச் சந்தைக்குப் பொருள்களை ஏற்றுமதி செய்ய வேண்டும் என்ற கட்டாயத்தை ஜப்பான் உணர்ந்தது. 1960களில் ஜப்பான் உலகச் சந்தையில் நுழைந்தபோது

அமெரிக்கா, ஜெர்மனி, சுவிட்சர்லாந்து ஆகிய நாட்டு நிறுவனங்களே அதன் போட்டியாளர்கள். இவர்களுடைய பொருள்களின் தரம் உச்சம், விலையும் உச்சம். ஜப்பான் புத்திசாலித்தனமாகத் தன் காய்களை நகர்த்தியது. தேவைப்படும் மூலப் பொருள்களின் விரயங்களைக் குறைத்து, உழைப்பாளிகளின் உற்பத்தித் திறனைப் பெருக்கி, குறைந்த விலையில் நிறைந்த தரத்தில் பொருள்களை வழங்கி, கணிசமான உலக மார்க்கெட்டைப் பிடித்தது.

ஜப்பான் நாட்டுக்காரர்கள் திருப்தியே அடையாத ஒரு விஷயம் அவர்களுக்குத் தங்கள் தயாரிப்புகளின் தரத்தில் இருக்கும் வெறி. ஜப்பானியர்களுக்குத் தரம் என்பது எட்ட வேண்டிய எல்லை அல்ல, சுவையான நெடும் பயணம். கார், எலெக்ட்ரானிக்ஸ் ஆகிய துறைகளில் அவர்கள் பெற்றிருக்கும் மகத்தான வெற்றிகளுக்கு இந்த வெறிதான் முக்கியக் காரணம் என்கிறார்கள்.

7. அறிவுத் தேடல்

ஜப்பானியருக்கு எப்போதுமே அறிவுப் பசி அதிகம். இயற்கை வளங்கள் குறைந்த, இயற்கைச் சீற்றங்கள் மிகுந்த நாடு முன்னேற அறிவுதான் முக்கிய ஆயுதம் என்பதை வரலாற்றின் ஆரம்பக் காலம் முதலே அவர்கள் உணர்ந்திருந்தார்கள். கி. மு. 300 முதலே அவர்களுடைய இந்த முயற்சிகள் தொடங்கி விட்டன. இரும்பு, வெண்கலம் ஆகியவற்றை உருக்கிப் பாத்திரங்கள் செய்யும் கலையைச் சீனாவிலிருந்து கற்றுக்கொண் டார்கள். சீனாவின் எழுத்து முறை, இலக்கியம், கட்டடக் கலை, மதம், நிர்வாகப் பழக்க வழக்கங்கள் ஆகியவற்றை இன்றும் ஜப்பான் கடைப்பிடிக்கிறது.

போர்ச்சுகீசியரிடமிருந்து துப்பாக்கிகள், பீரங்கிகள் தயாரிப்பு: டச்சுக்காரர்களிடமிருந்து பூகோளம், மருத்துவம், வானியல்,

இயந்திர நுட்பம் ஆகிய அறிவியல் ஞானம்: அமெரிக்கர்களிடமிருந்து போர்க் கப்பல்கள் கட்டுமானம் என உலகின் பல பகுதிகளிலிருந்து பல விஷயங்களை ஜப்பானியர்கள் கற்றுக் கொண்டிருக்கிறார்கள்.

வெளிநாட்டவர் வரும்போது இவற்றைக் கற்றுக்கொள்ளலாம் என மெத்தனமாக இருக்காமல், கி. மு 600 முதலே ஜப்பான் மாணவர்கள் சீனா போனார்கள். இன்று அமெரிக்க, சீனப் பல்கலைக் கழகங்களில் 50000க்கும் அதிகமான ஜப்பான் மாணவர்கள் படிப்பதாகப் புள்ளி விவரங்கள் கூறுகின்றன.

ஜப்பானின் தரக் கட்டுப்பாட்டு முறைகளை உலகத்தின் எல்லா நாடுகளுமே வெற்றிகரமாகப் பயன்படுத்தி வருகின்றன. இதில் ஒரு சுவையான விஷயம் என்ன தெரியுமா? ஜப்பானியத் தரக் கட்டுப்பாட்டு வல்லுநர்கள் இருவர் -எட்வர்ட்ஸ் டெமிங் (Edwards Deming), வில்லியம் ஜுரான் (William Juran) இருவருமே ஜப்பானியர்கள் அல்லர். அமெரிக்கப் பேராசிரியர்கள். மாபெரும் மேதைகளான இவர்கள் இருவரையும் தங்கள் நாட்டுக்கு அழைத்துப் போய் இவர்களுடைய திறமைகளை முழுக்க முழுக்கப் பயன்படுத்திக்கொண்டு இவர்களுக்கும் ஜப்பான் புகழ் வெளிச்சம் கொடுத்தது. தானும் வளர்ந்து திறமைசாலிகளையும் வளர வைத்த இந்தப் பெருந்தன்மை எத்தனை நாடுகளுக்கு வரும்?

8. அமெரிக்க உதவி

1945 முதல் 1952 வரை ஜப்பான் அமெரிக்காவின் கட்டுப்பாட்டில் இருந்தது. இந்தக் காலகட்டத்தில் அமெரிக்கா கொடுத்த உதவித் தொகை 1900 கோடி டாலர்! ஆமாம், இன்றைய கணக்குப்படி சுமார் 95,000 கோடி ரூபாய்! மக்களின் உணவு, தொழிற்சாலை மூலப் பொருட்கள், இயந்திரங்கள் என நாட்டை மறுபடியும் தூக்கிவிட்டது அமெரிக்க உதவிதான். பண உதவி மட்டுமல்ல, தொழில் நுட்பம், நிர்வாகம் ஆகிய துறைகளில் முன்னணியில் நிற்கும் அமெரிக்கா இந்தத் திறமைகளை ஜப்பானோடு தயங்காமல் பகிர்ந்து கொண்டது.

மேலும், தன் ராணுவத் தளவாட ஆர்டர்களில் ஏழு சதவிகிதத்தை ஜப்பானுக்குத் திருப்பி விட்டது அமெரிக்கா. ஐம்பதுகளில் நடந்த கொரியப் போரில் ஐ. நா படைகளுக்குப்

பெரும்பாலான தளவாடங்கள் சப்ளை செய்தது ஜப்பான்தான். உதவி உபயம் அமெரிக்கா.

கார்கள், எலெக்ட்ரானிக்ஸ் பொருட்கள் என்று அமெரிக்க மார்க்கெட்டின் கதவுகள் ஜப்பானுக்காகத் திறந்தன. இந்த ஆர்டர்கள் ஜப்பான் தொழிற்சாலைகளுக்குத் தீனி மட்டும் போடவில்லை. உலகத் தரத்துக்கு எப்படிப் பொருள்களைத் தயாரிக்க வேண்டும் என்ற மாபெரும் பாடத்தையும் கற்றுக் கொடுத்தன.

அமெரிக்காவின் இன்னொரு முக்கிய உதவி ஜப்பானோடு 1960ல் செய்துகொண்ட பாதுகாப்பு ஒப்பந்தம். இன்றும் 50,000 க்கும் அதிகமான அமெரிக்கப் போர்வீரர்கள் ஜப்பானில் தங்கியிருக்கிறார்கள். ராணுவச் செலவுகளில் பணத்தை வாரி இறைக்காமல் ஆக்கப்பூர்வமான வளர்ச்சிக்கு முதலீடு செய்ய இந்த அமெரிக்க ஒப்பந்தம் உதவுகிறது.

மேலே சொன்ன எட்டுக் காரணங்களில், அமெரிக்க உதவி தவிர்த்து மீதி அனைத்தும் ஜப்பானியர்களின் அடிப்படைக் குணங்கள். இந்தக் குணங்கள் ஜப்பானியரிடம் எப்படி இயற்கையாக அமைகின்றன, வாழையடி வாழையாகத் தொடர்கின்றன? ஜப்பானின் வெற்றி ரகசியம் இந்தக் கேள்விக்கான பதிலில்தான் இருக்கிறது. அதற்கு, நாம் சுமார் 32,000 ஆண்டுகள் பின்னோக்கிப் போக வேண்டும். வெவ்வேறு காலகட்டங்களில் அந்த நாட்டில் ஏற்பட்ட அரசியல், சமுதாய மாற்றங்களைப் புரிந்துகொள்ளவேண்டும்.

2

ஆரம்பம்

ஜப்பான் என்பது ஆங்கிலப் பெயர். ஜப்பானிய மொழிப் பெயர் *நிஹான்* அல்லது *நிப்பான்*. உதய சூரிய நாடு (Land of the Rising Sun) என்று பொருள். *நிஹான்* அல்லது *நிப்பான்* எப்படி ஜப்பான் ஆனது? மதராசப் பட்டணமும், கோழிக்கோடும் வாயில் நுழையாத ஆங்கிலேயர் அவற்றை மட்ராஸ், காலிக்கட் ஆக்கவில்லையா? அதே காரணம்தான்!

பூமியும் உலகமும் படைக்கப்படாத ஒரு காலத்தில் சொர்க்க லோகம் மட்டுமே இருந்தது. அங்கேயும் வாழ்ந்தவர்கள் இரண்டு படைப்பு தேவதைகள் மட்டுமே. இசநாகி, ஆண். இசநாமி, பெண். ஒரு பொன் மாலைப் பொழுதில் சொர்க்கத்தில் தொங்கு பாலத்தில் நின்றபடி இசநாகியும் இசநாமியும் பேசிக் கொண்டிருந்தார்கள். வாழும் இடம் என்னதான் சொர்க்கமாக இருந்தாலும், அத்தனை வசதிகளும் இருந்தாலும், அவர்கள் மனத்தில் சலிப்பு, புதிதாக ஏதாவது செய்ய வேண்டும் என்ற துடிப்பு.

கீழே குனிந்து பார்த்தார்கள். பரந்து விரிந்து கிடந்த நீலக் கடல். இசநாகி கேட்டார். இசநாமி, நாம் இந்தக் கடலில் ஒரு புது உலகத்தை உருவாக்கலாமா? இசநாமி சம்மதத்தைப் புன்முறுவலாகச் சொன்னார். இசநாகியிடம் கடவுள் தெய்வீக ஈட்டி கொடுத்திருந்தார். அது விலை மதிப்பில்லாத வைர வைடூரியங்கள் பதித்த ஈட்டி. இசநாகி அந்த ஈட்டியைக் கீழே தெரிந்த கடலைப் பார்த்துக் காட்டினார். அது நீண்டுகொண்டே போனது. கடலைத் தொட்டது. இசநாகி கடல் நீரை ஈட்டியால் கலக்கினார். ஈட்டியை வெளியில் எடுத்தார். அதில் ஒட்டிக் கொண்டிருந்த உப்பு நீர் சொட்டியது. ஒவ்வொரு சொட்டும் ஒரு தீவானது. எல்லாத் தீவுகளும் சேர்ந்ததுதான் ஜப்பான். உலகத்தில் முதன் முதல் தேசமான ஜப்பானைக் கடவுள் இப்படித்தான் படைத்தார்.

இசநாகியும், இசநாமியும் தாங்கள் படைத்த பூமிக்கு வந்தார்கள். திருமணம் செய்து கொண்டார்கள். அவர்களுடைய முதல் குழந்தை சூரியன் என்ற பெண். இந்தக் குழந்தைக்கு அமெத்தரசு (Amatreasu) என்று பெயர். இரண்டாம் குழந்தை சந்திரன். இதற்குப் பிறகு, நெருப்பு, காற்று, செடி கொடிகள், மிருகங்கள் ஆகிய பூமிவாசிகள் ஒவ்வொன்றாக உருவாக்கப் பட்டார்கள்.

அமெத்தரசு பரம்பரையில் வந்த சக்கரவர்த்தி ஜிம்மு (Jimmu) தான் ஜப்பானின் முதல் மன்னர் இந்தப் பின்னணியால்தான், ஜப்பானில் அரசியல் கட்சிகள் உண்டு, நான்கு வருடங்களுக்கு ஒரு முறை பொதுத் தேர்தல் உண்டு, பிரதம மந்திரி உண்டு. ஆனால், குடியரசுத் தலைவர் கிடையாது. நாட்டின் தலைவர், அரசுப் பரம்பரையில் வரும் சக்கரவர்த்திதான்.

சூரியக் கடவுளின் பரம்பரையில் வந்தவர்கள் ஆள்வதால்தான் நாட்டுக்கு *நிப்பான்* (உதய சூரிய நாடு) என்று பெயர். தேசியக் கொடியிலும் வெள்ளை நிறத்தில் முழுச் சிவப்பு சூரியன் இருக்கிறது.

இதிகாசம் சொல்லும் ஜப்பான் பிறப்பு பார்த்தோம். அகழ்வாராய்ச்சியின்படி எடுத்துக்கொண்டால் சாதாரணமாக வரலாறு ஏற்றுக்கொள்வது இதிகாசங்களை அல்ல, அகழ்வாராய்ச்சிகளைத்தான். கி. மு 30000 முதல் கி. மு 300 வரை உள்ள காலகட்டங்களுக்கு அகழ்வாராய்ச்சிகள்தாம் முக்கிய

சாட்சி. இந்தக் காலத்தைப் பழைய கற்காலம், ஜோமான் காலம் என்று இரண்டு பிரிவுகளாக ஆராய்ச்சியாளர்கள் பிரிக்கிறார்கள்.

1. பழைய கற்காலம் (Paleolithic Period)

கி.மு.18000 முதல் கி.மு. 14000 வரை வாழ்ந்த மனிதர்களின் மண்டையோடுகள் கிடைத்துள்ளன. அந்தக் காலத்திலேயே மக்கள் வாழ்ந்தமைக்கு இவை ஆதாரங்கள். கல்லில் செதுக்கிய அடிப்படைக் கருவிகளை மனிதன் பயன்படுத்திய நாட்கள் அவை. ஜப்பானில் கி. மு. 30000 ஆண்டு காலக் கல் கருவிகள் கண்டுபிடிக்கப்பட்டுள்ளன. இவை கரடு முரடாக இல்லாமல் வழவழப்பாக உள்ளன. நாகரிகமும் மக்கள் வாழ்க்கை முறையும் வளர்ந்த நிலையில் இருந்தால்தான் இத்தகைய வழவழப்பான கருவிகளைத் தயாரிக்க முடியும் என்று ஆராய்ச்சியாளர்கள் கூறுகிறார்கள்.

2. ஜோமான் காலம் (Jomon Period)

இந்தக் காலகட்டம் கி. மு. 14000 முதல் கி. மு. 300 வரை. ஜோமான் என்னும் கயிறு அலங்காரங்கள் கொண்ட மண் பாண்டங்கள் இந்த இடைக் கற்காலத்தின் அடையாளம்.

மக்களின் முக்கியத் தொழில் வேட்டையாடுதல். விவசாயத்தை மக்கள் கடைப்பிடிக்காவிட்டாலும், விவசாயம் என்றால் என்ன என்பதை அறிந்திருந்தார்கள். உடைகளை நெய்ய அவர்களுக்குத் தெரிந்திருக்கவில்லை. உடைகள் மிருகங்களின் ரோமத்தினால் செய்யப்பட்டிருக்கலாம்.கையால் செய்யப்பட்ட மண்பாண்டங்கள் புழக்கத்தில் இருந்தன. இந்தப் பாத்திரங்களில் வேலைப்பாடுகள் செய்யப்பட்டிருந்தன.

ஜப்பான் தீவுகளின் சங்கமம்தானே? அதனால், கடலில் கிடைத்த சிப்பிகளால் செய்யப்பட்ட தலை வாரும் சீப்புகள் இருந்தன. இவை சுமார் கி.மு 11000 காலத்தைச் சேர்ந்தவை.ஜோமான் கால மக்களின் வாரிசுகள்தாம் இன்று ஹோன்ஷு தீவின் வட பாகத்தில் வாழ்பவர்கள் என்றும் சிலர் சொல்கிறார்கள். பழைய கற்காலத்துக்கும், ஜோமான் காலத்துக்கும் அகழ்வாராய்ச்சிப் பொருள்கள் மட்டுமே ஆதாரங்கள். இனிவரும் காலங்களுக்குக் கல்வெட்டுகள், குறிப்புகள் ஆகியவை ஆதாரங்களாக உள்ளன.

3. யோயோய் காலம் (Yayoi Period)

இந்தக் காலம் கி. மு 300 முதல் கி. பி. 250 வரை. இந்தப் பண்பாடு க்யூஷு தீவில் உருவாகி வட கிழக்குப் பகுதியான ஹோன்ஷு வரை பரவியது.

மண்பாண்டங்கள் இப்போது கைகளால் செய்யப்படவில்லை, குயவர் சக்கரத்தில் செய்யப்பட்டன.

தன் எல்லைகளைத் தாண்டி வெளிநாடுகளோடு ஜப்பான் உறவுகளைத் தொடங்கியது யோயோய் காலத்தில்தான். சீனாவின் முதல் சக்கரவர்த்தி க்வின் ஷி ஹுயாங் (Quin Shi Huang) கி. மு 221 முதல் கி. மு 210 வரை சீனாவை ஆண்டார். சீனாவில் இருக்கும் உலக அதிசயங்களில் ஒன்றான சீனப் பெருஞ்சுவர் இவர் ஆட்சியில்தான் ஆரம்பிக்கப்பட்டது.

மரணத்தை வெல்ல வேண்டும், என்றும் ராஜாவாக இருக்க வேண்டும் என்று அவருக்கு ஆசை. அதற்கான மூலிகைகள் ஜப்பானில் கிடைக்கும் என்று அவருக்கு அரசவை மருத்துவர் சொன்னார். அரசர் மூலிகைகளைத் தேடி நூற்றுக்கணக்கான தூதுவர்களை ஜப்பானுக்கு அனுப்பினார். இந்த மூலிகைகள் கிடைக்கவில்லையோ, அல்லது இவற்றைக் கரைத்துக் குடித்தும் பலன் இல்லையோ - சாகா வரம் தேடிய மகாராஜா 49 வயதில் அமரரானார்.

ராஜாவின் தூதுவர்கள் பல குறிப்புகளை வைத்துள்ளார்கள். சீன ஜப்பான் உறவு பற்றிய பல உண்மைகள் இவை மூலம் கிடைக்கின்றன. குழந்தைகளை முதுகில் சுமந்து போவது, உடலில் பச்சை குத்துவது, பல் பிடுங்குவது, மரத் தட்டுகளில் சாப்பிடுவது, மீன்களைச் சமைக்காமல் பச்சையாக உண்பது, கடவுள் வழிபாட்டின்போது கை தட்டுவது ஆகியவை சீனப் பாரம்பரியங்கள். ஜப்பானில் இந்தப் பழக்கங்கள் பின்பற்றப் படுவதைப் பார்த்த சீனத் தூதுவர்கள் ஆச்சரியம் அடைந்தார்கள். இந்த அடிப்படையில், ஜப்பானின் ஆதிக் குடியினர் சீனாவிலிருந்து புலம் பெயர்ந்தவர்களாக இருக்கவேண்டும் என்று கணக்கிடுகிறார்கள்.

யோயோய் கால ஜப்பானியர்கள் வெண்கலம், இரும்பு ஆகிய வற்றை உருக்கி வடிவங்களாய் வார்க்க அறிந்திருந்தார்கள். வெண்கல மணிகள், கண்ணாடிகள், இரும்பு ஆயுதங்கள்

ஆகியவற்றைப் பயன்படுத்தினார்கள். இந்த நுட்பங்களில் சீனா மிக முன்னேறியிருந்தது. எனவே, சீனாவிலிருந்துதான் இவற்றை ஜப்பான் தெரிந்துகொண்டிருக்க வேண்டும்.

நெல் பயிரிடுவது இந்தக் காலத்தில்தான் தொடங்கியது. சீனா அல்லது கொரியாவிலிருந்து விவசாயத்தை ஜப்பானியர் கற்றுக் கொண்டிருக்க வேண்டும். சீனாவோடு தொடர்பு இருந்ததற்கு இன்னும் பல ஆதாரங்கள் உள்ளன. சீனாவிலிருந்து உணவு தானியங்களும் இரும்பும் இறக்குமதி செய்யப்பட்டன. ஜப்பான் பற்றிய முதல் குறிப்பு சீனாவில் கி. பி. 57ம் ஆண்டில் எழுதப் பட்ட *24 சரித்திரங்கள்* என்ற புத்தகத்தில் காணப்படுகிறது. இந்தக் கால வாக்கில் ஜப்பான் நாட்டுத் தூதுவர் ஒருவர் சீனாவுக்குப் போய் வந்தார். சீன அரசர் ஜப்பான் மன்னருக்குக் கொடுத்தனுப்பிய சீனத் தங்க முத்திரை அகழ்வாராய்ச்சிகளில் கிடைத்துள்ளது.

சீனாவோடு வர்த்தகம் செய்வது சிக்கலான சமாசாரம். ஏன் தெரியுமா? சீனா வியாபார உறவுகளுக்கு *கப்ப முறை வியாபாரம்* (Tributary Trade) என்ற நியதியைக் கடைப்பிடித்தது. கப்பம் என்பது மாமூலுக்குச் சீனா வைத்த நாகரிகப் பெயர். கி. மு 200 களிலேயே இந்தப் பழக்கம் தொடங்கியிருக்க வேண்டும் என்று சொல்கிறார்கள். வெளிநாட்டு வியாபாரிகள் மாமன்னரைச் சந்திக்க வேண்டும், பரிசுகள் வெட்ட வேண்டும். பரிசுக்கு ஏற்றபடி வியாபார உரிமைகளை மாமன்னர் வழங்குவார்.

தாங்கள் லஞ்சம் வாங்குவதை நியாயப்படுத்த, பேரரசர்கள் புத்திசாலித்தனமாக இன்னொரு காரியம் செய்தார்கள். கன்ஃபூஷியஸ் (Confucius) கி. மு. 551 முதல் கி. மு 479 வரை வாழ்ந்த சீனத் தத்துவ ஞானி. மனித நேயம், திறமைக்கு முன்னிடம், கல்வி அறிவால் சுய முன்னேற்றம் ஆகியவை இவருடைய முக்கிய கொள்கைகள். இவை மக்களிடையே பிரபலமாயின. சீனாவைத் தாண்டி ஜப்பான், கொரியாவிலும் கன்ஃபூஷியஸ் பக்தர்கள் கூட்டம் அதிகமானது.

கன்ஃபூஷியஸ் கொள்கைகளில் ஷு (Shu) என்கிற ஒரு சித்தாந்தம் இருக்கிறது. யாராவது நமக்கு உதவி செய்தால் அதற்குக் கைமாறு பெற வேண்டும் என்று இந்தக் கொள்கை சொல்கிறது. கன்ஃபூஷியஸ் இதைச் சொன்ன அர்த்தமே வேறு. ஆனால், பேரரசர்கள் ஷு கொள்கையின் அடிப்படையில்தான்

தாங்கள் கப்பம் வாங்குவதாக நியாயப்படுத்தினார்கள். உள் நாட்டு மக்கள் மட்டுமல்ல, கன்ஃபூஷியஸ் பக்தர்கள் நிறைந்த ஜப்பானும் கொரியாவும்கூட இந்த வாதத்தை ஏற்றுக் கொண்டன.

கி.பி. முதல் நூற்றாண்டிலேயே, ஜப்பான் சீனாவின் கப்ப முறைக்கு ஒத்துக்கொண்டது. ஜப்பான் சீன வணிக உறவுகள் அமோகமாக வளரத் தொடங்கின. அந்த நாள்களில் சீனா ஆசியாவில் ஒரு வல்லரசு மாதிரி. அதிகமான மக்கள் தொகை, ஏராளமான இயற்கை வளங்கள், முன்னேறிய விவசாயம், உலோகப் பாண்ட உற்பத்தி எனப் பல துறைகளில் முன்னணியில் நின்றது. எனவே, கொரியா, வியட்நாம், கம்போடியா, போர்னியோ, இந்தோனேஷியா ஆகிய நாடுகளும் விரைவிலேயே ஜப்பான் போட்ட பாதையில் சீனாவின் கப்ப முறையை ஏற்றுக்கொண்டன.

4. கோஃபுன் காலம் (Kofun Period)

கி. பி. 250 முதல் கி பி. 538 வரை. இந்தக் காலத்தில்தான் ராணுவத் தினரால் ஆட்சி செய்யப்பட்ட பல குறுநிலங்கள் தோன்றின. முதலாளித்துவத்தின் தொடக்கம் அப்போது ஏற்பட்டது. ஒரு சிலர் விளைச்சல் நிலங்களைக் கைப்பற்றினார்கள். பணபலம், வேலை செய்யும் ஆள்களின் பலம் ஆகியவற்றோடு சேர்த்து அரசியல் சக்தியையும் குறி வைத்தார்கள்.

வர்ணாசிரம முறை, அதாவது செய்யும் தொழிலுக்கு ஏற்ப மக்களை வகைப்படுத்தப்படும் வழக்கம் தொடங்கியது.

வணிக உறவுகளைத் தாண்டி ஆட்சி முறையிலும் சீனாவின் பாதிப்பு தொடங்கியது. நாடு தழுவிய நிர்வாக முறையும் அரசர் நீதியை ஒழுங்குபடுத்தும் முறையும் இந்த அடிப்படையில் ஏற்பட்டவைதாம்.

சுமார் நான்காம் நூற்றாண்டின் முடிவில் கொரியாவோடும் நெருங்கிய உறவு தொடங்கியது.

5. அஸூக்கா காலம் (Asuka Period)

கி. பி. 538 முதல் கி பி. 710 வரையிலான இந்தக் காலகட்டம் ஜப்பானின் வரலாற்றில் முக்கியமானது. நாட்டில் பல

அடிப்படை மாற்றங்கள் வந்தன. சீனா, கொரியா ஆகிய அண்டை நாடுகளின் பாதிப்பு இப்போதுதான் அமோக வளர்ச்சி கண்டது.

நாடு தழுவிய நில, நிர்வாகச் சீர்திருத்தங்கள் நிறைவேற்றப் பட்டு நடைமுறைக்குக் கொண்டுவரப்பட்டன. கி.பி. 646ல் நிறைவேற்றப்பட்ட டைக்கா சீர்திருத்தம் (Taika Reform), கி. பி. 701ல் நிறைவேற்றப்பட்ட டைகோ சட்டத் தொகுப்பு (Taiho Code) ஆகியவை இந்த அடிப்படையில் அமைந்தவை. மத்திய அரசின் அதிகாரங்களை அதிகரிக்கவும், குறுநிலங்களை ஆண்டவர்களை மன்னரின் ஆணைக்குக் கட்டுப்பட வைக்கவும் இந்தச் சட்டங்கள் பெரிதும் உதவின. ஜப்பான் குறுநிலங்களின் தொகுப்பாக இருக்கலாம், ஆனால் ஒரே நாடு என்னும் உண்மை மக்கள் மனத்தில் பதிய அஸுக்கா காலம் பலமான அடித்தள மிட்டது.

ஜப்பான் தனக்கு முன்மாதிரியாகச் சீனாவை எடுத்துக் கொண்டது. சீனாவின் எழுத்து முறை, இலக்கியம், கட்டடக் கலை, மதம், நிர்வாகப் பழக்க வழக்கங்கள், வரி விதிப்பு, நில நிர்வாகம் ஆகியவற்றைக் கையாள ஜப்பான் முடிவெடுத்தது. இவற்றை அறிந்துகொள்ளவும், இவற்றில் தேர்ச்சி பெறவும் ஏராளமான மாணவர்களும் தூதுவர்களும் அடிக்கடி சீனாவுக்குப் பயணம் செய்தார்கள்.

இதே சமயம், தன் பண்பாட்டுக்கும் வாழ்க்கை முறைக்கும் ஏற்றபடி சீனாவின் சட்டத் திட்டங்களில் மாற்றங்கள் செய்ய ஜப்பான் தயங்கவில்லை. உதாரணமாக, சீனாவில் உயர் பதவிகளும் சமுதாய அந்தஸ்தும் திறமையின் அடிப்படையில் மட்டுமே வழங்கப்பட்டன. ஜப்பான் வர்ணாசிரமம் என்ற குலமுறையைப் பின்பற்றிய நாடு. எனவே, இந்தச் சீனப் பழக்கத்தை ஜப்பான் எடுத்துக் கொள்ளவில்லை. மேல் குடியில் பிறந்தவர்கள் மட்டுமே அரசாங்கத்தின் உயர்ந்த பதவிகளை வகிக்க முடியும் என மாற்றம் செய்துகொண்டது.

ஜப்பான் சீன உறவில் விரிசல் விழத் தொடங்கியதும் இப்போது தான். கி. பி. 607ல் ஜப்பான் அரசர் சீன மன்னரரின் அரசவைக்கு ஒரு தூதுவரை அனுப்பினார். அவர் எடுத்துச் சென்ற கடிதம் *சூரியன் உதிக்கும் நாட்டின் சக்கரவர்த்தி சூரியன் மறையும் நாட்டின் சக்கரவர்த்திக்கு எழுதும் கடிதம்* என்று குறிப்பிட்டது.

சீனச் சக்கரவர்த்தியைப் பொறுத்தவரை அவர் ஒரு பிரம்மாண்ட வல்லரசின் தலைவர். சுண்டைக்காய் தேசமான ஜப்பான் தனக்குச் சமமாக நடந்துகொள்வது அவருக்குக் கோபத்தைக் கொடுத்தது.

அஸுக்கா காலத்தில் ஜப்பானின் வெளிநாட்டு உறவுகளிலும், உள்நாட்டு மத வாழ்க்கையிலும் மாபெரும் மாற்றங்கள் ஏற்பட்டன.

இந்தக் காலத்தின் ஆரம்ப நாள்களில் சீன ஜப்பான் வாணிபம் வளர்ந்தது. பீங்கான், தேயிலை, பட்டு ஆகியவை முக்கிய வர்த்தகப் பொருள்கள். கி.பி. 660ல், இந்த உறவில் மாற்றம் வந்தது. அப்போது கொரிய நாடு மூன்று ஆட்சிப் பகுதிகளாக இருந்தது. சில்லா (Silla), பக்ச்சே (Baekje), கோகுர்யோ (Goguryeo) ஆகியவை இந்தப் பகுதிகள். இந்த மூன்று அரசர்களுக்குள்ளும் அடிக்கடி சச்சரவுகள், சண்டைகள், யுத்தங்கள் ஏற்படுவது வழக்கம். சில்லா மன்னர் சீன அரசரோடு கை கோத்தார். பக்ச்சே ராஜ்ஜியம்மீது போர் தொடுத்தார். பக்ச்சே மன்னர் ஜப்பானின் உதவி கேட்டார். 3000 படை வீரர்களை ஜப்பான் அனுப்பியது. ஜப்பானுக்கும் சீனாவுக்கும் நடந்த நிழல் யுத்தம் இது. போரில் சீன உதவிபெற்ற சில்லா பகுதி ஜெயித்தது. சீன ஜப்பான் உறவுகளில் இந்த யுத்தம் பிளவை ஏற்படுத்தியது.

ஜப்பான் வரலாற்றில் அஸுக்கா காலம் இன்னொரு விதத்தில் மிக முக்கியமானது. கி.பி. 538 வரை ஜப்பானிய மக்கள் கடைப்பிடித்த வழிபாட்டு முறை ஷின்ட்டோ மதம். (Shinto Religon). இந்த மத நெறிமுறைகள் இந்து மதம் போன்ற பல பழங்கால மதங்களுக்கு ஒப்பானவை. ஆறுகள், மலைகள், நெருப்பு போன்ற இயற்கை சக்திகளைத் தெய்வங்களாக வழி பட்டார்கள். மதக் குருமார்கள், சமயச் சடங்குகள் ஆகியவை மக்களின் அன்றாட வாழ்க்கையின் அம்சங்கள்.

இந்த மத நம்பிக்கைகளை, வழக்கங்களை, கி. பி. 538ல் நுழைந்த புத்த மதம் மாற்றியது. பக்ச்சே மன்னர் ஜப்பான் அரசு சபைக்குத் தூதுக் குழுவை அனுப்பினார். இந்தக் குழுவில் சில புத்த பிக்கு களும் இருந்தார்கள். ஜப்பான் சக்கரவர்த்திக்கு இவர்கள்மேல் மிகுந்த மதிப்பு ஏற்பட்டது. புத்த மதத்தைப் பரப்பச் சக்கரவர்த்தி நடவடிக்கைகள் எடுத்தார். பின்னாளில் ஷின்டோ மதம்

பின்னுக்குத் தள்ளப்பட்டு, புத்த மதம் ஏராளமான ஜப்பானியரின் மதமானது இந்தக் காரணத்தால்தான்.

6. நாரா காலம் (Nara Period)

கி. பி. 710ல் தொடங்கி, 85 ஆண்டுகள் நாரா காலம் நீடித்தது. ஆட்சியில் விவசாய வளர்ச்சிக்கு முக்கியத்துவம் கொடுக்கப் பட்டது. வரிகள் ஒழுங்காக வசூலிக்கப்பட்டன. நாட்டின் பல பகுதிகளை இணைக்கும் சாலைகள் வரத் தொடங்கின. நாணயங்கள் வெளியிடப்பட்டன. ஆனால், அவற்றை மக்கள் பரவலாகப் பயன்படுத்தத் தொடங்கவில்லை.

மன்னர்களின் அதிகாரம் சரியத் தொடங்கியது. பிரபுக்களும், தளபதிகளும் மன்னரின் கட்டளைகளுக்கு முழுமையாகப் பணியாமல் கேள்விகள் கேட்க ஆரம்பித்தார்கள். புத்த மதம் நாடு முழுக்கப் பரவியிருந்தது. புத்த மதக் குருக்கள் அரசியலில் ஈடுபட்டார்கள், மன்னருக்கு எதிராகப் போர்க் கொடி தூக்கத் தொடங்கினார்கள்.

சீனாவுடன் உறவு வளர்ந்தது. ஜப்பானியத் தூதர்கள் அடிக்கடி சீனா போய் வந்தார்கள். அதே சமயம், சீனத் தூதுவர்கள் ஜப்பானுக்கு வந்ததாகத் தெரியவில்லை. சீனா ஜப்பானைத் தனக்குச் சமமான நாடாக நடத்தவில்லை என்பதற்கு இது ஓர் அடையாளம்.

ஏராளமான இளைஞர்கள் படிப்புக்காகச் சீனா போய் வந்தார்கள். படித்து முடித்தவர்களை ஜப்பான் வெகுவாக மதித்தது, அவர் களுக்கு உயர் அரசாங்கப் பதவிகள் கொடுத்து மரியாதை செய்தது. அபே நோ நாக்கமாரா (Abe no Nakamaro) என்ற ஜப்பானியர் சீனாவில் உயர் படிப்பு முடித்தபோது அவருடைய திறமையைக் கண்ட சீன அரசு அவருக்கு அங்கேயே வேலை கொடுத்தது. தன் திறமையால், உழைப்பால் ஒரு சீன மாநிலத்தின் கவர்னர் ஜெனரல் என்ற நிர்வாகத் தலைமைக்குப் பதவி ஏற்றம் பெற்றார்.

7. ஹேயான் காலம் (Heian Period)

கி. பி. 794 முதல் கி. பி. 1185 வரை 321 ஆண்டுகளை உள்ளடக்கிய காலகட்டம் இது. கலை, கவிதை ஆகிய மென்துறைகள் சிகரம் தொட்டன. பெரும்பாலான மக்கள் புத்த மதத்துக்கு மாறினார்கள்.

விவசாயம் முக்கியத் தொழிலாக இருந்தது. நிலச் சுவாந்தாரர் களிடம் பணம் புரண்டது. அதிகாரத்துக்குக் குறுக்கு வழி பணம்தானே? சக்கரவர்த்தியிடம் எல்லா அதிகாரங்களும் குவிந்திருந்தாலும், இந்த நிலச்சுவான்தார்கள்தாம், அவர்கள் குறுநிலங்களில் சக்தி மையங்களாக இருந்தார்கள். நில உரிமை அதிகார பலத்தின் அடையாளமாக இருந்தது. இதனால், அரசாங்க நிலங்களைப் பிரபுக்களும் மதக் குருமார்களும் ஆக்கிரமித்துக்கொள்ளத் தொடங்கினார்கள்.

இந்தச் சுரண்டல் வேலைகளால், எதிர்பாராத ஒரு பொருளாதார நன்மை நடந்தது. ஜப்பானின் பெரும்பாலான பகுதி மலைகள் அல்லது கடலோரப் பிரதேசங்கள் என்று பார்த்தோம். இவை விவசாயத்துக்கு ஏற்றவை அல்ல. இந்த நிலங்கள் பலர் கைவசம் போயின. பல புதிய புதிய விவசாய முறைகளைக் கைப்பிடிக்கத் தொடங்கினார்கள். ஜப்பான் நாட்டின் விவசாய உற்பத்தித் திறன் உலக அரங்கில் முன்னணியில் உயர இந்தப் புதுமை முயற்சிகள் முக்கிய காரணம்.

நிலங்களை வளைத்துப்போட்டு அவற்றில் பலனும் பார்க்க ஆரம்பித்த ஆள்கள் புத்திசாலிகள். தங்கள் குடும்பங்களில் சொத்துச் சண்டைகள் வந்தால், பணவெறிகொண்ட ஓநாய் பிரபுக்கள் கூட்டம் அத்தனை சொத்துகளையும் பிடுங்கிக் கொண்டு போய்விடும், வறண்ட பூமியை வளம் கொழிக்கும் மண்ணாக மாற்றிய தங்கள் முயற்சிகள் அத்தனையும் வீணாகி விடும் என்பதை அவர்கள் உணர்ந்தார்கள். நிலங்களைத் தனி மனிதர் சொத்துகளாக வைத்திருக்காமல், குடும்பங்களின் சொத்துகளாக, குடும்பங்கள் பராமரிக்கும் சொத்துகளாக மாற்றினார்கள். இதனால் பல செல்வந்தர்களைக் கொண்ட குடும்பங்கள் உருவாயின. ஜப்பானின் பிற்காலத் தொழில் வளர்ச்சிக்கு இந்தக் குடும்பங்கள் பின்புலமாக இருந்தன.

அரசு சபைப் பிரபுக்கள் அதிக அதிகாரம் கொண்டவர்களாக இருந்தார்கள். பெரும்பாலான சமயங்களில் சக்கரவர்த்தி அவர் களுடைய ஆலோசனைகளுக்குக் கட்டுப்படும் கட்டாயத்தில் இருந்தார். மன்னர்களின் வாரிசுகளிடையே அடிக்கடி சொத்து, அதிகாரச் சண்டைகள் வந்தன. பிரபுக்கள் இந்தத் தகராறுகளில் தலையிட்டு எரியும் தீயில் எண்ணெய் ஊற்றித் தங்கள் பலங் களை விரிவுபடுத்தினார்கள்.

தம் அதிகாரத்தைப் பாதுகாத்துக் கொள்ளவும், பிற பிரபுக் களிடையே தங்கள் வலிமையை நிலை நாட்டிக் கொள்ளவும் பிரபுக்களுக்கு ஜால்ராக்கள் தேவையாக இருந்தார்கள். பாது காப்பாளர்கள், போர் வீரர்கள் எனத் தனக்கென இந்தப் படையை ஒவ்வொரு பிரபுவும் உருவாக்கி, பராமரித்து வந்தார்கள். இந்தப் படை வீரர்களும் நாட்டின் தலைவரான சக்கரவர்த்தியைக் காட்டிலும் அதிக மரியாதையைத் தங்கள் பிரபுவுக்குச் செலுத்தினார்கள்.

கி. பி. 792 வரை போர் வீரர்களைத் தேர்ந்தெடுக்கும் அதிகாரம் பிரபுக்களுக்கும் அரசு அதிகாரிகளுக்கும் மட்டுமே இருந்தது. கி. பி. 792க்குப் பின் இந்த அதிகாரம் உள்ளூர் வட்டங்கள், மாவட்டங்கள் வசம் மாறத் தொடங்கியது. பிரபுக்கள், நிலச் சுவான்தார்கள், மதக் குருக்கள் ஆகியோர் இன்றைய கறுப்புப் பூனைகள்போல் தங்கள் பாதுகாப்புக்காகத் தனிப் படைகள் அமைக்க ஆரம்பித்தார்கள். மன்னர், பிரபுக்களின் அதிகாரங் களுச்குச் சவால் விடும் விதமாக சமுராய் என்ற போர்வீரர்களின் உருவாக்கம் தொடங்கியது அப்போதுதான்.

உள்நாட்டில் தகராறு பற்றி எரியும்போது வெளிநாட்டு உறவுகள் வாணிபம், பொருளாதாரம் ஆகியவை எப்படி வளரும்? ஜப்பான் சீனாவுக்குக் கப்பம் கட்ட மறுத்தது. இதனால், சீனா ஜப்பானுடனான தன் உறவை கி.பி. 838ல் முறித்துக் கொண்டது.

பிரபுக்கள், நிலச்சுவான்தார்கள், சமுராய் எனத் தடி எடுத்தவன் எல்லாம் தண்டல்காரனாக மாற ஆரம்பித்ததில், பொருளாதாரம் அடி வாங்கியது. கி. பி. 1000ம் ஆண்டில் பெரும் சறுக்கல் ஏற்பட்டது. அரசாங்கத்தால் வரி வசூலிக்க முடியவில்லை, அரசு சபையிலேயே பணத் தட்டுப்பாடு நிலவ ஆரம்பித்தது. சாதாரணமாக மன்னர் தூதுவர்களுக்கும் கலைஞர்களுக்கும் பரிசாகப் பணம் (நம்ப ஊர் ராஜா பொற்காசு கொடுப்பதுபோல்) வழங்குவார். கஜானாவில் பணம் இல்லாததால், கலைஞர் களுக்குப் பணத்துக்குப் பதில் கிமானோ (Kimono) என்ற ஜப்பானிய ஆடைகளை மன்னர் கொடுத்ததாகச் சில குறிப்புகள் கூறுகின்றன. நாட்டில் ஒரு சிலரிடம் மட்டுமே பணம் புழங்கிய சமயத்தில் பெரும்பாலான மக்களின் முக்கியத் தொழிலாக திருட்டு மாறிப்போனது.

இந்த உள்நாட்டுத் திருட்டு விரைவில் சர்வதேசக் கொள்ளை யாகப் பரிணாம வளர்ச்சி அடைந்தது. நாட்டுக்குள் வறுமை தாண்டவமாடியதால், வேறு வாய்ப்பு எங்கே கிடைக்கும் என்று அலைந்தவர்கள் கண்களில் விலை உயர்ந்த சரக்குகளைச் சுமந்துவரும் கப்பல்கள் தெரிந்தன. விரைவிலேயே ஏராளமான திருடர்கள் கடல் கொள்ளைக்காரர்களாகப் பதவி உயர்வு பெற்றார்கள். சீன, கொரிய நாட்டு வணிகர்களின் சரக்குக் கப்பல்களைக் கபளீகரம் செய்தார்கள். தங்கள் வேலையைக் கச்சிதமாக முடித்துவிட்டு ஜப்பானுக்குள் ஓடி வந்து பதுங்கி விடுவார்கள். சீனாக்காரனுக்கும் கொரியாக்காரனுக்கும்தானே நஷ்டம்? எனவே, ஜப்பானிய ஆட்சி இந்தக் கொள்ளைகளைக் கண்டுகொள்ளவேயில்லை.

வறுமையால், கொள்ளைகளால், மக்களின் பொறுமை எல்லையைத் தாண்டிக் கொண்டிருந்தது. தங்களுடைய தினசரி வாழ்க்கை நெருக்கடிகளுக்கும், பிரச்னைகளுக்கும் மன்னரும் பிரபுக்களுமே காரணம் என்று மக்கள் நினைத்தார்கள். பிரபுக் களின் பாதுகாப்பாளர்களாக இருந்த சமுராய்கள் மக்களுக்கு ஊன்றுகோல்களாகத் தோன்றினார்கள். சமுராய்களின் பலம் வளரத் தொடங்கியது. கிபி 1086 முதல் சமுராய்கள் காட்டில் அடை மழைதான். நிஜ அதிகாரம் சமுராய்கள் கையில் குவிய, மன்னரும் பிரபுக்களும் நிழல்களாகச் சுருங்கினார்கள்.

கையில் கிடைக்கும் அதிகாரத்தை நிரந்தரமாகத் தக்கவைத்துக் கொள்ள ஆசைப்படுவது மனித இயல்பு. ஜப்பான் வர்ணாசிரமம் போன்ற குலமுறையைப் பின்பற்றிய நாடு. மேல் குடியில் பிறந்தவர்கள் மட்டுமே அரசாங்கத்தின் உயர்ந்த பதவிகளை வகிக்க முடியும் என நம்பிய, கடைப்பிடித்த நாடு, திறமைகளை விடப் பிறப்புப் பெருமைகளே அதிகாரத்துக்கும் பதவிகளுக்கும் அவசியம் என்று நம்பிய நாடு. சமுராய்கள் குலப் பெருமைகள் கொண்டவர்கள் அல்ல. மேட்டுக் குடிகளில் பிறந்திருந்தால், பிரபுக்களின் எடுபிடிகளாக வேலை பார்க்க வருவார்களா?

இதனால், கிடைத்த அதிகாரத்தை நிரந்தரமாக்கிக் கொள்ளும் வெறி பிறரைவிட சமுராய்களுக்கு அதிகமாக இருந்தது. சமுராய் குடும்பத்தில் பிறந்தால் மட்டுமே சமுராய் ஆக முடியும் என்னும் நிலை வந்தது. மன்னர், பிரபுக்கள் ஆகியோரோடு சமுராய் குலமும் உருவானது.

சமுராய்கள் போர்வீரர்கள். அவர்களுடைய அதிகாரத்தைத் தக்க வைத்துக்கொள்ள ஆள்பலம் மட்டும் போதாது, படை பலமும் மிகத் தேவை. இதனால், போர்த் தளவாடங்கள் தயாரிக்கும் தொழில்களில் தனிக் கவனம் காட்டினார்கள். அவர்களுடைய வாள்களும் ஈட்டிகளும் தரமானவையாக மாறின. இந்தத் தொழில் நுட்பம் ஜப்பானின் பிற்காலப் பொருளாதார வளர்ச்சிக்குப் பலமான அடித்தளமாக அமைந்தது. எப்படி தெரியுமா?

★ விவசாயத்தை நம்பியிருந்த மக்களுக்குத் தொழிற்சாலை அனுபவம் கொடுத்தவை இந்த உற்பத்தித் தலங்கள்.

★ ஆயுதங்கள் மிக உயர்ந்த தரத்தில் உருவாக சமுராய்கள் மிகக் கவனம் காட்டினார்கள். உழைப்பாளிகள் மனத்தில் தர உணர்வு ஆழமாகப் பதிய இந்த அனுபவம் உதவியது.

★ சமுராய்களின் வழிகாட்டலில், கட்டுப்பாடு, கடும் உழைப்பு ஆகியவை மக்களுக்குப் பழக்கமாயின.

இப்படி ஜப்பானியரின் வெற்றிக்குக் காரணமான பல அற்புதமான குணங்களுக்கு சமுராய்கள் காரணமாகிறார்கள்.

8. காமாகூரா காலம் (Kamakura Period)

கி.பி. 1192 முதல் கி.பி. 1333 வரை ராணுவ ஆட்சிக் காலம் நீடித்தது. பெயருக்கு மட்டுமே மன்னர் ஆட்சித் தலைவர். அதிகாரங்கள் அனைத்தும் ராணுவத்தின் கையில். சீனாவில் குப்ளாய் கான் தலைமையில் மங்கோலியர்கள் ஆட்சிக்கு வந்தார்கள். ஜப்பான் தனக்குக் கப்பம் கட்ட வேண்டுமென்று குப்ளாய் கான் ஜப்பானுக்கு ஆணையிட்டார். ஜப்பான் மறுத்தது.

கி.பி. 1274. குப்ளாய் கான் ஜப்பானை நோக்கி சீனக் கடற்படையை அனுப்பினார். ஜப்பானை நசுக்கப் போகிறோம் என்று அவர் நம்பியபோது ஓர் ஆச்சரியம். திடீரென கடும்புயல் ஏற்பட சீனப் படை சிதறியது. ஜப்பானைப் புயல் காப்பாற்றியது.

சிலர் இதனைத் தெய்வச் செயலாகவே காண்கின்றனர். 1274ல் மங்கோலியர்கள் ஜப்பானைத் தாக்கியபோது கடும்புயல் ஏற்பட்டு சீன எதிர்ப்பு சிதறிப் போனது,1281ல் தன் தோல்வியை ஒத்துக்கொள்ள முடியாத குப்ளாய் கான் மறுபடியும் தாக்கினார். மறுபடியும் ஒரு புயல். மீண்டும் ஜப்பான் காப்பாற்றப்பட்டது.

இரண்டு மங்கோலிய எதிர்ப்புகளின் போதும் ஏன் புயல் அடிக்க வேண்டும்?

நாடு காப்பாற்றப்பட்டது உண்மைதான். ஆனால், இந்த இரண்டு போர்ச் செலவுகளும் பொருளாதாரத்தைப் பாதித்தன. செலவு களைச் சமாளிக்கப் புது வரிகள் போடப்பட்டன. மக்கள் திணறினார்கள். இந்த அதிருப்தி பல உள்நாட்டுக் கலகங்களாக வெடிக்கத் தொடங்கியது.

9. முரோமாச்சி காலம் (Muromachi Period)

இந்தக் கலவரங்களை அடக்க சக்கரவர்த்தி சமுராய்களின் தலைவராக இருந்த ஆஷிகாகா டக்காஜியைப் (Ashikaga Takauji) பயன்படுத்திக்கொண்டார். ஹேயான், காமகூரா காலங்களில் மன்னரும் பிரபுக்களும் நிழல்களாக இருந் தார்கள், நிஜக் கடிவாளம் சமுராய்கள் கையில் இருந்தது. இப்போது நிஜ சமுராய்கள்தாம் நிழல், நிஜம் எல்லாமே. இந்த ராணுவ ஆட்சி கி. பி. 1336 முதல் கி. பி. 1573 வரை 237 ஆண்டுகள் நடந்தது.

மன்னர் வீட்டுக்கு அனுப்பப்பட்டார், ஒரு சில ராணுவக் குடும்பங்கள் நாட்டை ஆட்டி வைத்தாலும் முரோமுச்சி காலத்தில் ஜப்பான் பல முக்கிய மாற்றங்களை சந்தித்தது. இந்த மாற்றங்களில் பல ஜப்பானின் வருங்காலத்தைத் திசை திருப்பியவை. இவற்றுள் சில சமுராய்கள் திட்டமிட்டுச் செய்தவை, சில தாமாகவே நடந்தவை.

சீனாவோடு இருந்த உறவுகள் புதுப்பிக்கப்பட்டன. தன்னை உலகமகா வீரனாக நினைத்துக்கொண்டு ஜப்பானை எப்போதும் மட்டம் தட்டி வந்த சீனா தானாகவே ஜப்பானின் நட்பைத் தேடி வந்தது. சீனா அப்படி வந்ததற்கு என்ன காரணம்?

ஜப்பானியக் கடல் கொள்ளைக்காரர்களின் வளர்ச்சிபற்றிப் பார்த்தோம். இவர்களால் தன் ஏற்றுமதி, இறக்குமதி வியாபாரம் பாதிக்கப்படுவதைச் சீனா உணர்ந்தது. கொள்ளை யர்கள் ஜப்பானுக்குள் பதுங்கியதால், ஜப்பானின் உதவி இல்லாமல் கொள்ளையரை அடக்குவது முடியாத காரியம். ஜப்பானும் இந்தத் தருணத்துக்குத்தான் காத்திருந்தது. ஜப்பானின் வளர்ச்சிக்கு வெளிநாட்டு வியாபாரம்

அத்தியாவசியம். ஏற்றுமதியும் இறக்குமதியும் ஜீவநாடிகள். ஜப்பான் தன்மானத்தை அடகு வைத்தது. அப்போது ஆஷிகாகா யோஷிமிட்சு (Ashikaga Yoshimitsu) சமுராய் குடும்பத் தலைவராக இருந்தார்.

கி.பி. 1401ல் யோஷிமிட்சு சீனாவுடன் ஒப்பந்தம் செய்துகொண்டார். அது ஒப்பந்தம் இல்லை, சரணாகதி, அடிமை சாசனம். 1274ல் கப்பம் கட்ட மறுத்து, வீர வசனம் பேசி, குப்ளாய்கானை தைரியமாக எதிர்த்துப் போராடிய அதே ஜப்பான் இப்போது கப்பம் கட்ட ஒத்துக் கொண்டது. இது மட்டுமா? சீனச் சக்கரவர்த்திக்கு எழுதும் கடிதங்களில் *உங்கள் அடிமையாகிய ஜப்பான் மன்னர் நான்* என்றுதான் தன்னை அறிமுகம் செய்துகொள்ளுவார்.

சீனா துணையோடு ஜப்பான் கடல் கொள்ளையரை ஓரளவு அடக்கியது. சீனா நன்றியை மதிக்கும் எஜமான். ஜப்பானின் விசுவாசத்துக்கு நல்ல சன்மானம் தந்தது. இரு நாட்டு வியாபாரம் அமோகமாக வளர்ந்தது. ஜப்பானிய மரம், கந்தகம், போர் ஆயுதங்கள், மடக்கு விசிறிகள் ஆகியவை சீனாவுக்கு ஏற்றுமதியாயின. அங்கிருந்து பீங்கான் சாமான்கள், புத்தகங்கள், நாணயங்கள், சீனப் பட்டு ஆகிய பொருள்கள் இறக்குமதி ஆயின.

முரோமுச்சி ஆட்சியில் கி. பி 1467 முதல் கி. பி 1568 வரையிலான காலகட்டம் *போர்களின் காலம்* (Warring Periods) என்று அழைக்கப்படுகிறது. நாட்டுக்குச் சோதனைக் காலம். உள்ளூர்த் தலைவர்களுக்கு நடுவே சண்டைகள் தோன்றின. இவை பெரும்பாலும் நில ஆக்கிரமிப்புத் தகராறுகள். நிலச் சுவாந்தார்கள் அடித்துக் கொண்டால், விவசாயிகள் சும்மா இருப்பார்களா?

சமுராய் தலைவர்களால் இந்த உள்நாட்டுக் கலகங்களை அடக்க முடியவில்லை. ஆனால், இந்தக் கொழுந்து விட்டெரியும் பிரச்னையை அவர்கள் ராஜதந்திரத்தோடு கையாண்டார்கள். ஏன் தெரியுமா? பத்து ஆண்டுகள் இந்தக் கலவரங்கள் தொடர்ந்தன. ஆனால், எல்லாக் கலவரங்களும் உள்ளூர் சண்டையாக மட்டுமே இருந்தன. உள்ளூர் தலைவர்கள் யாருமே தேசியத் தலைவராக உயரவில்லை.

*1534*ல் ஓடா நொபுநாகா (Oda Nobunaga) சமுராய் தலைவராக இருந்தார். சோதனைகளைச் சாதனைகளாக மாற்றும் தனித் திறமை இவருக்கு இருந்தது. நாட்டின் ஒவ்வொரு பகுதியாக அடக்கித் தன் அதிகாரத்தின்கீழ் கொண்டு வந்தார். இவர் மரணத் துக்குப் பின் இவர் பணியை இவருடைய உதவியாளர் ஹிடெ யோஷியும், அவருக்குப் பின் யேயாசுவும் தொடர்ந்தார்கள்.

*1530*களில் ஜப்பானில் ஏராளமான வெள்ளி கண்டுபிடிக்கப் பட்டது. சீனாவில் வெள்ளிக்கு அகோரப் பசி. ஜப்பானின் பல கப்பல்கள் சீனாவுக்கு வெள்ளியைச் சுமந்து போயின. சீனத் தயாரிப்புகள் ஜப்பானியத் தேவைகளைப் பூர்த்தி செய்தன.

மற்றொரு பக்கம், உள்நாட்டுக் கலவரங்களை அடக்க சமுராய் களுக்கு நேரம் போதவில்லை. இதைப் பயன்படுத்திக் கடல் கொள்ளைக்காரர்கள் தங்கள் ஆட்டத்தை மீண்டும் அட்டகாச மாகத் தொடங்கினார்கள். இதைக் கட்டுப்படுத்துமாறு சீனா ஜப்பானிடம் வேண்டியது, மன்றாடியது, மிரட்டியது. எதற்கும் பலனில்லாததால் சீனா அதிரடி நடவடிக்கை எடுத்தது.

*1539*ல் சீனச் சரக்குகளைக் கடல் கொள்ளையர்கள் மடக்கி னார்கள், திருட்டுச் சாமான்களோடு ஜப்பானுக்குள் வந்து ஒதுங்கி தலைமறைவானார்கள். அவர்களைத் தங்களிடம் ஒப்படைக்குமாறு சீனா கேட்டது. ஜப்பான் மறுத்தது. பதிலடியாகச் சீனா ஜப்பானின் சில வணிகக் கப்பல்களைக் கைப்பற்றி, சரக்குகளைப் பறிமுதல் செய்தது. ஜப்பான் நஷ்ட ஈடு கேட்டபோது சீனா கைவிரித்துவிட்டது.

ஜப்பானுக்கு சீன வியாபாரத்தை நம்பியிருக்க வேண்டிய நிலை. எனவே, இந்த அவமானத்தைப் பல்லைக் கடித்துக் கொண்டே ஜீரணித்தது.

*கி.பி. 1543*ல் ஜப்பான் கடலில் புயல் வீசியது. அதே சமயம், இந்தப் புயல் ஜப்பான் பொருளாதாரத்தில் புதுத் தென்றல் வீசக் காரணமாக இருந்தது. போர்ச்சுகல் நாட்டுக் கப்பல் ஒன்று சீனாவுக்குப் பயணம் செய்துகொண்டிருந்தது. புயல் வேகத்தில் கப்பல் தடுமாறியது, வழி மாறியது, ஜப்பானின் ஒரு தீவில் கரை தட்டியது.

முதலில் ஜப்பான் மக்களுக்கு அவர்கள்மேல் மதிப்பே இருக்கவில்லை. நாகரிகமே இல்லாத காட்டுமிராண்டிகளாக

அவர்களைக் கருதினார்கள். சீன மொழியில் *நண்பன்* என்றால் காட்டுமிராண்டி என்றுதான் பொருள். அந்தக்கால ஜப்பானியச் செய்திக் குறிப்பு போர்ச்சுகல் நாட்டிலிருந்து வந்தவர்களைக் கீழ்க்கண்டவாறு வர்ணிக்கிறது.

அவர்கள் நம்மைப்போல் சாப்ஸ்டிக் குச்சிகளால் சாப்பிடுவ தில்லை. விரல்களால் சாப்பிடுகிறார்கள். நம்மைப்போல் உணர்ச்சிகளை அடக்கத் தெரியாமல் வெளிக் காட்டுகிறார்கள். அவர்களுக்குப் படிக்கவும் தெரியவில்லை.

இதையும் மீறி, போர்ச்சுகீசியர் வரவு ஜப்பான் வரலாற்றில் மாபெரும் மாற்றங்களை ஏற்படுத்தியது. கைத் துப்பாக்கி, பீரங்கி போன்ற ஆயுதங்களை ஜப்பானியர் முதன் முதலாகப் பார்த்தார்கள். அவற்றைப் பயன்படுத்தும் முறைகளைப் போர்ச்சு கீசியரிடம் கற்றுக்கொண்டார்கள். இந்தச் சந்திப்பு போர்க் கருவிகளையும் தாண்டி ஜப்பானின் தொழில் சரித்திரத்திலேயே நிரந்தரத் தாக்கத்தை ஏற்படுத்தியது.

இந்த உறவின் ஆரம்ப நாள்களை நாம்ப்போ புன்ஷி (Nampo Bunshi) என்னும் புத்த பிட்சு 1606ல் எழுதப்பட்ட தன் டெப்போக்கி (Journal of the guns) என்னும் புத்தகத்தில் குறிப்பிடுகிறார்.

கப்பலில் வந்த அந்தப் புது மனிதர்கள் கைகளில் கனமான இரண்டு அல்லது மூன்று அடி நீளமான குழாய் இருந்தது. அதைப் போன்ற ஒரு பொருளை நாங்கள் இதற்குமுன் பார்த்ததே யில்லை. அந்தக் குழாயை ஏதோ பொடியால் நிரப்பினார்கள், உலோக உருண்டைகளைப் போட்டார்கள். கடற்கரை அருகே வெகு தூரத்தில் வெண்மையான ஒரு குறியை வைத்தார்கள். ஒரு கையால் ஒரு கண்ணை மூடிக்கொண்டு இன்னொரு கண்ணால் அந்தக் குறிமேல் அவர்களுடைய பார்வையை ஒருமுகப் படுத்தினார்கள். ஒரு விசையை இழுத்தார்கள். மின்னல்போல் வெளிச்சம், இடிபோல் சப்தம். உலோக உருண்டை குறியைத் தூள் தூளாக்கியது. எங்கள் தலைவர் டனெகாஷிமா ஹிஸாடோகி (Tanegashima Hisatoki) இதைப் பார்த்தார். ஆச்சரியத்திலும் ஆச்சரியமாக இதை நினைத்தார்.

ஹிஸாடோகி போர்ச்சுகீசியர்களிடமிருந்து இரண்டு துப்பாக்கி களைப் பெற்றுக்கொண்டார். தன் நாட்டுக் கொல்லர்களிடம் கொடுத்து அதேபோல் துப்பாக்கிகள் செய்யச் சொன்னார்.

உயர்தரமாகச் செய்து கொடுத்தார்கள். விரைவில் பீரங்கிகளும் இதே பாணியில் தயாராயின.

இந்த வேளையில் ராணுவ ஆட்சி பல உள்நாட்டுக் கலகங் களைச் சந்தித்துக் கொண்டிருந்தது. போர்ச்சுகீசியரின் துப்பாக்கி களும் பீரங்கிகளும் இந்தக் கலகங்களை அடக்க வலுவான ஆயுதங்கள் என்பதை சமுராய்கள் உணர்ந்தார்கள். எனவே போர்ச்சுகீசிய வியாபாரிகளுக்கும் பாதிரிகளுக்கும் சிகப்புக் கம்பளம் விரித்தார்கள். அவர்களுக்கு எல்லா வசதிகளும் செய்து கொடுத்தார்கள்.

1544ல் இன்னொரு திருப்பம் ஏற்பட்டது. கடல் கொள்ளைக் காரர்களை ஜப்பானால் ஒடுக்க முடியவில்லை. பொறுத்துப் பார்த்த சீனப் பேரரசர் பொங்கி எழுந்தார். ஜப்பானுக்கு மரண அடி கொடுக்க முடிவெடுத்தார். இனிமேல் ஜப்பானோடு எந்த வியாபாரமும் கிடையாது என்று தடை விதித்தார். ஆனால், சீனாவுக்கு ஒரு பிரச்னை. அன்றைய சீனாவின் பொருளாதார வளர்ச்சிக்கு வெள்ளி அத்தியாவசியமான பொருளாக இருந்தது. ஜப்பானைத் தவிர வேறு எந்த நாட்டிலும் வெள்ளி அதிக அளவில் இல்லை.

சீனா இரண்டு வழிகளைக் கண்டுபிடித்தது. முதல் வழி, குறுக்கு வழி. சீன வணிகர்கள் ஜப்பானிலிருந்து திருட்டுத்தனமாக வெள்ளியைக் கடத்திக்கொண்டு வந்தார்கள். இரண்டாவது வழி, சத்திய வழி இல்லைதான், ஆனால் ஏமாற்றுத்தனமு மில்லை. போர்த்துக்கல் வியாபாரிகள் ஜப்பானில் வெள்ளி வாங்குவார்கள், தங்கள் நாட்டுக்குக் கொண்டுபோவதுபோல் நாடகமாடிவிட்டு சீனாவில் சரக்கை இறக்குவார்கள். இது ஒன்றும் சிதம்பர ரகசியமாக நடக்கவில்லை. சீனாவுக்கும் ஜப்பானுக்கும்தானே தகராறு? சீனாவுக்கு வெள்ளி வேண்டும், ஜப்பானுக்கு வெள்ளி வாங்கப் பெரிய வாடிக்கையாளர் சீனா. நடுவில் போர்ச்சுகல் வியாபாரி கொஞ்சம் லாபம் அடித்தார் என்பது உண்மைதான். அதற்காகப் பெரிய வியாபாரத்தை இழக்க சீனா, ஜப்பான் இருவருமே தயாராக இல்லை. மொத்தத்தில், போர்ச்சுகல் வியாபாரிகள் ஜப்பானில் வேர் பதிக்கவும், போர்ச்சுகல் - ஜப்பான் உறவுகள் பலப்படவும் வெள்ளி உதவியது.

போர்ச்சுகீசியர் வரவால் ஜப்பானிய சமுதாயத்தில் ஏற்பட்ட முக்கிய மாற்றம் கிறிஸ்தவ மதம் பரவியது. இது எப்படி நடந்தது என்று பார்ப்போம்.

அன்றைய நாள்களில் அரசியல், மதம், வியாபாரம் ஆகிய மூன்று நடவடிக்கைகளுக்கும் இடையே நெருங்கிய தொடர்பு இருந்தது. ஒன்றின் ஆதரவில் மற்றொன்று வளர்ந்தது. தங்கள் மதத்தை ஏராளமான நாடுகளிலும், மக்களிடையேயும் பரப்புவதில் கிறிஸ்தவப் பாதிரியார்கள் அதிக அக்கறை காட்டினார்கள்.

ஜப்பானில் கிறிஸ்தவ மதம் பரவியதற்கும் இந்தியாவுக்கும் ஒரு முக்கியத் தொடர்பு உண்டு. ஜப்பானுக்குக் கிறிஸ்தவ மதத்தை எடுத்துச் சென்றவர் ஃபிரான்சிஸ் சேவியர் (Francis Xavier). இவர் போர்ச்சுகல் நாட்டிலிருந்து இந்தியா வந்தார். கோவா, கொச்சி, கன்னியாகுமரி அருகே மணப்பாடு ஆகிய ஊர்களில் மதப் பணியும் மக்கள் பணியும் ஆற்றினார். நம் நாட்டின் பல பகுதிகளில் இவர் பெயரில் பல தேவாலயங்கள், பள்ளிக்கூடங்கள், கல்லூரிகள் இருக்கின்றன. இவருடைய புனித உடல் கோவாவில் குழந்தை ஏசு ஆலயத்தில் பாதுகாக்கப்பட்டு வருகிறது.

சேவியர் 1549ல் ஜப்பான் சென்றார். அங்கே இரண்டு வருடங்கள் மக்கள் சேவை செய்ததோடு கிறிஸ்தவ மதக் கொள்கைகளையும் மக்களிடையே எடுத்துரைத்தார். போர்ச்சுகல் அரசு இதற்கான செலவைக் கொடுத்தது. ஆனால், இந்தப் பணம் போதவில்லை. இதனால், போர்ச்சுகல் மன்னர் சேவியர் போன்ற கத்தோலிக்கப் பாதிரியார்களுக்கு ஜப்பானுடன் வியாபாரம் செய்ய அனுமதி கொடுத்தார். பட்டுத் துணிகள், தங்கம், மஸ்க் போன்ற வாசனைப் பொருள்கள், ராணுவத் தளவாடங்கள் ஆகிய பொருள்களின் வியாபாரம் இவர்கள் மூலமாக நடந்தது. வியாபார வளர்ச்சிக்கு இவர்கள் உதவியதால் ஜப்பானிய ராணுவத் தலைவர்களும் பாதிரியார்களுக்கு மறைமுக உதவி செய்தார்கள். ஜப்பானில் கிறிஸ்தவ மதம் பரவ இந்த ஆதரவு ஒரு முக்கிய காரணம்.

ஜப்பான் தோன்றிய நாள் முதல் அண்டை நாடுகளான சீனா, கொரியா, வியட்நாம், பிலிப்பைன்ஸ் ஆகிய நாடுகளோடு உறவுகளை வளர்த்துக்கொண்ட ஆரம்ப காலத்தைப் பார்த்தோம். இதன் இறுதிக் கட்டமாக ஐரோப்பிய நாடான போர்ச்சுகல் நுழைந்திருக்கிறது.

இதுவரை

இசநாகியும் இசநாமியும் உருவாக்கிய ஜப்பானின் ஆரம்ப நாட்களிலிருந்து 1573 வரை பயணம் செய்திருக்கிறோம். இந்தக் கால கட்டங்கள் ஜப்பானின் வெற்றிக்கு அளித்த பங்கு என்ன? சுருக்கமாகப் பார்ப்போம்.

- எங்கே அறிவு இருந்தாலும் அதைத் தேடிப்போவதும், அந்தத் தேடலுக்காக முழு உழைப்பையும் அர்ப்பணிப்பையும் கொடுக்கத் தயங்காமையும் ஜப்பானியரின் இயற்கைக் குணம். யோயோய் மன்னர்கள் ஆண்ட கி.மு. 300 முதலே ஜப்பானியரின் இந்த முயற்சிகள் தொடங்கிவிட்டன. விவசாயம், எழுத்து முறை, இலக்கியம், வரி விதிப்பு, நில நிர்வாகம், இரும்பு வெண்கலப் பாத்திரங்கள் செய்யும் கலை ஆகியவறை சீனாவிடமிருந்து படிக்கிறார்கள். சீனாவோடு வியாபாரம் தொடங்குகிறது. தன் தொழிலுக்கும், வியாபாரத்துக்கும் வெளிநாட்டு நுட்பங்களைப் பயன்படுத்தும் மனப்போக்கு கி.மு. 300ல் ஆரம்பமாகிவிட்டது. கிமு 600 முதல் ஜப்பான் மாணவர்கள் சீனப் பல்கலைக்கழகங்களுக்குப் போகிறார்கள். இந்த அறிவு வளர்ச்சி நாட்டின் முக்கிய அடித்தளமாகிறது.

- 1543ல் போர்த்துக்கீசியர்களின் வரவால் ஜப்பானியர் களுக்குத் துப்பாக்கி, பீரங்கி ஆகியவற்றின் தயாரிப்பு ரகசியம் புரிகிறது. அசலையும் மிஞ்சும் அற்புதத் துப்பாக்கிகள் தயாரிக்கிறார்கள். தொழிற்சாலையில் வேலை பார்க்கும் மனோபாவத்தை, கட்டுப் பாட்டோடு வேலை செய்யும் பயிற்சியை இந்தத் தொழில்கள்தாம் கொடுக்கின்றன. பிற்காலத்தில் எழுந்த பல பிரம்மாண்டத் தொழிற்சாலைகளுக்கும், கார் எலெக்ட்ரானிக்ஸ் துறைகளில் ஜப்பான் உலக அரங்கில் முதல் இடம் பெற்றமைக்கும் இவை முக்கிய காரணங்கள்.

3

சமுராய்கள் காலம்

ஜப்பான் - போர்ச்சுகல் உறவு ஒரு முக்கிய திருப்பு முனை. போர்ச்சுகலுக்கு ஜப்பானில் கிடைத்த அங்கீகாரமும் வெற்றியும் பல ஐரோப்பிய நாடு களின் கண்களைத் திறந்தன. அவர்களில் பலருக்கு அதுவரை ஜப்பான் பற்றி எதுவுமே தெரியாது.

போர்ச்சுகல் வியாபாரிகள், கிறிஸ்தவப் பாதிரி யார்கள் ஆகியோர் ஜப்பானின் பண்பாடு, மக்களின் கல்வியறிவு, உழைப்புத் திறமை, தொழில் வளர்ச்சி ஆகியவற்றைப் பார்த்து பிரமித்துப் போனார்கள். 1584ல் அலெஸாண்டரோ வலிக்னானோ (Alessandro Valignano) என்னும் இத்தாலி நாட்டுக் கிறிஸ்தவப் பாதிரியார் ஜப்பானில் பல ஆண்டுகள் வாழ்ந்தார். இந்த அனுபவ அடிப்படையில் Historia del principio y progresso de la Compania de Jesus en las Indias orientales என்ற புத்தகத்தை இத்தாலி மொழியில் எழுதினார். ஜப்பானியர் பிற ஆசிய நாட்டு மக்களைவிட மட்டுமல்ல, ஐரோப்பிய மக்களைவிடச் சிறந்தவர்களாக இருக் கிறார்கள் என்று இந்தப் புத்தகத்தில் குறிப்பிட்டிருக் கிறார்.

இவர்களுடைய அனுபவங்கள் பிற ஐரோப்பிய நாடுகளின் ஆர்வத்தைத் தூண்டின. அவர்களும் ஜப்பானுக்கு வரத் தொடங்கினார்கள். இந்தக் காலகட்டங்களைப் பார்ப்போம்.

1. அசூச்சி மோமயோமா காலம் (Azuchi-Momoyama Period)

முரோமுச்சி காலத்தைத் தொடர்ந்து கி. பி. 1603 வரை தொடர்ந்த காலகட்டம் இது. நண்பன் வாணிபக் காலம் (Nanban Trade Period) என்றும் இந்தக் காலத்தை அழைப்பதுண்டு. ஐரோப்பிய நாட்டுக்காரர்களுக்கு ஜப்பானில் நண்பன் என்று பெயர். நாகரிகம் இல்லாதவர்கள் என்று பொருள்.

போர்ச்சுகலுக்கு அடுத்தபடியாக ஜப்பானுக்கு வந்த நண்பன் ஸ்பெயின். 1587ல் வந்த ஸ்பெயின் நாட்டு மக்கள் கத்தோலிக்கக் கிறிஸ்தவர்கள். ஜப்பானில் கிறிஸ்தவ மதம் பரவியதைத் தொடர்ந்து இவர்களுக்கு ஜப்பானில் ஈடுபாடு வந்திருக்கலாம். ஸ்பெயின் வரவுக்கு இன்னொரு பின்னணியும் உண்டு. முரோமாச்சி காலத்திலேயே (கி.பி. 1336 - கி.பி. 1573) ஜப்பானுக்கும் பிலிப்பைன்ஸ் நாட்டுக்குமிடையே உறவுகள் தொடங்கிவிட்டன. இவை என்ன காரணத்தாலோ, வியாபாரத் தையும் தாண்டிய உறவுகள்.

கி.பி. 1571ல் ஸ்பெயின் பிலிப்பைன்ஸ் நாட்டைக் கைப்பற்றி, குடியேற்றப் பகுதியாக மாற்றியது. இந்தப் பகுதியின் தலை நகரம் மணிலா. இங்கிருந்து ஏராளமான கிறிஸ்தவப் பாதிரி யார்கள் ஜப்பானுக்குச் சென்று, தங்கி, மதத்தைப் பரப்பினார்கள்.

மணிலா அப்போது ஸ்பெயின் காலனிக்கு மட்டுமல்ல, ஆசிய வியாபாரத்துக்கே மையப் பகுதியாக விளங்கியது. மதம், வியாபாரம் என்ற இரண்டு போதைகள் இணைந்த காரணத்தால் ஏராளமான ஜப்பானியர்கள் பிலிப்பைன்ஸ் நாட்டுக்கு விஜயம் செய்தார்கள். பலர் அங்கேயே தங்கத் தொடங்கினார்கள். கி.பி. 1593ல் சுமார் 400 ஜப்பானியர்கள் மணிலா நகருக்கு அருகே வசித்தார்கள். அந்த வாழ்க்கை அவர்களுக்கு மிகப் பிடித்து விட்டது. கி.பி. 1600 வாக்கில் இந்த எண்ணிக்கை பத்து மடங்காக உயர்ந்தது. ஆமாம், 4000 ஜப்பானியர்கள் பிலிப்பைன்ஸில் வசித்தார்கள்.

கி.பி. 1598 முதல் ஸ்பெயின் ஜப்பான் வியாபாரம் சூடு பிடித்தது. ஜப்பான் தன் தங்கம், வெள்ளியைக் கொடுத்தது. பதிலாகப்

போர்க் கருவிகள், ஜவுளி, கண்ணாடிப் பொருட்கள், கடிகாரங்கள், புகையிலை ஆகிய சமாசாரங்களை இறக்குமதி செய்தது.

போர்ச்சுகலோடும் ஸ்பெயினோடும் நடந்த இந்தப் பரிவர்த்தனைகள் மதம், வியாபாரம் ஆகியவற்றைத் தாண்டி ஜப்பானியரின் அறிவும் கலாசாரமும் வளர்வதற்கான ஜன்னல் களைத் திறந்தன. புதிய காற்று, புதிய கருத்துகள் சமுதாயத்தில் பரவத் தொடங்கின. ஐரோப்பிய நாகரிகமும், அவர்களுடைய அரசியல் முறைகளும் பற்றி ஜப்பானுக்கு அதிகம் தெரியாது. இவற்றை ஆழமாகப் படித்து, உள்வாங்கி, தங்களுக்குப் பொருந்தும் கருத்துகளைக் கடைப்பிடிக்கத் தொடங்கி னார்கள்.

டோயோடோமி ஹிடெயோஷி (Toyotomi Hideyoshi) ஜப்பானின் உள்நாட்டுக் கலகங்களை அடக்கி நாட்டை ஒருங்கிணைத்த சமுராய்களில் மிக முக்கியமானவர். சில குறுநில அரசுகளின் தலைவர்கள் கிறிஸ்தவ மதத்தைச் சேர்ந்தவர்களாக இருந் தார்கள். இவர்களில் ஒரு சிலர் ஏழை விவசாயிகளுக்குப் பண வசதிகள் கொடுத்து அவர்களைக் கட்டாயமாக மதம் மாற்றி னார்கள். கிறிஸ்தவ மதத்தைத் தழுவிய சில குறுநிலத் தலைவர்கள் மதத்தின் நிழலில் அணி வகுத்தார்கள். இவர்கள் மூலமாகப் போர்ச்சுகல், ஸ்பெயின் ஆகிய நாடுகள் ஜப்பான்மீது படையெடுக்கலாம் என்று ஹிடெயோஷி பயந்தார். இரு நாடுகளிடமும் ஜப்பானைவிட அதிகமான படைபலம் இருந்தது. போர் வந்தால் இந்த இரு நாடுகளும் ஜப்பானை விழுங்கிவிட முடியும் என்று அவருக்கு நிச்சயமாகத் தெரியும்.

ஹிடெயோஷியின் பயத்துக்கு ஒரு வலுவான காரணமும் இருந்தது. அது அவர் பிலிப்பைன்ஸ் நாட்டில் பார்த்த அனுபவம். 1521ல் ஸ்பெயின் நாட்டின் கிறிஸ்தவப் பாதிரியார்கள் பிலிப்பைன்ஸுக்கு வந்தார்கள். மெள்ள மெள்ள நாட்டின் பெரும்பாலான மக்களைக் கிறிஸ்தவ மதத்துக்கு மாற்றினார்கள். அடுத்த கட்டமாக, இந்தக் கிறிஸ்தவர்கள் ஆட்சிப் பீடங்களில் ஏறினார்கள். இவர்கள் தூண்டிவிட்டோ, எப்படியோ பிலிப்பைன்ஸில் உள்நாட்டுக் கலகங்கள் வந்தன. இரண்டு ஆடுகள் சண்டை போடும்போது ஓநாய் நடுவே நுழைவதுபோல் 1565ல் ஸ்பெயின் படைகள் பிலிப்பைன்ஸ் நாட்டுக்குள் புகுந்தன,

உள்ளூர்ப் படைகளைத் தோற்கடித்தன. பிலிப்பைன்ஸ் ஸ்பெயின் நாட்டின் ஒரு பகுதியானது.

கிறிஸ்தவ மதத்தைப் பரவ விட்டால், ஜப்பானையும் இதே யுக்தியைக் கடைப்பிடித்து ஸ்பெயின், போர்ச்சுகல் ஆகிய வற்றில் ஏதாவது ஒரு நாடு சாப்பிட்டுவிடும் என்று ஹிடெயோஷி பயந்தார். நியாயமான பயம். கிறிஸ்தவ மதம் பரவுவதைத் தடுத்தால் இந்த அபாயத்தை முளையிலேயே கிள்ளிவிடலாம் என்று நினைத்தார்.

ஹிடெயோஷி சொன்னார், கிறிஸ்தவப் பாதிரியார்கள் தங்கள் மதத்துக்கு நம் மக்களை மாற்றுகிறார்கள், நம்முடைய பாரம்பரிய ஷிண்டோ மற்றும் புத்த மதக் கோயில்களை இடிக் கிறார்கள். இந்தச் செயல்கள் வெறுக்கத் தகுந்தவை. இந்தச் செயல்களுக்குத் தகுந்த தண்டனை கொடுத்தேயாக வேண்டும்.

தன் கருத்துகளின் அடிப்படையில், 1587ல் ஹிடேயோஷி கிறிஸ்தவ மதத்தைப் பரப்புவதற்குத் தடை உத்தரவு பிறப்பித்தார். கிறிஸ்தவப் பாதிரியார்கள் ஜப்பானைவிட்டு வெளியேறுமாறு ஆணையிட்டார்.

அதே சமயம், போர்ச்சுகல், ஸ்பெயின் ஆகிய நாடுகளோடு இருந்த உறவும் பாதிக்கப்படாமல் இருக்க ஹிடெயோஷி முயன்றார். இரண்டு காரணங்கள் - சீண்டிவிட்டால் அவர்கள் போருக்கு வரலாம். எதற்கு வீண் வம்பு? இரண்டாவது காரணம், இரண்டு நாடுகளோடும் நடந்த வியாபாரம் ஜப்பானுக்கு அத்தியாவசியம்.

இந்தக் காரணங்களால் ஹிடெயோஷி தன் ஆணையை முழுமையாக நிறைவேற்றவில்லை. ஜப்பானில் அப்போது 130 பாதிரியார்கள் இருந்தார்கள். இவர்களுள் மூன்று பேர் மட்டுமே வெளியேறினார்கள். மற்றவர்கள் வழக்கம்போல் மதம் பரப்பும் வேலைகளைத் தொடர்ந்தார்கள்.

அதே சமயம், கிறிஸ்தவர்களிடம் கொடூரமாக நடந்து கொள்ள வும் ஹிடெயோஷி தயங்கவில்லை. 1597 ல் ஹிடெயோஷி கட்டளைப்படி 26 கிறிஸ்தவர்கள் படுகொலை செய்யப் பட்டார்கள். பல தேவாலயங்கள் இடித்துத் தகர்க்கப்பட்டன. இந்தக் கொடுமைகள் தொடரவில்லை. ஏன் தெரியுமா? அடுத்த ஆண்டிலேயே ஹிடெயோஷி மரணமடைந்தார்.

ஹிடெயோஷி மறைந்தாலும், கிறிஸ்தவ எதிர்ப்புக் கொள்கைகள் தொடர்ந்தன.

2. டோகுகாவா காலம் (Tokugawa Period)

கி.பி. 1603 முதல் 1868 வரை நடந்த ஆட்சி. ஜப்பானிய மொழியில் ஷோகன் (Shogun) என்றால், காட்டுமிராண்டிகளை அடக்கிய தளபதி என்று பெயர். மாவீரர்களுக்கு நாடு கொடுக்கும் பட்டம் இது. இந்தக் காரணத்தால் டோகுகாவா கலத்தை ஷோகன் காலம் என்றும் சொல்வார்கள்.

நாட்டு நிலவரத்தைச் சக்கரவர்த்தி பார்த்தார். அவரால் உள் நாட்டுக் கலவரங்களை அடக்க முடியவில்லை. இவர்களையே சமாளிக்க முடியாதபோது போர்த்துகல், ஸ்பெயின் ஆகிய வெளிநாட்டவரின் வரவும், பீரங்கிகளும் போர்க் கப்பல்களும் மன்னர் வயிற்றில் புளியைக் கரைத்தன. சமுராய்களால் மட்டுமே ஜப்பானைக் காப்பாற்ற முடியும் என்று அவருக்குத் தெரிந்தது. டோகுகாவா யேயாசு (Tokugawa Ieyasu) என்னும் தளபதியைக் கூப்பிட்டார். அவருக்கு ஷோகன் (Shogun) என்ற பட்டம் கொடுத்தார். பட்டத்தோடு செங்கோலையும் கையில் கொடுத்தார்.

டோகுகாவா காலம் ஜப்பானின் வெற்றிக் கதைக்குப் பலமான அடித்தளம் போட்ட ஒரு முக்கியமான காலம். சமுராய்கள் என்கிற ராணுவத் தளபதிகள் நாட்டை ஆண்ட காலம் இது. இந்தப் போர்வீரர்கள் அதிகம் கல்வி அறிவு இல்லாதவர்கள். ஆனால், ஆட்சி, நாட்டின் கட்டுக்கோப்பு, வாணிபம், வெளி நாட்டு உறவு ஆகிய துறைகளில் இந்தப் படிக்காத மேதைகள் நம்பவே முடியாத சாதனைகளை நிகழ்த்திக் காட்டினார்கள்.

முதல் சாதனை ஜப்பானை முதல் தடவையாக ஒரே ஆட்சியின் கீழ் கொண்டுவந்தது.

நாட்டின் கடிவாளத்தைக் கையில் எடுத்த யேயாசு பட்டப் பெயருக்கு ஏற்றபடி இரும்புக் கரங்களால் பிரிவினை சக்திகளை, தீய சக்திகளை அடக்கினார். வலுவான ஆட்சிக் கட்டமைப்பை ஏற்படுத்தினார்.யேயாசு ஆட்சிப் பொறுப்பை ஏற்றபோது ஜப்பான் சிறுசிறு பகுதிகளாகச் சிதறிக் கிடந்தது. இந்த நிலப் பகுதிகளின் உரிமையாளர்கள் எல்லோருமே கைகளில் அதிகாரம் வைத்திருந்தார்கள். இப்படி ஆயிரக்கணக்கான பண்ணையார் களிடம் நாடு சிக்கிக் கிடந்தது. ஜப்பானின் ஆட்சி முறையைச்

சீர்திருத்த வேண்டுமானால், முதலில் இவர்களைக் கட்டுப்படுத்த வேண்டும் என்று யேயாசு உணர்ந்தார். இந்தப் பண்ணை யார்களின் பலம் அவர்கள் கையில் இருந்த நிலம். இவர்களில் சிலர் பரம்பரை பரம்பரையாக நில உரிமையாளர்கள். சிலர் அரசாங்கத்தின் புறம்போக்கு நிலங்களைச் சுருட்டிக்கொண்ட வர்கள். இதைச் சீர்படுத்த, யேயாசு நாட்டின் நிலங்களை சர்வே செய்ய கட்டளையிட்டார். ஆக்கிரமிப்பாளர்களிடமிருந்து அரசாங்க நிலங்கள் பறிமுதல் செய்யப்பட்டு மறுபடியும் அரசுடைமையாக்கப்பட்டன. ஏராளமான நிலங்களைப் பிரபுக்கள் பினாமியாக வைத்திருந்தது கண்டுபிடிக்கப்பட்டது. பினாமி நில உரிமை ரத்து செய்யப்பட்டது. எதிரிகளான பிரபுப் புலிகளின் பல்லைப் பிடுங்க இந்த நடவடிக்கைகள் உதவின.

யேயாசு நாட்டைச் சிறு சிறு பகுதிகளாகப் பிரித்தார். இந்தக் குறுநிலங்களுக்குத் தலைவர்களை நியமித்தார். தலைநகருக்கு அருகில் இருந்த பகுதிகளை நெருங்கிய உறவினர்களுக்கும் நண்பர்களுக்கும் கொடுத்தார். எல்லைப்புறப் பகுதிகளைப் பகை உணர்வு கொண்டவர்களுக்கு வழங்கினார். எதிரிகள் அவரைத் தாக்க வேண்டுமானால், நெடும் பயணம் வர வேண்டும். அதற்குள் அவர்களை அடக்கி விடலாம். இதனால், இந்தத் தலைவர்களால் அதிகமாக வாலாட்ட முடியவில்லை.

இந்தக் குறுநிலத் தலைவர்கள் நாடு முழுக்கப் பரவிக் கிடந்தால் இவர்களை எப்படி மேற்பார்வை செய்வது, எப்படி இவர்களைக் கட்டுப்படுத்துவது? இதற்கு ஒரு வழி பிறந்தது. சுமார் நூறு, மாளிகை நகரங்கள் (Castle Towns) உருவாக்கப் பட்டன. இவை முக்கிய வணிகத் துறைமுகங்கள், ராணுவ மையங்கள், அதிக மக்கள் வாழும் ஊர்கள் ஆகிய இடங்களில் இருந்தன. சமுராய்த் தலைவர்கள் இங்கே வாழ்ந்தார்கள். இந்த இடங்களில் மக்கள் வாழும் வீடுகள், கடைகள், சந்தைகள், அலுவலகங்கள், அடிப்படை வசதிகள் ஆகியவற்றை அரசாங்கம் கொண்டு வந்தது. பின்னாளில் இந்த மாளிகை நகரங்களே, ஜப்பானின் பெரிய நகரங்களாகப் பரிணாம வளர்ச்சி பெற்றன.

நாட்டில் கலவரங்கள் வந்தால் படைகள் ஒரு மாளிகை நகரத்திலிருந்து இன்னொரு நகரத்துக்கு வேகமாகப் போக வேண்டுமே? எனவே எல்லா மாளிகை நகரங்களும் சாலை களால் இணைக்கப்பட்டன. இவை அன்றைய வியாபாரத்

துக்கும் பின்னால் வந்த வியாபார வளர்ச்சிக்கும் ரத்த ஓட்டம் தந்தன.

சமுராய்கள்,மக்களிடம் வரி வசூலித்து அரசாங்கத்திடம் செலுத்தினார்கள். அதிகாரிகள், உயர் அதிகாரிகள் என்ற அமைப்பு முறை விரைவில் வந்தது. புதிதாக உருவாக்கப்பட்ட மாளிகை நகரங்களில் ஏராளமான சமுராய்கள் வசித்தார்கள். அதிகார மையம் இருக்கும் இடத்தில் வேலை வாய்ப்புகள் அதிகம். எனவே அதிகமான பொதுமக்களும் இந்த நகரங்களில் குடியேறத் தொடங்கினார்கள். விரைவில் இந்த மாளிகை நகரங்கள் ஆட்சி மையங்கள் என்ற நிலையைத் தாண்டி வியாபார மையங்களாகவும் உயர்ந்தன. மாளிகை நகரங்கள் வரும்வரை நிலச்சுவான்தார்கள் மட்டுமே வியாபாரிகளாக இருந்தார்கள். மாளிகை நகர மக்களின் தேவைகளால், வியாபாரத்தை முழு நேரத் தொழிலாகக் கொண்ட வியாபாரிகள் வர்க்கம் தோன்றியது.

யார் யார் வியாபாரியாகலாம் என்பதை அரசாங்கம் நிர்ணயித்தது. பல சமுராய்கள் அரசாங்க வர்த்தகர்களாக நியமிக்கப்பட்டார்கள். இவர்களுக்கு அரசாங்கம் உதவித் தொகையும் உணவுக்கான அரிசியும் கொடுத்தது.

இன்றைய ஜப்பானில் மிட்சுயி குழுமம் (Mitsui Group), சுமிட்டோமோ கார்ப்பரேஷன் (Sumitomo Corporation) ஆகிய பெரும் வர்த்தகக் குழுமங்கள் இருக்கின்றன. நாட்டின் தொழில் வளர்ச்சிக்கு இந்தக் குழுமங்கள் முக்கிய காரணம். இந்தக் குழுமங்கள் சய்பத்சு (Zaibatsu) என்று பின்னாட்களில் அழைக்கப்பட்டன. சய்பத்சு என்றால் ஜப்பானிய மொழியில் பணக்காரர்கள் கூட்டம் என்று பொருள். இந்த அமைப்பின் உறுப்பினர்கள் ஒரே குடும்பத்தைச் சேர்ந்தவர்கள். ஒவ்வொரு சய்பத்சுவும் தனக்கென ஒரு வங்கியை வைத்திருந்தது. இந்த வங்கி குடும்பத்தினரின் வர்த்தக முயற்சிகளுக்குப் பண முதலீடு செய்யும். இந்த முதலீட்டு வசதியால் சய்பத்சு குடும்பத்தவர் எளிதாகத் தொழில்கள் தொடங்க முடிந்தது. ஒருவருக்கொருவர் தோள் கொடுத்ததால் இந்த சய்பத்சுகள் வெகு வேகமாக வளர்ந்தார்கள். ஜப்பானின் பொருளாதாரமே விரைவில் சில சய்பத்சுகளின் கைப்பிடியில் இருந்தது.

மிட்சுயி, சுமிட்டோமோ தொடங்கியது சமுராய்கள் காலத்தில் தான். மிட்சுயி சாப்பாடு சாமான்கள் விற்கும் மிகச் சிறிய

கடையாகத் தொடங்கியது. சுமிட்டோமோ ஒரு புத்த பிட்சுவால் தொடங்கப்பட்ட குட்டிப் புத்தகக் கடை. பின்னாளில் ஜப்பானின் வளர்ச்சிக்கே வேகம் கொடுத்த சய்பத்சுகளைத் தோற்றுவித்தது சமுராய்கள் ஆட்சிதான்.

வியாபாரத்தை இப்படி வளர்த்த யேயாசு அரசுத் தொழில் வளர்ச்சிக்கு எப்படி வித்திட்டது என்று பார்க்கலாம். போர்ச்சுகீசியர் **1543**ல் முதன் முதலாக ஜப்பானுக்கு வந்தபோது ஹிஸாடோகி அவர்களிடமிருந்து இரண்டு துப்பாக்கிகளைப் பெற்றுக்கொண்டதையும், தன் நாட்டுக் கொல்லர்களிடம் கொடுத்து அதேபோல் துப்பாக்கிகள் செய்யச் சொன்னதையும் பார்த்தோம்.

துப்பாக்கிகள், பீரங்கிகள் செய்யும் தொழில் நுட்பத்தை ஜப்பான் தொழிலாளிகள் சீக்கிரமே கற்றுக் கொண்டார்கள். நோயல் பெரின் (Noel Perrin) என்னும் பிரபல அமெரிக்க வரலாற்றுப் பேராசிரியர் Giving up the gun என்கிற தன் புத்தகத்தில் சொல்கிறார், பதினாறாம் நூற்றாண்டின் முடிவில் உலகின் பிற எந்த நாட்டையும் விட ஜப்பானில் துப்பாக்கிகள் சாதாரணப் பொருள்களாகி விட்டன.

அப்போது ராணுவ ஆட்சி என்பதால் துப்பாக்கிகள், பீரங்கிகள் உற்பத்தி ராணுவ சமுராய்களின் பதவியைத் தக்கவைத்துக் கொள்ள அத்தியாவசியமானதாக இருந்தது. இதனால், சமுராய்கள் ராணுவத் தளவாட உற்பத்தியின் துல்லியம், தரக் கட்டுப்பாடு ஆகியவற்றில் மிகுந்த நேரம் செலவிட்டார்கள். தொழிலாளிகளுக்குத் துல்லியமான, தரமான பொருட்கள் தயாரிப்பின் அவசியத்தை வலியுறுத்தினார்கள், தேவையான பயிற்சி கொடுத்தார்கள். உற்பத்தி முறைகளில் கவனம் காட்டினார்கள், தொழிலாளிகள் கட்டுப்பாட்டோடு நடந்துகொள்ள வேண்டும், தரத்தோடு பொருட்கள் தயாரிக்க வேண்டும் என்று கண்டிப்பு காட்டினார்கள். இதனால், தொழில் நுணுக்கம், கடும் உழைப்பு, துல்லியம், தரக் கட்டுப்பாடு ஆகியவை இந்த முதல் பரம்பரைத் தொழிலாளிகளின் ரத்தத்தில் ஊறிய குணமாகி விட்டது.

தொடர்ந்து வந்த பரம்பரைகள் இந்த மரபைத் தொடர்ந்தன. ஜப்பான் நாடே துல்லியமான, தரமான பொருட்கள் தயாரிக்கும் சமூகமானது. பின்னாளில் போர்த் தளவாட உற்பத்தித் தொழில்

அமோகமாக வளர இந்த ஆரம்பம் மிக உதவியாக இருந்ததோடு எலெக்ட்ரானிக்ஸ் போன்ற துறைகளில் ஜப்பான் சிகரம் தொட சமுராய்கள் போட்ட இந்தப் பலமான அஸ்திவாரமே காரணம்.

பிறருடைய தொழில்நுட்பங்களை எடுத்தாளவும், உள்வாங்கிக் கொள்ளவும் ஜப்பானியர்களிடம் அற்புதமான திறமை அன்றே இருந்திருக்கிறது என்று இந்தத் துப்பாக்கி, பீரங்கி தயாரிப்பு அனுபவம் காட்டுகிறது.

போர்ச்சுகலும் ஸ்பெயினும் ஜப்பானுக்குள் வந்து வியாபார உறவுகளை வளர்த்ததைப் பார்த்தோம். அடுத்து, மூன்றாவதாக வந்த ஐரோப்பியர்கள் டச்சுக்காரர்கள். அன்றைய டச்சுக் குடியரசுதான் இன்று நெதர்லாந்து என்று அழைக்கப்படும் நாடு.

டச்சுக்காரர்கள் இந்தியர்களுக்கு, அதுவும் தமிழர்களான நமக்குப் பரிச்சயமானவர்கள். டச்சு வியாபாரிகளின் முக்கிய வாணிபப் பொருள் வாசனைத் திரவியங்கள். ஐரோப்பாவின் பெரும்பாலான நாடுகளுக்கு இவர்கள்தாம் சப்ளை செய்தார்கள். தேவை நாளுக்கு நாள் கூடியது. வேண்டிய அளவு வாசனைத் திரவியங்கள் கிடைக்காத இந்த வணிகர்கள் தங்களுக்கு எந்த நாடுகள் அதிக சப்ளை செய்ய முடியும் என்று தேடினார்கள். இவர்கள் தேர்ந்தெடுத்தது இந்தியா.

1602ல் டச்சு வணிகர்கள் இந்தியா வந்தார்கள். வியாபாரத்தைப் பெருக்கினார்கள். மூன்றே வருடங்களில் ஆந்திர மாநில மசூலிப்பட்டணத்தில் தங்களுடைய முதல் தொழிற்சாலையை நிறுவினார்கள். கிடுகிடுவென வியாபாரம் வளர்ந்தது. இந்தியாவின் பல பகுதிகளை வளைத்துப் போடத் தொடங்கி னார்கள். தமிழகத்தின் திருவள்ளூர் மாவட்டத்தில் இருக்கும் பழவேற்காடு, தூத்துக்குடி, நாகப்பட்டணம், கேரள மாநிலத் தில் இருக்கும் கொச்சி, கொல்லம், காயம்குளம், கண்ணனூர் போன்ற பகுதிகளில் டச்சுக் கொடி பறக்கத் தொடங்கியது. இவை அத்தனையையும் அவர்கள் இங்கிலாந்தின் கிழக்கிந்திய நிறுவனத்துக்குத் தாரை வார்த்துக் கொடுத்தது தனிக் கதை.

இந்தியா போன்ற நாடுகள் டச்சு வியாபாரிகளால் பெற்ற ஆதாயங்களைக் கேட்ட டோகுகாவா, டச்சுக்காரர்களோடு வியாபாரத்தை வளர்க்க விரும்பினார். இதற்காக, 1605ல் இரண்டு தூதர்களை நெதர்லாந்துக்கு அனுப்பினார். அப்போது

டச்சுக்காரர்கள் போர்ச்சுகலோடு பல தகராறுகளிலும் போர் களிலும் ஈடுபட்டிருந்தார்கள். எனவே, ஜப்பானின் அழைப்பில் டச்சுக்காரர்கள் முதலில் ஆர்வம் காட்டவில்லை.

ஜப்பான் அதிக நாட்கள் காத்திருக்க வேண்டிய அவசியம் இருக்கவில்லை. 1609ல் இரண்டு கப்பல்களோடு ஜாக்விஸ் ஸ்பெக்ஸ் (Jacques Specx) என்னும் டச்சுத் தூதர் ஜப்பான் வந்தார். டோகுகாவா மன்னரைச் சந்தித்தார். வியாபார உரிமைகள் கிடைத்தன. ஜப்பான் - டச்சு வாணிபம் தொடங்கியது.

டச்சு வியாபாரிகள் ஜப்பானின் வெள்ளி, பீங்கான் சாமான்கள், அரக்கு ஆகிய பொருள்களை ஐரோப்பாவுக்கு ஏற்றுமதி செய்தார்கள். பதிலாகப் பட்டு, பருத்தி, சர்க்கரை, மருந்துகள் ஆகிய சாமான்களைச் சீனாவிலிருந்தும் இந்தியாவிலிருந்தும் ஜப்பானுக்குக் கொண்டு வந்தார்கள். காபி, சாக்லெட், கிராம்பு, முட்டைக்கோசு, தக்காளி ஆகிய பொருள்கள் டச்சுக்காரர்கள் வரும்வரை ஜப்பானியர் அறிந்தேயிருக்காத விஷயங்கள்.

மக்கள் அனுபவிக்கும், சுவைக்கும் பொருட்களைத் தேடி அலைவது எல்லா நாடுகளின் பழக்கம்தான். ஆனால், டச்சு வியாபாரிகள் மூலமாக ஜப்பான் கப்பல் கப்பலாகத் தங்கள் நாட்டுக்கு 18,000 அறிவியல் புத்தகங்களைக் கொண்டு வந்தது நம்பவே முடியாத ஆச்சரியம்.

இந்தப் புத்தகங்கள் பூகோளம், மருத்துவம், வானியல், இயந்திர நுட்பம் ஆகிய பல்வேறு பிரிவுகளைச் சார்ந்தவை. எத்தனை அறிவியல் தாகம் இருந்தால் இத்தனை புத்தகங்களை இறக்குமதி செய்வார்கள்? இவற்றைப் படித்ததோடு மட்டுமல்லாமல், இந்த அறிவின் அடிப்படையில் கடிகாரங்கள் முதல் கப்பல்கள் வரை தயாரிக்கும் திறமையையும் ஜப்பானிய மக்கள் வளர்த்துக் கொண்டார்கள்.

இவ்வாறு மக்களுக்கு என்ன வேண்டும் என்று அவர்களின் தேவைகளைப் புரிந்துகொண்டு அந்தத் தேவைகளைப் பூர்த்தி செய்யும் சாமர்த்தியசாலிகளாக டச்சு வியாபாரிகள் இருந்தார்கள். அரசாங்கமும் பிற நாட்டு வியாபாரிகளைவிட டச்சு வணிகர் களுக்கு அதிக ஆதரவு கொடுத்தது. இவற்றால் அவர்கள் வேகமாக வளர்ந்தார்கள். இறக்குமதியைத் தாண்டி ஜப்பான் முழுக்கப் பல தொழிற்சாலைகளையும் நூற்றுக்கும் அதிகமான சரக்குக் கிடங்குகளையும் அமைத்தார்கள்.

ஜப்பானும் வேகமாக வளர்ந்தது, 350க்கும் மேற்பட்ட சரக்குக் கப்பல்கள் ஜப்பானில் நிர்மாணிக்கப்பட்டன. இவை ஆசியா, ஐரோப்பா எனப் பல நாடுகளுக்கு வியாபாரப் பயணங்கள் செய்தன. ஜப்பானின் பொருளாதாரம் வளர்ந்தது. அதற்கு ஜீவநாடிகளாக இருந்த ஐரோப்பிய வியாபாரிகளும் வளர்ந் தார்கள், அவர்கள் கைகளில் பணம் குவிந்தது.

ஐரோப்பிய வியாபாரிகளின் வளர்ச்சியும் ஜப்பானின் பொருளாதார முன்னேற்றமும் ஒரு பயத்தை டோகுகாவா மனத்தில் ஏற்படுத்தின. டோகுகாவா அரசு வெளிநாட்டு வாணிபத்துக்கு ஒரு சில ஜப்பானிய வியாபாரிகளுக்கு மட்டுமே அனுமதி கொடுத்திருந்தது. டச்சு வியாபாரிகள் இவர்களைத் தவிர்த்தார்கள். கிறிஸ்தவ மதத்துக்கு மாறிய குறுநில மன்னர் களோடு வியாபாரம் செய்தார்கள். டச்சு வியாபாரிகள், குறுநில மன்னர்களின் அதிகாரம் வளர்ந்தது. மதம் என்ற போர்வையில் வியாபாரத்தை வளர்த்து ஆட்சியைப் பிடிக்கும் சதித்திட்டமாக இது இருக்கலாம் என்று டோகுகாவா நினைத்தார். இதன் பாதிப்பு விரைவிலேயே வெளிப்படத் தொடங்கியது.

ஹிடேயோஷிக்குக் கிறிஸ்தவ மதத்தின்மேல் காழ்ப்புகள் இருந்தன. அதனால் அவர் 1587ல் தடை உத்தரவு பிறப்பித்தார். என்ன காரணத்தாலோ அந்த ஆணை நிறைவேற்றப்படவில்லை என்று பார்த்தோம். ஹிடேயோஷிக்கு வந்த அதே பயம் டோகுகாவுக்கும் வந்தது. ஐரோப்பியர்கள் மதம், வியாபாரம் மூலமாக ஜப்பானைக் கைப்பற்றி விடுவார்களோ? உடனடியாக அதிரடி நடவடிக்கைகள் எடுக்க ஆரம்பித்தார். ஆட்டம் 1612ல் தொடங்கியது. கிறிஸ்தவப் பாதிரியார்கள்மீது தடை பிறந்தது. இந்த ஆணை நிஜமான அரசு கட்டளை.

எல்லா சமுராய் குடும்பத்தவர்களும், சமுராய்களால் நிலம் ஒதுக்கப்பட்டவர்களும் கிறிஸ்தவ மதத்தைவிட்டு மறுபடியும் புத்த அல்லது ஷின்டோ மதத்துக்குத் திரும்ப வேண்டும் என்று டோகுகோவா ஆணையிட்டார். இதற்கு இணங்காவிட்டால் அவர்களுடைய நிலம் பறிமுதல் செய்யப்படும்.

டோகுகாவா 1616ல் மரணம் அடைந்தார். அவருடைய வாரிசுகள் டோகுகாவின் கொள்கைகளைப் பின் தொடர்ந் தார்கள். கிறிஸ்தவ மதத்தையும் வெளிநாட்டவரையும் கட்டுப் படுத்தும் பல நடவடிக்கைகளை எடுத்தார்கள்:

★ *1616* - ஜப்பானின் எடோ, கியூஷு, ஹிரோடி, நாகசாகி ஆகிய பல துறைமுகங்களிலிருந்து ஏற்றுமதியும் இறக்குமதியும் நடந்துகொண்டிருந்தன. நாகசாகியில் மட்டுமே வெளி நாட்டு வர்த்தகம் நடக்கலாம் என்று அரச ஆணை வந்தது. பிற துறைமுகங்கள வெளிநாட்டினருக்கு மூடப்பட்டன.

★ *1622* - *1620* கிறிஸ்தவப் பாதிரியார்களுக்கும் மதம் மாறியவர் களுக்கும் அரசு மரண தண்டனை அளித்தது.

★ *1629* - ஆயிரக்கணக்கான கிறிஸ்தவர்கள் அரசால் படுகொலை செய்யப்பட்டார்கள்.

★ *1635* - ஜப்பானியர் யாரும் எந்த வெளிநாட்டுக்கும் பிரயாணம் செய்யக்கூடாது. அப்படிச் செய்தால் பிறந்த பொன்னாட்டுக்குத் திரும்பி வரக்கூடாது.

இத்தனை கொடுமைகளையும் கிறிஸ்தவர்கள் பொறுத்துக் கொள்வார்களா? அதுவும், இதனால், வியாபாரம், பணம், அதிகாரம் ஆகியவை பறி போகும்போது மனக் குமுறல்கள் ஆரம்பித்தன. இவை சின்னச் சின்ன உள்ளூர்த் தகராறுகளாக வெளிக்காட்டின. அரசாங்கத்துக்குப் பயந்துகொண்டு, கிறிஸ்தவ மதத்துக்கு மாறிய விவசாயிகளை மற்றவர்கள் வேலைக்கு எடுத்துக்கொள்ள மறுத்தார்கள். இவர்களுடைய விரக்தியில் கிறிஸ்தவக் குறுநில மன்னர்கள் எண்ணெய் ஊற்றினார்கள்.

இந்த ஏமாற்றங்கள் 1637ல் பெரும் கலவரமாக வெடித்தன. டகோகுவாவின் படைக்களத்தில் குதித்தது. வெளிநாட்டவர் தயவால், விவசாயிகளிடம் ஏராளமான துப்பாக்கிகளும் பீரங்கி களும் இருந்தன. அதனால் அவர்களுக்கும் அரசுக்குமிடையே நடந்த கலவரம் மகா யுத்தமானது. ஒரு வருடத்துக்கும் மேலாக இந்தப் போர் நடந்தது. விவசாயிகளிடம் எக்கச்சக்கமான தளவாடங்கள் இருந்தன. டகோகுவாவுக்கு அவர்களை அடக்க முடியவில்லை. வேறு வழியில்லாமல், எந்த ஐரோப்பியரை அடக்க இத்தனை நடவடிக்கைகள் எடுத்தாரோ அவர்களிடமே கை கட்டி உதவி கேட்கவேண்டிய நிலை. டச்சுக்காரர்களிடம் உதவி கேட்டார். அவர்கள் பறந்து வந்து உதவினார்கள்.

இரண்டு கைகள் நான்காயின, டகோகுவாவின் படையோடு டச்சு ரத கஜ துரக பதாதிகள் இணைந்தன. விவசாயிகளும் குறுநில மன்னர்களும் படுதோல்வி அடைந்தார்கள்.

இந்த அடி ஜப்பானில் கிறிஸ்தவ மதத்தின் முற்றுப்புள்ளியாக அமைந்தது. ஆயிரக்கணக்கான கிறிஸ்தவர்கள் போருக்குப் பலியானார்கள். எஞ்சியவர்களில் பெரும்பாலானோர் புத்த மதம் அல்லது ஷின்டோ மதத்துக்கு மாறினார்கள். ஒரு சிலர் தலைமறைவானார்கள். தங்கள் மதப் பற்றை ரகசியமாகத் தொடர்ந்தார்கள்.

கலவரம் முடிந்தவுடன் தாங்கள் செய்த உதவிக்கு டச்சுக்காரர்கள் ஊதியம் கேட்டார்கள். அந்த ஊதியம் இதுதான்., ஜப்பானில் இருந்த சில போர்ச்சுகீசிய அரசு அதிகாரிகள் கொல்லப்பட வேண்டும் பிற போர்ச்சுகீசியர்களும், அந்நாட்டு வியாபாரிகளும் நாடு கடத்தப்படவேண்டும். இந்த வேண்டுகோள்களை உடனே டகோகுவா நிறைவேற்றினார்.

டச்சு, சீன வியாபாரிகள் மட்டுமே ஜப்பானில் வியபாரம் செய்ய அனுமதிக்கப்பட்டார்கள். இவர்களும் நாகசாகி துறைமுகத்தில் மட்டுமே வாணிபம் செய்யலாம் என்று கட்டுப்படுத்தப் பட்டார்கள்.

டச்சு, சீனர்கள் மட்டுமே போதும், வேறு நாட்டவரோடு தொடர்பே வேண்டாம் என்று ஜப்பான் முடிவு செய்தது. தனிமையில் இனிமை காணும் இந்தக் கொள்கையை அரசு கறாராகக் கடைபிடித்தது. வேறு யாராவது வெளி நாட்டவர் அனுமதி இல்லாமல் ஜப்பானில் நுழைந்தால் என்ன நடக்கும்? விசாரணையே இல்லாமல் அவர் மேல் உலகத்துக்கு அனுப்பப் பட்டார்.

1792ல் ரஷ்யா ஜப்பானோடு வியாபார, கலாசார உறவுகள் வைத்துக்கொள்ள விரும்பியது. நீண்ட கரங்களை ஜப்பான் உதறித் தள்ளியது. 12 வருடங்கள் கழிந்தபின் மறுபடியும் உறவை வேண்டியது ரஷ்யா. இப்போதும் ஜப்பானின் பதில் அதேதான்.. உங்கள் தொடர்பு ஜப்பானுக்குத் தேவை இல்லை.

இந்தக் கொள்கை அடுத்த 240 ஆண்டுகளுக்கு, அதாவது 1854 வரை நீடித்தது. இதனால் ஜப்பானுக்கு இழப்புகள் ஏற்பட்டது உண்மை என்றாலும் பொருளாதாரம் பாதிக்கப்படவில்லை என்பது ஆச்சரியம்.

டோகுகாவும் அவருடைய வாரிசுகளும் கடைப்பிடித்த அரசுக் கொள்கைகள் இதற்கு முக்கிய காரணங்கள்.

ஜப்பானில் இயற்கை வளங்கள் மிகக் குறைவானவை என்று பார்த்தோம். சமுராய்கள் போர்வீரர்கள்தாம், படிப்பறிவு குறைந்தவர்கள்தாம். ஆனால், நாடு முன்னேற வேண்டு மானால், குறைவான இயற்கை வளங்களையும் கசக்கிப் பிழிந்து பயன்படுத்த வேண்டுமானால், மக்கள் கத்தியைத் தீட்டினால் மட்டும் போதாது, புத்தியையும் தீட்ட வேண்டும் என்று உணர்ந்தார்கள்.

கல்வியின் அவசியத்தை மக்களிடம் வலியுறுத்தினார்கள். அப்போதைய புத்தகத்தில் வரும் ஒரு குறிப்பு, கல்வியின் அவசியத்தை அழகாக எடுத்துச் சொல்கிறது.

'கல்வியறிவு இல்லாமல் இருப்பது கண் பார்வை இல்லாமல் இருப்பதைப் போன்றது. கல்வி அறிவு இல்லாமை உங்கள் ஆசிரியருக்கும், பெற்றோருக்கும் உங்களுக்கும் அவமானம். வெற்றி பெறுவோம் என்ற மன உறுதியோடு படியுங்கள்.'

ஐரோப்பியத் தொடர்புகளால், கல்வி முறையில் மாற்றங்கள் செய்யப்பட்டன. நவீன அறிவியல். தொழில் நுட்பம் ஆகியவை பாடத் திட்டத்தில் முக்கிய இடம் பெற்றன. 18,000 புத்தகங்கள் இறக்குமதி செய்யப்பட்டன என்று பார்த்தோம். இவை மக்களின் அறிவு வளர்ச்சிக்குப் பெரிதும் உதவின. ஏட்டுச் சுரைக் காயாக இல்லாமல், மாணவர்களுக்குத் தொழில்பயிற்சியும் அளிக்கப்பட்டது. அடுத்த தலைமுறை அறிவியலில் முன்னேற இந்தக் கல்விமுறை பலமான அடித்தளம் அமைத்துக் கொடுத்தது.

எல்லோருக்கும் சமக் கல்வி வழங்கவில்லை சமுராய்கள். இரண்டு வகையான பள்ளிக்கூடங்கள் இருந்தன. சமுராய்களின் குழந்தைகள் தனிப் பள்ளிக்கூடங்களுக்குப் போனார்கள். சாமானியர்களுக்கு சாதாரணப் பள்ளிகள். இரண்டு வகையிலும் ஏராளமான கல்வி நிலையங்கள் தொடங்கப்பட்டன.

வருடங்கள்	மொத்தக் கல்வி நிலையங்கள்
1750 வரை	*106*
1751 - 1788	*280*
1789 - 1829	*1571*
1830 - 1867	*9527*

கல்வி அறிவு பெற்ற இளைய சமுதாயத்தினர் பலர் வியாபாரத்தில் இறங்கினார்கள். இந்தப் புது வியாபாரிகளால் அழுத்தமாகக் கால் ஊன்றிவிட்ட டச்சு வியாபாரிகளோடு போட்டிப் போட முடியவில்லை. எனவே, இவர்கள் புத்தம் புதுத் துறைகளில் கால் பதிக்கத் தொடங்கினார்கள். கட்டடங்கள் கட்டுதல், வங்கிகள் ஆகியவை இவற்றில் முக்கியமானவை. தங்கள் உரிமைகளைப் பாதுகாக்கவும், அரசாங்கத்துக்கு அவற்றை எடுத்துச் சொல்லவும் வணிகச் சங்கங்களை ஏற்படுத்தினார்கள். இந்த முயற்சிகளால், உள்நாட்டு வணிகம் செழித்தோங்கத் தொடங்கியது, வெளிநாட்டவர் உதவி இல்லாமலேயே ஜப்பான் வளர முடியும் என்ற தன்னம்பிக்கை மக்களிடையே தோன்றியது.

அரசாங்கம் விவசாயத்தில் அதிகக் கவனம் காட்டியது. நிலங்களின் வளத்தைப் பெருக்குதல், காடு மலைப் பிரதேசங்களில் விவசாயம் செய்தல் ஆகியவை இவற்றுள் முக்கியமான முயற்சிகள். அரசாங்கம் கூட்டுறவுப் பண்ணை முறையை ஆதரித்தது. இந்த முறையால் விளைச்சல் பெருகியது. இதுவரை உபரியாக விளைச்சல் வந்தால், அந்த உபரியை விற்கும் வசதிகள் இருக்கவில்லை. சமுராய்கள் உருவாக்கிய மாளிகை நகரங்கள் அதிக மக்கள் வாழும் நகரங்களாயின. இவை நாடு முழுக்கப் பரவியிருந்தன. விவசாயிகள் தங்கள் உபரி விளைச்சலை மாளிகை நகர மக்களிடம் சுலபமாக விற்க முடிந்தது.

எல்லா விவசாயிகளும் நெல் பயிரிட்டார்கள். சில சமயங்களில் அரிசி உற்பத்தி அதிகமானபோது விலை சரிந்து, விவசாயிகளின் லாபம் குறைந்தது. வாடிக்கையாளர்களின் தேவைகள் என்னென்ன, எந்தப் பயிர் வளர்த்தால் நல்ல விலையும் லாபமும் கிடைக்கும் என்று விவசாயிகள் சிந்திக்கத் தொடங்கினார்கள்.

நாட்டின் ஒவ்வொரு பகுதியும் அந்த ஊர்ப் பருவ நிலை, வாடிக்கையாளர் தேவைகள் ஆகியவற்றுக்கு ஏற்றபடி பயிர்களைத் தேர்ந்தெடுத்தார்கள். ஒசாக்கா ஆரஞ்சுகள், குய்ஷு கரும்பு என ஒவ்வொரு ஊரும் ஒவ்வொரு உற்பத்தியில் முத்திரை பதித்தது.

விவசாயத்தொடர்பு கொண்ட குடிசைத் தொழில்களும் சில ஊர்களை மையமாகக்கொண்டு வளர்ந்தன. ஹோன்ஷு (Honshu) பட்டுப் புழுக்கள் வளர்ப்பிலும், பட்டுத் தயாரிப்பிலும்

முதல் இடம் தொட்டது: ஷிகோக்கு (Shikoku) காகிதம், உப்பு, மரத் தொழில்களின் மையமானது. சர்க்கரை, உப்பு, காகிதம், எண்ணெய், பருத்தி நெசவு ஆகிய தொழில்கள் பரவலாகப் பல கிராமப்புறங்களில் குடிசைத் தொழில்களாகவும் சிறு தொழில் களாகவும் வளரத் தொடங்கின.

உற்பத்தி அதிகமாகும்போது இந்தப் பொருள்களை ஜப்பானின் பிற பாகங்களுக்கு அனுப்பினால்தானே பொருள் காசாகும்? சாலைகள் வந்தன, கப்பல் போக்குவரத்தும், சரக்குப் போக்கு வரத்தும் வளர்ந்தன.

கல்வி கற்ற வியாபாரிகள் தங்களிடம் பணம் வந்தவுடன், அந்தச் செல்வத்தை ரசனையோடு செலவிட்டார்கள். இலக்கியம், கட்டட வடிவமைப்பு போன்ற கலைகளின் பொற்காலம் இது. புதுக் கவிதையின் அடையாளமாக நாம் சொல்லும் ஹைக்கூ கவிதை வடிவம் பிறந்தது. பொம்மலாட்டம், நாடகங்கள் ஆகியவை தழைத்து வளர்ந்தன. மக்கள் உள் நாட்டில் புனிதப் பயணங்களை மேற்கொள்ளத் தொடங்கியதும் இப்போதுதான். இதனால்தான் டோகுகாவா காலம் இடோ பண்பாட்டுக் காலம் (Edo culture period) என்றும் அழைக்கப்படுகிறது.

ஒரு முடிவை எடுக்கும்போது அதன் பலாபலன்களை முழுக்கக் கணிக்க முடியாது, முடிவு சரியா இல்லையா, முடிவு எடுத்த நேரம் சரியா தவறா என்பதைப் பின்வரும் காலம்தான் சொல்லும். இந்த அடிப்படையில் பார்த்தால், ஜப்பான் வெளி நாட்டு உறவுகளைத் துண்டிக்க முடிவு எடுத்த நேரம் மிகத் தவறான நேரம் என்று வரலாறு சொல்கிறது. உலகத் தொழில் வளர்ச்சியிலிருந்து ஜப்பான் ஒதுக்கப்பட்டது. இரண்டு நூற்றாண்டுத் தொழில்நுட்பங்களைத் தெரிந்துகொள்ளாமல் ஓட்டுக்குள் ஒளிந்த நத்தையாகிவிட்டது.

ஏன் தெரியுமா? பதினெட்டாம் நூற்றாண்டில் இங்கிலாந்தில் தொழில்புரட்சி வந்தது. முதல் தொழில்புரட்சி எப்போது ஏற்பட்டது என்று நிர்ணயிப்பதில் வரலாற்று நிபுணர்களுக்குள் கருத்து வேறுபாடுகள் இருக்கின்றன. 1780ல் ஏற்பட்டது எனச் சிலரும் 1760 - 1830 இடைப்பட்ட காலத்தில் எனச் சிலரும் நினைக்கிறார்கள். ஆனால், 1755ல் நீராவி இயந்திரம் கண்டு பிடித்த ஜேம்ஸ் வாட்தான் தொழில்புரட்சியின் தந்தை என்பதை எல்லோரும் ஒத்துக்கொள்கிறார்கள்.

ஜேம்ஸ் வாட் நீராவி இயந்திரம் கண்டுபிடிப்பதுவரை, மக்கள் பொருள்களின் உற்பத்திக்கு மனித சக்தியையும், மாடுகள், குதிரைகள் போன்ற மிருகங்களின் சக்தியையும் மட்டுமே நம்பியிருந்தார்கள். நீராவி இயந்திரம் கொடுத்த சக்தியால் குறைந்த செலவில் பொருள்களைத் தயாரிக்க முடிந்தது.

நீராவி இயந்திரம் ரயில்களை இழுக்கும் சக்தியைக் கொடுத்தது. உற்பத்தி செய்கிற இடத்தில் மட்டுமே தயாரிப்புப் பொருள்களை விற்க முடியும் என்ற நிலை மாறி, வெகு தூரத்தில் வாழும் வாடிக்கையாளர்களின் தேவைகளையும் பூர்த்தி செய்ய முடிந்தது. பூகோள வரம்புகள் தளரத் தளர, பொருள்களுக்கான தேவை அமோகமாகப் பெருகியது.

நீராவி தயாரிக்க கரி தேவைப்பட்டது. இது சுரங்கத் தொழிலின் வளர்ச்சியில் வேகத்தைக் கொண்டு வந்தது. சாதாரணக் கரியை விட நிலக்கரி அதிக ஆழத்தில் இருக்கும். நீராவி இயந்திரங்களின் உதவியால், அதிக ஆழம் தோண்ட முடிந்தது. நிலக்கரி உற்பத்தி அதிகமானது.

இதுவரை, இரும்பு உற்பத்திக்குச் சதாரணக் கரிதான் பயன் பட்டது. நிலக்கரி, சாதாரணக் கரியைவிட வீரியம் கூடியது. தாராளமாகக் கிடைத்த நிலக்கரியை இரும்புத் தொழிலில் பயன்படுத்தத் தொடங்கினார்கள். இரும்புத் தொழில் வளர்ந்தது. இரும்பால் செய்யப்பட்ட புதிய புதிய இயந்திரங்கள் களத்துக்கு வர ஆரம்பித்தன. இவற்றால், உற்பத்தி பன்மடங்கு பெருகியது, உற்பத்திச் செலவு கணிசமாகக் குறைந்தது.

இப்படி உலகமே தொழில்புரட்சியின் பலனை அனுபவித்துக் கொண்டிருந்தபோது ஜப்பான் உறக்கத்தில் இருந்தது. கூட்டுக்குள் ஒடுங்கி, விவசாயத்தையே நம்பி வாழ்ந்ததால் பல நஷ்டங்கள் வந்தன. பருவங்கள் பொய்த்தபோது பஞ்சங்கள் வந்தன. கீழ்த் தட்டு மக்களிடம் வறுமை தாண்டவமாடியது. வியாபாரிகளிடம் பணப் புழக்கம் குறைந்தது. அரசாங்கத்தின் வரி வருமானமும் விவசாய உற்பத்தியின் அடிப்படையில் இருந்ததால், கஜானா வையும் அடிக்கடி சுரண்டவேண்டி வந்தது. சமூக வாழ்க்கை, கலைகளின் வளர்ச்சி ஆகியவையும் பாதிப்படைந்தன.

1830 முதல் ஜப்பானிய விவசாயத்துக்கு இறங்கு முகமே. 1837ல் நிலைமை மோசமடைந்தது. விவசாயிகள் வியாபாரிகளுக்கும்

அரசாங்கத்துக்கும் எதிராகப் போர்க்கொடி தூக்கினார்கள். அரசு இந்தக் கிளர்ச்சியை அடக்கியது. சமுராய்களும் மக்களும் செலவுகளைக் குறைக்கக் கட்டாயப்படுத்தப்பட்டார்கள்.

வெளிநாட்டு உறவுகளை மறுபடி தொடங்கியிருந்தால் இந்தப் பிரச்சனைகளை அரசு சமாளித்திருக்கலாம். ஆனால், ஜப்பான் வெளி உறவுகளில் இன்னும் கடுமையான தடைகளைக் கொண்டுவந்தது. அவர்களையும் குறை சொல்ல முடியாது. சந்தர்ப்ப சூழ்நிலைகள் அப்படி அமைந்தன.

ஓபியம் போர்கள் (Opium Wars) ஓர் உதாரணம். இவை சீனாவில் நடந்த இரண்டு வர்த்தகப் போர்கள். முதல் போர் *(1839 - 1842)* சீனாவுக்கும் பிரிட்டனுக்கும் இடையே நடந்தது. இரண்டாவது போரில் *(1856 - 1860)* சீனா ஒரு பக்கம், பிரிட்டிஷ் பிரெஞ்சுக் கூட்டுப் படைகள் இன்னொரு பக்கம். சீனாவுடன் இந்த நாடுகளுக்கு ஏன் போர் வந்தது?

பதினாறாம் நூற்றாண்டின் இறுதியிலிருந்தே, சீனாவுக்கும் ஐரோப்பிய நாடுகளுக்கும் வலுவான வியாபாரத் தொடர்புகள் ஏற்பட்டன. இந்த வியாபாரத்தில் பிரிட்டன் பெரும் பங்கு பெற்றது. பிரிட்டன் சீனாவிலிருந்து அதிக அளவில் தேயிலை இறக்குமதி செய்தது. அதற்குப் பதிலாக பிரிட்டன் வெள்ளி ஏற்றுமதி செய்யவேண்டும் என்று உடன்படிக்கை செய்யப் பட்டது.

பிரிட்டன் சம்மதித்தது. சில வருடங்களில் பிரிட்டனுக்கு ஒரு பிரச்னை. நாட்டில் வெள்ளி தட்டுப்பாடு. வேறு ஏதாவது தருகிறேன் என்று பிரிட்டன் மன்றாடியது. சீனா இதற்கு மறுத்தது. பிரிட்டன் குறுக்கு வழிகள் தேடியது. அப்போது சீனாவில் அபின் மருந்துப் பொருளாகப் பயன்பட்டு வந்ததால் நல்ல கிராக்கி இருந்தது.

பிரிட்டன் இந்தச் சூழ்நிலையைத் தனக்குச் சாதகமாக்கிக் கொண்டது. இந்தியாவின் வங்காள மாநிலத்தில் அபின் பயிரிடத் தொடங்கியது. சீனாவின் சில மாநிலத் தலைவர்களுக்கு லஞ்சம் கொடுத்து அவர்களை விலைக்கு வாங்கியது. பிரிட்டிஷ் கப்பல்கள் வெள்ளிக்குப் பதிலாகக் கப்பல் கப்பலாக அபினை இறக்கியபோது இந்த அதிகாரிகள் கண்களை மூடிக் கொண்டார்கள்.

அபின் தாராளமாகக் கிடைத்தது. சீன மக்கள் மருந்துக்கு மட்டு மல்லாது போதைக்கும் அபினை உபயோகிக்கத் தொடங்கி னார்கள். சீனா விழித்துக்கொண்டு அபின் இறக்குமதிக்குத் தடை போட்டது. கட்டுக்கோப்பாகத் திருட்டு அபின் வியாபாரம் செய்த பிரிட்டிஷ்காரர்கள் இதை எப்படி ஏற்றுக்கொள்வார்கள்? முதலில் மிரட்டிப் பார்த்த பிரிட்டன் பின்னர் போருக்குத் தயாரானது. 1839ல் போர் தொடங்கியது. மூன்று வருடங்கள் நடந்த போரில் சீனா தோல்வி கண்டது.

சீனாவுக்கும் பிரிட்டனுக்குமிடையே 1842ல் சமாதான ஒப்பந்தம் கையெழுத்தானது. அது உண்மையில் சமாதான ஒப்பந்த மில்லை, சீனாவின் சரணாகதி ஒப்பந்தம். பிரிட்டிஷ் கப்பல் களிலிருந்து கைப்பற்றிய அபினுக்குச் சீனா 12 மில்லியன் டாலர் நஷ்ட ஈடு கொடுத்தது. தன் பல துறைமுகங்களை பிரிட்டன் வியாபாரத்துக்குத் திறந்து விட்டது.

இதே சமயம், ஜப்பான் தற்காப்பு நடவடிக்கைகளையும் அதிகமாக்கியது. டச்சு நாட்டிலிருந்து போர்க் கப்பல்களும் போர்க் கருவிகளும் ஏராளமாக வாங்கப்பட்டன. ராணுவப் பயிற்சிப் பள்ளி, கப்பல் போர்ப் பயிற்சிப் பள்ளி ஆகியவையும் டச்சுக்காரர்கள் உதவியோடு தொடங்கப்பட்டன.

ஜப்பான் அதிக அளவில் பொருள்களை இறக்குமதி செய்யும் நாடு. அந்த நாட்களில் வெள்ளி கொட்டிக் கிடந்த நாடு . இதனால் வெளிநாட்டு வியாபாரிகளுக்கு ஜப்பான் ஒரு தங்கச் சுரங்கம், எனவே, ஜப்பான் விலகிப் போனாலும் வியாபார வளர்ச்சிக்கு அலையும் பிற நாடுகள் அதற்கு அனுமதிக்க வில்லை. ஜப்பானுக்குத் தூதுப் புறாக்களைப் பறக்க விட்டுக் கொண்டே இருந்தார்கள்.

அப்படி வந்த நாடுகளில் ஒன்று அமெரிக்கா. ஆனால் அமெரிக்கா அமைதியாக வரவில்லை, அதட்டிக்கொண்டே வந்தது. சீனாவில் அமெரிக்காவின் யுக்தி அப்போதுதான் பலித்திருந்தது. சீனாவைப் பிரிட்டன் பணியவைத்து வியாபாரத்தை வளர்த்த தற்குப் பின் அமெரிக்காவுக்கும் அதே ஆசைகள். 1845 வாக்கில் அமெரிக்கா சீனாவை மிரட்டி பார்த்தது. பிரிட்டனுடன் போட்டது போலவே அமெரிக்காவுடனும் சீனா ஒப்பந்தம் போட்டது.

★ வியாபாரத்தில் பிரிட்டனுக்குச் சமமான தனிச் சலுகைகள் அமெரிக்காவுக்கும் அளிக்கப்பட்டன.

★ இதுவரை சீன மொழி கற்க வெளிநாட்டவர்கள் அனுமதிக்கப் படவில்லை. இந்தத் தடை அமெரிக்கர்களுக்கு மட்டும் தளர்த்தப்பட்டது.

இதற்குப் பதிலாகச் சீனா அபின் வியாபாரத்தைத் தடை செய்ய அமெரிக்கா உதவியது. கடத்துபவர்களைப் பிடித்துச் சீனாவிடம் ஒப்படைக்க உறுதியளித்தது.

சீனாவை அடி பணியவைப்பதற்கு முன்பே அமெரிக்காவுக்கு ஜப்பான்மீது ஒரு கண் உண்டு. வியாபாரத் தொடர்புகள் இல்லாம லேயே அமெரிக்கக் கப்பல்கள் ஜப்பான் துறைமுகங்களுக்கு வந்துள்ளன. 1797 முதல் 1809 வரை டச்சு வியாபாரிகள் தங்கள் கப்பல்கள் கிடைக்காவிட்டால், ஜப்பானுக்கு அனுப்ப அமெரிக்கச் சரக்குக் கப்பல்களை வாடகைக்கு எடுத்துப் பயன் படுத்தினார்கள்.

1830களின் தொடக்கத்தில் மூன்று ஜப்பானிய மாலுமிகள் பயணம் செய்த கப்பல் அமெரிக்காவின் வாஷிங்டன் அருகே கரை தட்டியது. சார்ல்ஸ் கிங் என்ற அமெரிக்க வியாபாரி அவர்களைச் சந்தித்தார். அவர்களைச் சொந்த நாட்டுக்குக் கொண்டு சேர்த்தால், அதை வாய்ப்பாக வைத்து ஜப்பானுடன் வியாபாரம் தொடங்க முடியும் என்று திட்டமிட்டார். ஆசை கானல் நீரானது. அவருடைய கப்பலை ஜப்பான் தாக்கியது.

இவை அமெரிக்க அரசின் முயற்சிகள் அல்ல, தனிப்பட்ட முயற்சிகள். சீனாவில் கிடைத்த வெற்றியால் உந்தப்பட்டு அதே யுக்தியை ஜப்பானில் கையாள அமெரிக்கா முடிவு செய்தது. 1846ல் இரண்டு அமெரிக்கப் போர்க் கப்பல்கள் 72 பீரங்கிகளோடு ஜப்பானின் இடோ துறைமுகத்துக்கு வந்தன. அமெரிக்கா வோடு ஜப்பான் வியாபார உறவுகளைத் தொடங்க வேண்டும், துறைமுகங்களில் அமெரிக்கக் கப்பல்களை அனுமதிக்க வேண்டும் என்று சமுராய் தலைவருக்குச் சேதி (மிரட்டல்) போனது.

உடனே பதில் வந்தது. டச்சுக்காரர்களைத் தவிர வேறு எந்த நாட்டவரோடும் தொடர்பும் வியாபாரமும் வைத்துக்கொள்ள மாட்டோம்.

மூன்று ஆண்டுகள் ஓடின. அமெரிக்காவும் விடுவதாக இல்லை. *1849*ல் ஜேம்ஸ் க்ளின் (James Glynn) என்பவர் ஜப்பானுக்கு வந்தார். சமுராய் அதிகாரிகளைச் சந்தித்தார். தன் கொள்கையில் ஜப்பான் உறுதியாக இருந்தது. *1846*ல் சொன்ன அதே பதிலையே இப்போதும் சொன்னார்கள்.

க்ளைன் அமெரிக்கா திரும்பிப் போனார். அவரைப் பொருத்த வரை, ஒரு பக்கம் ஜப்பானிடம் பேச்சு வார்த்தை நடத்தும்போது மற்றொரு பக்கம் அமெரிக்கா தம் படை வலிமையையும் காட்டவேண்டும்.

இந்தச் சிக்கலான வேலையைச் செய்து முடிக்க அப்போது அமெரிக்க அதிபராக இருந்த மில்லார்ட் ஃபில்மோர் (Millard Fillmore) தேர்ந்தெடுத்தவர் மாத்யூ பெர்ரி (Mathew Perry). அமெரிக்காவுக்கு மெக்சிகோவுடன் போர் நடந்தபோது கப்பல் படைக்குத் தலைமை ஏற்று வெற்றி கண்டவர்.

பெர்ரி எந்த வேலையை எடுத்தாலும் அதற்குத் தன்னை முழுக்கத் தயார் செய்துகொள்வார். இந்தப் பணியிலும் அப்படித் தான். ஜப்பான் துறைமுகங்களில் நங்கூரம் சாய்த்த வெளிநாட்டுக் கப்பல்களை அவர்கள் எப்படி நடத்தினார்கள், அவர்களுடைய வியூகங்கள் என்னென்ன என்று ஆழமாகப் படித்தார். ஜப்பானின் ஆட்சி பீடத்தில் யார் யார் முக்கியமானவர்கள், எவர் எவரைச் சாய்த்தால் அமெரிக்காவுக்கு அனுகூலம் என்று கணக்குப் போட்டுக்கொண்டார்.

பெர்ரி இரண்டு போர்க் கப்பல்களோடு எடோ துறைமுகத்துக்கு வந்து சேர்ந்தார். ஜப்பானிய சமுராயின் தூதர்கள் அவரைச் சந்தித் தார்கள். வழக்கமான அதே மறுப்பு. ஆனால் பெர்ரி சாதுரிய மாகப் பதிலளித்தார். 'எங்கள் ஜனாதிபதி உங்கள் மன்னருக்கு ஒரு கடிதம் கொடுத்திருக்கிறார்.அதை நீங்கள் அவரிடம் சேர்க்க வேண்டும். என்னை ஊருக்குள் விடுங்கள். மன்னரின் பிரதிநிதி களிடம் கடிதத்தைக் கொடுத்து விடுகிறேன். இதை நீங்கள் அனுமதிக்காவிட்டால், என்னுடைய பீரங்கிகள் முழங்கும்.'

பெர்ரி அனுமதிக்கப்பட்டார். அவர் மன்னரின் பிரதிநிதிகளைச் சந்தித்தார். அமெரிக்கக் குடியரசுத் தலைவரின் கடிதத்தைக் கொடுத்தார். ஜப்பானுடன் அமெரிக்காவுக்கு வர்த்தக உறவுகள் வேண்டும் என்பது கடிதத்தின் சாரம்.

பெர்ரி அவர்களிடம் சொன்னார். நீங்கள் இப்போதே மன்னரின் முடிவைச் சொல்ல வேண்டாம். நான் திரும்பி வருகிறேன். அப்போது சாதகமான உங்கள் பதிலைத் தாருங்கள். இது வேண்டுகோள் அல்ல, மிரட்டல். 1854ல் மீண்டும் திரும்பி வந்தார். இந்த முறை நான்கு போர்க் கப்பல்கள், ஏராளமான பீரங்கிகள் மற்றும் போர்க் கருவிகளோடு வந்திருந்தார். இவற்றுக்குத் தேவையே இருக்கவில்லை. ஜப்பான் பெர்ரிக்குச் சிவப்புக் கம்பளம் விரித்தது. அமெரிக்க ஜப்பான் நட்புறவு ஒப்பந்தம் தயாராக இருந்தது.

அமெரிக்காவின் அத்தனை கோரிக்கைகளையும் இந்த உடன் படிக்கை ஏற்றுக் கொண்டது. அவற்றுள் முக்கியமானவை:

★ ஜப்பானின் ஷிமோடா (Shimoda), ஹக்கோடேட் (Hakodate) ஆகிய இரண்டு துறைமுகங்களை அமெரிக்காவுக்குத் திறந்து விடுதல்.

★ அமெரிக்கத் தூதர் ஜப்பானில் தங்க இசைவு.

★ அமெரிக்கக் கப்பல்கள் விபத்தில் சிக்கினால், அவர்கள் ஜப்பானில் நுழைந்து சிகிச்சையும் பிற உதவிகளும் பெற அனுமதி.

★ 242 வருடங்களுக்குப் பிறகு வெளிநாட்டுக்காரர்களுக்கு கதவைத் திறந்ததும் தூங்கிக் கிடந்த அகோரப் பசி விழித்துக் கொண்டது. பல புதிய உறவுகள் பிறந்தன.

★ 1855ல் ரஷ்யா நட்புக் கரம் நீட்டியது. ஜப்பான் ஒப்புக் கொண்டது. ஜப்பானுக்கும் ரஷ்யாவுக்குமிடையே தூதரக, வியாபாரத் தொடர்புகள் தொடங்கின, வளர்ந்தன. 1858ல் அமெரிக்காவுக்கும் ஜப்பானுக்குமிடையே ஹாரிஸ் ஒப்பந்தம் என்னும் உடன்படிக்கை ஏற்பட்டது.

★ ஷிமோடா, ஹக்கோடேட் தவிர கனகாவா (Kanagawa), நாகசாகி, நிகாட்டா (Nigatta), ஹியோகோ (Hyogo) ஆகிய நான்கு துறைமுகங்களும் அமெரிக்கக் கப்பல்கள் வர்த்தகம் செய்யத் திறந்து விடப்பட்டன.

★ அமெரிக்காவுக்குப் பிறரைவிடக் குறைவான வரிகள்.

★ அமெரிக்கர்கள் குற்றம் செய்தால், அவர்கள் ஜப்பான் சட்டப்படி விசாரிக்கப்பட மாட்டார்கள். அமெரிக்கத்

தூதரால், அமெரிக்கச் சட்டங்களின்படி விசாரிக்கப் படுவார்கள்.

★ அமெரிக்க நாட்டவர் குறிப்பிட்ட சில நகரங்களில் வீடுகள் வாடகைக்கு எடுக்கவும் தங்கவும் அனுமதி.

★ ஜப்பான் அமெரிக்காவில் போர்க் கப்பல்கள், சரக்குக் கப்பல்கள், பீரங்கிகள் ,போர் ஆயுதங்கள் ஆகியன வாங்கும். அமெரிக்காவுக்கு ராணுவ ஆள்களையும், மாலுமிகளையும், கைவினைக் கலைஞர்களையும் பயிற்சிக்கும் வேலைக்கும் அனுப்பும். இந்த ஒப்பந்தத்தின் அடிப்படையில் விரைவில் ஜப்பான் பிற நாடுகளோடும் உடன்படிக்கை செய்து கொண்டது. அமெரிக்கா, பிரிட்டன், ரஷ்யா போன்ற நாடு களுக்கு ஜப்பான் சலுகைகளை வாரி வாரி வழங்கியதற்குப் பல காரணங்கள் உண்டு.

★ ஜப்பான் சொந்தக் காலில் நின்றால் விவசாயத்தை மட்டுமே நம்பியிருக்க வேண்டும். டோகுகாவா காலகட்டத்தில் 265 வருடங்களில் 154 பஞ்சங்கள் வந்தன. இதனால் அரசாங்கத்தின் வருமானம் குறைந்தது. நாட்டின் எல்லா நலத் திட்டங்களும் பாதிக்கப்பட்டன. பஞ்சம், பசி, பட்டினியால் கொதித்த மக்களின் கலவரங்களால் நாட்டு அமைதி குலைந்தது. சமுராய் களுக்கு நாட்டின்மேல் இருந்த பிடி தளரத் தொடங்கியது.

★ தொழில்புரட்சியின் பலன்களைத் தவற விட்டதன் பாதிப்புகள் ஜப்பானுக்குப் புரிந்தன. தொழில்புரட்சி தந்த நவீன தொழில்நுட்பத்தால், பிரிட்டனிடமும் அமெரிக்காவிடமும் சக்திகொண்ட போர்க் கப்பல்களும் பீரங்கிகளும் இருந்தன. ஜப்பானைப் பொறுத்தவரை சீனா மகா வல்லரசு. அப்பேர்ப் பட்ட சீனாவையே அபினிப் போரில் பிரிட்டன் நசுக்கியவுடன் ஜப்பானுக்கு அடி வயிற்றில் கலக்கல். பிரிட்டனையும் அமெரிக்காவையும் அனுசரித்துப் போகாவிட்டால் தான் காணாமலேயே போய் விடுவோம் என்ற ஞானோதயம் வந்தது.

★ உள்நாட்டுக் கலவரங்களையும், வெளி நாட்டு மோதல்களை யும் ஒரே சமயத்தில் எதிர்கொள்ளும் திராணி சமுராய்களுக்கு இருக்கவில்லை.

இதே சமயத்தில், பல வருடங்களாகக் கடைப்பிடித்த தனிமைக் கொள்கையை விட்டு விடுவதில் சமுராய்களுக்குள் கருத்து

வேறுபாடுகள் வந்தன. இந்த ஒப்பந்தங்களால் ஜப்பான் தன் சுய மரியாதையை அடகு வைத்துவிட்டது, பிற நாட்டவரின் படை பலத்தைக் கண்டு கோழையாகிவிட்டது எனப் பல குற்றச் சாட்டுகள் முளைத்தன. அமெரிக்க, பிரிட்டிஷ் வருகை குறிப் பிட்ட சில ஏஜெண்டுகளை மட்டும் பணம் பார்க்க வைத்தது. பிற வியாபாரிகள் வறுமைக்குத் தள்ளப்பட்டார்கள்.

ஜப்பானியர்கள் தங்களுடைய கலாசாரத்தின்மீது வெறித்தன மான பற்றுதல் கொண்டவர்கள். தனிமனித, சமூக ஒழுக்கம் அவர்கள் உயிர் மூச்சு. வெளிநாட்டவர்கள் ஜப்பானின் இந்தக் கலாசாரத்துக்கும் ஒழுக்கத்துக்கும் வேட்டு வைத்தார்கள். வெளி நாட்டு மாலுமிகள் விலை மாதர்களைத் தேடி அலைந்தார்கள். சிவப்பு விளக்குப் பகுதிகள் வளர்ந்தன. ஜப்பானியரும் விரைவில் மது, மாது வலைகளில் விழுந்தார்கள்.

ஜப்பானில் வாழ அனுமதி அளிக்கப்பட்ட அமெரிக்கர்களும் உள்நாட்டுப் பண்பாடுகளைப்பற்றிக் கவலையே படாமல் வாழ்ந்தார்கள். துப்பாக்கி வைத்துக்கொள்ள அவர்களுக்கு அனுமதி இருந்தது. அவர்களிடம் குதிரைகள் இருந்தன. குதிரைகளைப் படு வேகமாக வீதிகளில் ஓட்டிக்கொண்டு போவார்கள். கைத் துப்பாக்கியை எடுத்து வானத்தில் சுடுவார்கள். குதிரை மிரண்டு ஓடும். ஜப்பானியர்கள் பயந்து வீட்டுக்குள் ஓடுவார்கள்.

தினமும் நடக்கும் இப்படிப்பட்ட அராஜகத்தை நிறுத்த ஜப்பான் அரசாங்கத்தாலோ மக்களாலோ எதுவும் செய்யமுடியவில்லை. அமெரிக்கர்களை விசாரிக்கவும் தண்டிக்கவும் ஜப்பானுக்கு உரிமை கிடையாது அல்லவா?

அரசாங்கத்தின் இயலாமை மக்கள் மனத்தில் கோபத்தை எரிமலையாக எழுப்பியது. விவசாயிகள் போராட்டங்கள் தொடங்கினார்கள். சமுராய்களின் ஒரு பகுதியினரும் கலவரங் களில் கலந்துகொள்ளத் தொடங்கினார்கள். மக்களுக்கு சமுராய் களின் ஆட்சியில் விரக்தி வந்தது. மறுபடியும் மன்னர் ஆட்சி வந்தால் விடிவு காலம் வரும் என்று அவர்கள் மனம் ஏங்கியது. சக்கரவர்த்தியை மதிப்போம், காட்டுமிராண்டி வெளிநாட்ட வரை ஜப்பானை விட்டு வெளியேற்றுவோம் என்று முழங்க ஆரம்பித்தார்கள்.

இந்தக் கோபமும் முழக்கங்களும் காலப்போக்கில் வன்முறை வடிவெடுத்தன. அமெரிக்கத் தூதரகம் தீ வைத்துக் கொளுத்தப் பட்டது. பல பிரிட்டிஷ்காரர்கள் நடு வீதியில் படுகொலை செய்யப்பட்டார்கள். பழிக்குப் பழி என்று பிரிட்டன் பறந்தோடி வந்தது. இங்கிலாந்தின் ஏழு போர்க் கப்பல்கள் ககோஷிமா (Kagoshima) துறைமுகத்தின்மேல் சரமாரியாகக் குண்டு மழை பொழிந்தன. ஒட்டு மொத்தத் துறைமுகமும் சிதிலமானது.

அமெரிக்கா தன் கோபத்தை இன்னொரு விதமாக வெளிப் படுத்தியது. அமெரிக்கப் போர்க் கப்பல் இரண்டு ஜப்பான் கப்பல்களை மூழ்கடித்தது. ஜப்பான் என்ன செய்தது தெரியுமா? பிரிட்டிஷ் படுகொலைகளுக்கும், அமெரிக்கத் தூதரக எரிப்புக்கும் கணிசமான நஷ்ட ஈடு கொடுத்தது.

அமெரிக்காவும் பிரிட்டனும் இத்தோடு விடவில்லை. குற்றங்களில் சம்பந்தப்பட்ட சமுராய்களுக்கு மரண தண்டனை கொடுக்கவேண்டும் என்று நிபந்தனையிட்டன.

இதற்குமேல் ஒரு நாடு மண்டியிட முடியுமா? சமுராய்களுக்குள் சண்டைகள், சமுராய்களுக்கும் பொது மக்களுக்குமிடையே சண்டைகள், வெளிநாட்டவர்களுக்கும் ஜப்பான் நாட்டவர் களுக்குமிடையே சண்டைகள் என அமைதியின்மை சூழ ஆரம்பித்தது.

சமுராய்கள் கை ஓங்கிய சுமார் 300 ஆண்டுகளாக ஜப்பான் சக்கரவர்த்திகள் அலங்காரப் பொம்மைகளாகத்தான் இருந்தனர். 1846-ல் கோமே (Komei) ஜப்பானின் சக்கரவர்த்தியாக அரியணை ஏறினார்.

சமுராய்களின் சக்தி ஓயும் காலம் நெருங்கிவிட்டது என்பதை மாமன்னர் உணர்ந்திருக்க வேண்டும். வெளிநாட்டவரின் நுழைவும் ஆதிக்கமும் அவருக்கும் பிடிக்கவில்லை. 1863ல் காட்டுமிராண்டிகளை (வெளிநாட்டவரை) வெளியேற்றும் கட்டளையைப் பிறப்பித்தார். இதை சமுராய்கள் நிறைவேற்றத் தயாராக இல்லை. சக்கரவர்த்திக்கு ஆதரவாகவும் எதிராகவும் சமுராய்களும் பொது மக்களும் இரு பிரிவுகளானார்கள். நாடு முழுக்கக் குழப்பம் ஏற்பட்டது.

விவசாயிகள், சமுராய்கள், பொதுமக்கள், வெளிநாட்டவர்கள் என்று நான்கு திசைகளிலும் எதிர்ப்புகள்.

இந்தக் குழப்பத்தைப் பயன்படுத்திக்கொண்டு அமெரிக்கா, பிரிட்டன், பிரான்ஸ், ஹாலந்து எனப் பல நாடுகள் விவசாயிகள், சமுராய்க் குழுக்கள், பொது மக்கள், வெளி நாட்டவர்கள் என்று பலருக்கும் உதவி செய்தன. பல அணிகளை ஸ்பான்சர் செய்தன. இன்று விவசாயிகளுக்கு பீரங்கி கொடுக்கும் அமெரிக்கா, நாளையே அவர்களுக்கு எதிராகப் போராடும் சமுராய்களுக்கும் பீரங்கிகள் கொடுக்கும். ஜப்பானியர் ஒருவருக்கு ஒருவர் அடித்துக்கொண்டு செத்தால் நாட்டுச் சொத்தைச் சுரண்டுவது சுலபமாகும் அல்லவா?

1864ல் இந்த நிழல் யுத்தம் நிஜமானது. அமெரிக்கா, பிரிட்டன், பிரான்ஸ், ஹாலந்து ஆகிய நான்கு நாடுகளின் கப்பல் படைகளும் சேர்ந்து ஜப்பானைத் தாக்கின. ஜப்பான் படு தோல்வி கண்டது. சக்கரவர்த்தியின் கட்டளை பிசுபிசுத்துப் போனது. வெளி நாட்டு வாணிபத்துக்கு ஜப்பான் இன்னும் பல துறைமுகங்களைத் திறந்து விட்டது,

மாமன்னர் கோமே 1867ல் மரணமடைந்தார். அவருடைய மகன், பதினைந்து வயது பொடியன் முட்ஷிஹிடோ (Mutsuhito) சக்கரவர்த்தியானார்.

முட்ஷிஹிடோ ஆண்ட 45 ஆண்டுகள் ஜப்பான் வரலாற்றில் பொற்காலம். சக்கரவர்த்தியின் அதிகாரம் மீண்ட காலம். ஜப்பான் வல்லரசான காலம்.

இதுவரை

இரண்டாவது காலகட்டமான 1573 முதல் 1868 வரை பயணம் செய்திருக்கிறோம். இவை அசூச்சி மோமயோமா, டோகுகாவா ஆகிய இரண்டு ஆட்சிக் காலங்கள். ஜப்பானின் பிற்கால வெற்றிக்கு இந்தக் காலகட்டத்தின் பங்கு என்ன?

- ஒன்றுபடுத்தப்பட்ட ஜப்பான், அதன் கட்டுக்கோப்பான ஆட்சி.
- மாளிகை நகரங்களின் உருவாக்கம். இந்த நகர மக்களின் தேவைகளைப் பூர்த்தி செய்ய, முழு நேர வியாபாரிகள்

தோன்றினார்கள். பின்னாளில் ஜப்பானின் தொழில் வளர்ச்சிக்கு முக்கிய காரணமாக இருந்த மிட்சுயி, சுமிட்டோமோ போன்ற சய்பத்சு குடும்பங்கள் இப்படித்தான் தோன்றின.

- ஸ்பெயின் 1587ல் ஜப்பானுக்கு வந்தது. 1609ல் டச்சுக் காரர்கள் வந்தார்கள். டச்சு வியாபாரிகள் மூலமாக ஜப்பான் 18,000 அறிவியல் புத்தகங்களை இறக்குமதி செய்தது. இந்த அறிவின் அடிப்படையில் கடிகாரங்கள் முதல் கப்பல்கள்வரை தயாரிக்கும் திறமையை வளர்த்துக் கொண்டார்கள்.

- கல்விக்கு முக்கியத்துவம். சுமார் 9421 புதிய கல்விக் கூடங்கள் திறக்கப்பட்டன. நவீன அறிவியலும் தொழில் பயிற்சியும் பள்ளிப் பாடங்களில் அறிமுகப் படுத்தப்பட்டன.

- 1612 முதல் ஜப்பான் தன் வெளிநாட்டு உறவுகளைத் துண்டித்துக்கொள்கிறது. தொழில் புரட்சியில் உலகம் அடையும் முன்னேற்றங்களை அறியாமலே இருக்கும் சோக நிலை. 1854ல் நாட்டுக்குள் வரும் அமெரிக்காவின் கட்டாயத்தால், இந்தத் தனிமை முடிகிறது.

4

மெய்ஜி மன்னரின் பொற்கால ஆட்சி

ஜப்பானின் வெற்றிக்கு ஒரே ஒரு காரணம் மட்டும் சொல்லச்சொன்னால் பலர் மெய்ஜி (Meiji) மீட்சியைத்தான் சொல்வார்கள்.

இளவயதில் முட்ஷிஹிடோ சக்கரவர்த்தி சிம்மாசனத்தில் உட்கார்ந்ததும் செய்த முதல் வேலை,தனக்கு மெய்ஜி என்ற பாடம் சூட்டிக் கொண்டது. மெய்ஜி என்றால் ஜப்பானிய மொழியில் தெளிவுபெற்ற அரசர் என்று பொருள்.

ஆயிரமாயிரம் ஆண்டுகளாக ஆண்டவர்கள் செய்ய முடியாத சாதனைகளை மெய்ஜி தன் 44 வருட ஆட்சியில் செய்து காட்டினார். அந்தச் சாதனைப் பட்டியலின் முக்கிய அம்சங்கள் இதோ:

★ நிலையான, அமைதியான ஆட்சி.

★ மக்களாட்சிக்கு வழி வகுத்த அரசியல் சாசனம்.

★ பொருளாதார வளர்ச்சியைத் தூண்டும் தொலை நோக்கு நடவடிக்கைகள் - தொழில்களுக்கு உதவி, இரும்பாலைகள் தொடக்கம், சாலைகள்,

கப்பல் வழித்தடங்கள், ரயில் பாதைகள் உள்ளிட்ட கட்டமைப்பு வசதிகள்.

★ ஆண், பெண் ஆகிய இருபாலருக்கும் கட்டாயத் தொடக்கக் கல்வி, கல்விச் சீர்திருத்தங்கள்.

★ உலகளாவிய அறிவுத் தேடல்.

★ வெளிநாட்டவருடன் செய்யப்பட்ட பாரபட்சமான ஒப்பந்தங் களின் மறு ஆய்வு, ஜப்பானுக்கு உடன்படிக்கைகளில் சம உரிமை, அந்தஸ்து.

இந்த முயற்சிகளால் ஜப்பான் நாற்பதே ஆண்டுகளில் வல்லரசானது. இதனால்தான், மெய்ஜி ஆட்சிக் காலத்தை மீட்சிக் காலம் என்று உலகம் மதிப்பிடுகிறது. இவற்றை மெய்ஜி எப்படிச் சாதித்தார் என்று பார்க்கலாம்.

ஜப்பானிய சமுதாயம் வயதுக்கு மதிப்புத் தரும் சம்பிரதாயம் கொண்டது. இதன்படி, அரசர்களும் வயதில் மூத்தவர்களை மட்டுமே ஆலோசகர்களாக வைத்துக்கொள்வார்கள். மெய்ஜி மன்னர் இந்தச் சம்பிரதாயத்தை உடைத்தார். அவர் தன் ஆலோசகர்களாக எடுத்துக்கொண்டவர்கள் இளைஞர்கள். அந்த அணியின் சராசரி வயது 30. இதனால் புதுமைக் கருத்துகளை, புரட்சிக் கொள்கைகளை அவரால் சிந்திக்க முடிந்தது. ஜப்பான் தன் ராணுவ பலத்தையும் தொழில் உற்பத்தியையும் மிகப் பெரிய அளவில் வளர்க்காவிட்டால் அமெரிக்க, ஐரோப்பிய நாடுகளால் விழுங்கப்படலாம் என்ற நிதர்சன உண்மை இவர்களுக்குப் புரிந்தது.

ஜப்பானை நவீனமயமாக்குவதுதான் இதற்கு ஒரே தீர்வு என்று முடிவு செய்தார்கள். இதற்கு அவர்கள் போட்ட பாதை இதுதான்.

★ நாட்டின் எண்பது சதவிகித மக்கள் விவசாயத்தில் ஈடு பட்டிருந்தார்கள். விவசாயம் பொருளாதாரத்தின் ஜீவ நாடியாக இருந்தது. அடிக்கடி ஏமாற்றிய பருவ மழை பஞ்சங் களை ஏற்படுத்தியது, பொருளாதாரத்தைப் படுகுழியில் தள்ளியது. இதைத் தடுக்க முதல் வழியாக விவசாயத்தில் எந்தப் பொருட்களின் விளைச்சலை அதிகமாக்கினால் நாட்டுக்கு அதிகம் உதவும் என்று கண்டுபிடித்து அந்த விளைபொருட்களுக்கு முன்னுரிமை கொடுத்தல். விவசாய

நிலப்பரப்பை அதிகமாக்குதல். நவீன விவசாய முறைகளைப் பயன்படுத்துதல்.

★ தொழில் உற்பத்தியைப் பெருக்குவதன் மூலமாகப் பொருளாதாரத்தில் விவசாயத்தின் பங்கைக் குறைத்தல்.

★ அன்றைய ஜப்பானில் பெரும்பாலான தொழிற்சாலைகள் ராணுவத் தளவாடங்கள் மட்டுமே தயாரித்தன. இந்த முக்கியத்துவத்தைக் குறைக்காமல், அதே சமயம் நவீனப் பொருட்களின் தயாரிப்பில் இறங்குதல்.

★ ராணுவத் தளவாடத் தயாரிப்பிலும், இந்தப் புதுத் தொழிற் சாலைகளிலும் குறைவான தொழிலாளிகளைத்தான் பயன் படுத்த வேண்டும். இதற்கு ஏதுவான நவீனத் தொழில் நுட்பங் களையும், எந்திரங்களையும் பயன்படுத்த வேண்டும்.

★ சமுதாய அமைப்பில் ஒருவித வர்ணாசிரமம் இருந்தது. பிரபுக்கள் உயர்ந்த குலத்தவராக மதிக்கப்பட்டார்கள். அதற்கு அடுத்தபடியாக சமுராய்கள். அதற்குக் கீழே விவசாயிகள், கைவினைக் கலைஞர்கள். சமுதாயத்தின் அடித்தட்டில், வியாபாரிகள். இந்த முறையை மாற்றி வியாபாரிகளுக்குச் சமுதாய மதிப்புக் கொடுத்தல்.

இது மிகவும் முக்கிய விஷயம். வர்ணாசிரமத்தனமான வழக்கம் நடைமுறையில் இருந்தபோது வியாபாரத்தைத் தொழிலாகத் தேர்ந்தெடுக்க யாருமே தயாராக இல்லை. மெய்ஜி அரசு வியாபாரிகளுக்கு மரியாதை கொடுத்தது. இதனால், புதியவர்கள் வியாபாரத் துறையில் நுழைந்தார்கள்.

எந்தப் பொருளாதாரத்திலும் பரம்பரை முதலாளிகளைவிடப் புதிய தொழில் முனைவோர்கள்தாம் வெறியோடு உழைப் பார்கள். ஜப்பானிலும் சோனி, ஹிட்டாச்சி, தோஷிபா, பானஸோனிக் போன்ற நிறுவனங்கள் புதிய தொழில் முனைவர் களால் தொடங்கப்பட்டன. பின்னாளில் இவற்றின் தோற்றத் துக்கும் உலகளாவிய வெற்றிக்கும் மெய்ஜி அரசு தொழில் முனைவோர்களுக்குத் தந்த சமூக அந்தஸ்து முக்கியக் காரணம்.

★ பிறப்பால் வரும் குலத் தொழில் முறையை மாற்றி யாரும் தங்களுக்கு விருப்பமான எந்தத் தொழிலையும் செய்யலாம் என்ற சமூக மனநிலை மாற்றத்தை ஏற்படுத்துதல்.

★ தீவுகளாகப் பரந்து விரிந்து கிடக்கும் நாட்டின் ஒரு பகுதியிலிருந்து இன்னொரு பகுதிக்கு விரைந்து செல்வதற்காக சாலைகள், ரயில் பாதைகள் ஆகியவற்றைப் போர்க்கால நடவடிக்கையாக விரிவுபடுத்துதல்.

★ நாட்டின் எல்லாப் பகுதிகளையும் இணைக்கும் தொலைத் தொடர்பு வசதிகள் ஏற்படுத்துதல்.

★ அறிவியல், தொழில்நுட்பக் கல்வியைப் பள்ளித் திட்டங்களில் கொண்டு வருதல். எல்லாக் குழந்தைகளுக்கும் ஆரம்பக் கட்டாயக் கல்வி. படிக்கும் ஆர்வம் கொண்ட திறமைசாலிகள் சமுதாயத்தின் எந்தத் தட்டில் இருந்தாலும் மேலே படிக்க வாய்ப்புகள், வசதிகள்.

★ நாட்டை எப்போதும் தயார் நிலையில் வைத்திருக்க, கட்டாய ராணுவச் சேவை.

★ நேர்மையும் கண்டிப்புமான ஆட்சி. வரையறுக்கப்பட்ட சட்டங்கள். தனிமனித விருப்பு வெறுப்புகள் அல்ல, சட்டத் திட்டங்கள் நம்மை ஆள்கின்றன என்னும் நம்பிக்கையை மக்களிடம் உண்டாக்குதல்.

இந்த அடிப்படையில், பதவி ஏற்றவுடன் மெய்ஜி மாமன்னர் அறிவித்த ஐந்து கொள்கைப் பிரகடனங்கள் இதோ:

1. எல்லா முக்கிய விஷயங்களிலும் கருத்துப் பரிமாற்றங்கள் மூலமாக முடிவுகள் எடுக்கப்படும்.
2. நாட்டு நிர்வாகத்தில் மேல்மட்டம், கீழ் மட்டம் ஆகிய எல்லா வர்க்க மக்களும் பங்கேற்பார்கள்.
3. அரசு அதிகாரிகள், ராணுவ அதிகாரிகள் மட்டுமல்லாது சாமானியர்களும் தங்கள் தொழிலைப் பின்பற்ற அனுமதிக்கப்படுவார்கள்.
4. இதுவரை ஏதேனும் மக்களுக்குத் தீமை கொடுக்கும் சட்டங்கள் பின்பற்றப்பட்டு வந்தால், அவை நீக்கப்பட்டு நேர்மையான நியதிகள் பின்பற்றப்படும்.
5. உலகின் எந்த மூலையில் அறிவு இருந்தாலும் அதைத் தேடிப் போவோம். அரசரின் கைகளை வலுப்படுத்த அந்த அறிவைப் பயன்படுத்துவோம்.

கட்டளைகள் போட்டதோடு நிறுத்திக்கொள்ளாமல் அவற்றை நிறைவேற்றும் முயற்சிகளும் உடனடியாக மேற்கொள்ளப் பட்டன. சமுராய்கள் ஆட்சியில் முந்நூறுக்கும் மேற்பட்ட குறுநிலத் தலைவர்களும் சுமார் அதே எண்ணிக்கை நில உரிமையாளர்களான பண்ணையார்களும் இருந்தார்கள். சமுராய்கள் சக்தியோடு இருக்கும் வரை இவர்கள் வாலைச் சுருட்டிக்கொண்டிருந்தார்கள். சமுராய்களின் அதிகாரம் ஓய்கிறது என்று தெரிந்தவுடன் தடி எடுத்தவர்கள் எல்லோரும் தண்டல்காரர்கள் ஆனார்கள். இவர்கள் தனிப் படைகள் வைத்திருந் தார்கள். இந்தக் கறுப்புப் பூனைகள் கொடுத்த தைரியத்தில் துள்ளினார்கள், மத்திய அரசுக்கு அடங்காமல் ஆட்டம் போட்டார்கள்.

மெய்ஜி அரசர் நாட்டை 75 பகுதிகளாகப் பிரித்தார். கண்டிப்பான அதிகாரிகளை நியமித்தார். அறுநூறுக்கும் அதிகமாக இருந்த வட்டங்களும் மாவட்டங்களும் அவர்களுடைய தனிப்படை களைக் கலைக்குமாறு கட்டளையிட்டார். குறுநில மன்னர் களுக்கு சமுராய் அரசு ஒவ்வொரு மாதமும் மானியம் வழங்கி வந்தது. மெய்ஜி மன்னர் கண்டிப்பானவர். அதே நேரத்தில் நெஞ்சில் ஈரம் கொண்டவர். குறுநில மன்னர்களை அடக்கிய வுடன் இந்த மானியத்தை அவர் நிறுத்தியிருக்கலாம். அவர் அதைச் செய்யவில்லை. மானியத்தில் பத்து சதவிகிதப் பணம் அவர்கள் பெற ஏற்பாடுகள் செய்தார். 1870ல் இதில் ஒரு மாற்றம் வந்தது. மாத மானியத்துக்குப் பதிலாக அரசாங்கம் குறுநிலத் தலைவர்களுக்குப் பெரிய தொகையை ரொக்கமாகக் கொடுத்தது.

நாட்டில் 19 லட்சம் சமுராய்கள் இருந்தார்கள். சமுராய்கள் ஆட்சியில் இவர்கள் அரசின் தூண்கள். இவர்களுக்கு மாதச் சம்பளமும் வசதிகளும் கொடுக்கப்பட்டன. பேரரசர் அரியணை ஏறிய பின்னால் இத்தனை பெரிய சமுராய்க் கூட்டம் தேவைப் படவில்லை. அவர்களுடைய மாதச் சம்பளமும் வசதிகளும் குறைக்கப்பட்டன.

அதே சமயம், நாட்டின் பாதுகாப்பு குறைந்துவிடக்கூடாது என்பதற்காக ராணுவச் சேவை கட்டாயமாக்கப்பட்டது. 21 வயதான எல்லா ஆண்களும் நான்கு வருடங்கள் ராணுவத்தில் பணியாற்ற வேண்டும். இதற்குப் பிறகு மூன்று வருடங்கள் அரசு அழைத்தால் போர்ச் சேவைக்கு வர வேண்டும்.

வேலையை இழந்த சமுராய்களின் தோள்கள் தினவெடுத்தால் என்ன செய்யலாம்? மனித மனம் ஒரு குரங்கு. வேலை இல்லாத மனம் சாத்தான் தங்குமிடம், என்ன குழப்பம் செய்யலாம் என்று அலையும். இதைத் தடுக்க, சமுராய்கள் விவசாயத்திலும் வியாபாரத்திலும் ஈடுபடலாம் என அரசாங்கம் அனுமதி கொடுத்தது. தொழில் தொடங்க அவர்களுக்குத் தேவையான மூலதனத்துக்காகப் பண உதவி செய்தது.

சமுராய்கள் கட்டுப்பாடு கொண்டவர்கள், உழைப்பாளிகள், அரசு அதிகாரிகளோடு நெருங்கிய தொடர்பு கொண்டவர்கள். இந்தப் பலங்கள் அத்தனையையும் பல சமுராய்கள் நல்லபடியாகப் பயன்படுத்திக் கொண்டார்கள். விவசாயத்திலும் வியாபாரத்திலும் புதிய சிந்தனைகளைக் கொண்டு வந்தார்கள். இவர்கள் நுழைவால் விவசாயமும் வியாபாரமும் அமோக வளர்ச்சி கண்டன.

குறுநிலத் தலைவர்களுக்கு 1870ல் அரசாங்கம் பெரிய ரொக்கத் தொகையைக் கொடுத்தது என்று பார்த்தோம். இவர்கள் அந்தப் பணத்தில் வங்கிகளும் லேவாதேவிக் கடைகளும் தொடங்கினார்கள். விவசாயிகளுக்கும் வியாபாரிகளுக்கும் புதிய தொழிற்சாலைகள் தொடங்குபவர்களுக்கும் இவர்கள் கடன் கொடுத்தார்கள். விவசாயம், வியாபாரம், தொழில்கள் ஆகிய மூன்று துறைகளும் அமோகமாக வளர இந்தப் பண உதவி பெரும் கிரியா ஊக்கியாக இருந்தது. ஜப்பானிய வங்கிகள் உலகப் புகழ் கொண்டவை. இரண்டாம் உலகப் போருக்குப் பின் ஜப்பானியப் பொருளாதாரம் மறுபிறவி எடுத்தபோது இந்த வங்கிகள் ஆக்சிஜன் கொடுத்தன. இவற்றின் பின்னணியிலும் மெய்ஜி மன்னரே இருந்தார்.

ஐந்தாவது கொள்கையை எடுத்துக்கொள்வோம்.

உலகின் எந்த மூலையில் அறிவு இருந்தாலும் அதைத் தேடிப் போவோம். அரசரின் கைகளை வலுப்படுத்த அந்த அறிவைப் பயன்படுத்துவோம்.

அறிவியல், தொழில் புரட்சி விஷயங்களில் ஜப்பான் பின்தங்கியிருப்பதை மெய்ஜி உணர்ந்துகொண்டார். மேற்கத்திய நாடுகளோடு போட்டிப்போட்டு முன்னேறவேண்டும் என்னும் வெறி

அவருக்கு இருந்தது. அதே சமயம் அவர்கள் துணையின்றி அவர்களை மிஞ்ச முடியாது என்பதும் புரிந்தது.

எனவே ஒரு காரியம் செய்தார். ஜப்பான் ஒப்பந்தம் போட்டிருந்த எல்லா நாடுகளுக்கும் ஜப்பான் பேரரசர் உறுதி மொழி கொடுத்தார். உங்கள் நாட்டோடு போட்டிருக்கும் எல்லா உடன்படிக்கைகளையும் இந்த அரசு தொடரும்.

உலகின் அறிவுச் செல்வங்களைச் சேகரிக்கும் வகையில் எந்தெந்த துறைகளில் எந்தெந்த நாட்டைப் பின்பற்றவேண்டும் என்று முடிவெடுத்தார்கள். அந்த வளர்ச்சித் திட்டத்தின் பலன் கீழே.

துறை	**உதவிய நாடு**	**வருடம்**
கப்பல் படை	இங்கிலாந்து	*1869*
தந்தி	இங்கிலாந்து	*1869*
அஞ்சல் துறை	இங்கிலாந்து	*1872*
அஞ்சல் சேமிப்பு	இங்கிலாந்து	*1875*
ராணுவம்	பிரான்ஸ்	*1869*
ஆரம்பப் பள்ளிகள்	பிரான்ஸ்	*1872*
நீதித் துறை	பிரான்ஸ்	*1872*
போலிஸ்	பிரான்ஸ்	*1874*
வங்கிகள்	அமெரிக்கா	*1872*
ஆரம்பப் பள்ளிகள்	அமெரிக்கா	*1879*
விவசாயக் கல்லூரி	அமெரிக்கா	*1879*
ராணுவம்	ஜெர்மனி	*1878*
வங்கி	பெல்ஜியம்	*1882*

எத்தனை துறைகள், எத்தனை நாடுகள்? படிக்கும்போதே பிரமிக்க வைக்கிறதே?

இன்னொரு விஷயம். அலெக்சாண்டர் கிரகாம் பெல் தொலைபேசி கண்டுபிடித்தது 1876ல். அவர் டெலிபோனுக்குக் காப்புரிமை பெற்றது 1877ல். இதற்குப் பல வருடங்கள் முன்னதாக, 1869 முதல் ஜப்பான் தொலைதூர நாடுகளை எப்படித் தொடர்பு கொண்டது?

இந்த அறிவுத் தேடலுக்காகப் பெரும் குழுக்கள் பெரும் பொருள்செலவில் வெளிநாடுகளுக்கு அனுப்பப்பட்டன. இவாக்குரா தொமோமி (Iwakura Tomomi) என்னும் இளவரசர் தலைமையில் 1871ல் ஒரு தூதுக் குழு புறப்பட்டது. இது குழு இல்லை, படை. ஏன் தெரியுமா? இந்தக் குழுவில் நூற்றுக்கும் அதிகமான அங்கத்தினர்கள் இருந்தார்கள். இவர்கள் போன நாடுகள் அமெரிக்கா, ஆஸ்திரியா, இங்கிலாந்து, இத்தாலி, பிரான்ஸ், பெல்ஜியம், நெதர்லாந்து, ஜெர்மனி, ரஷ்யா, ஸ்வீடன், சுவிட்சர்லாந்து.

நீதிமன்றங்கள், சிறைச்சாலைகள், பள்ளிக்கூடங்கள், கடைகள், இயந்திரத் தொழிற்சாலைகள், ராணுவத் தளவாட உற்பத்தி யகங்கள், தொழிற்சாலைகள், பட்டறைகள், கப்பல் கட்டும் தளங்கள், சர்க்கரை ஆலைகள், காகித ஆலைகள், நெசவு ஆலைகள், வெள்ளிப் பாத்திரத் தொழிலகங்கள், கண்ணாடித் தொழிற்சாலைகள், கரிச் சுரங்கங்கள், உப்பளங்கள், துறை முகங்கள் என்று பல இடங்களுக்கு இவர்கள் சென்றார்கள்.

போன இடங்களில் எல்லாம் இந்தக் குழுவினர் எல்லாவறையும் கூர்ந்து கவனித்தார்கள், கேட்டுத் தெரிந்துகொண்டார்கள். ஒரே குறிக்கோள்தான். பார்க்கும் நல்ல விஷயங்களை ஜப்பானில் அமல்படுத்தவேண்டும். பிரிட்டனின் சாலைகள், பாலங்கள், ரயில்கள், கால்வாய்ப் போக்குவரத்து ஆகியவை குழுவினரைப் பெரிதும் கவர்ந்தன. இவற்றையெல்லாம் அவர்கள் குறித்து வைத்துக்கொண்டார்கள்.

இந்தத் தூதுக் குழு மெய்ஜி மன்னருக்கு 2000 பக்க அறிக்கையைச் சமர்ப்பித்தது. தொழில் புரட்சியின் பலன்களத் தவற விட்டு விட்டபோதிலும், காலம் கடந்துவிடவில்லை, விட்டதைப் பிடித்துவிட முடியும் என்ற அபார நம்பிக்கையோடும் உறுதியோடும் இந்தக் குழு தன் கருத்தைச் சொன்னது.

அறிக்கையின் ஒரு பகுதி இதோ:

பெரும்பாலான ஐரோப்பிய நாடுகளில் புதிய நாகரிகத்தின் ஒளி வெள்ளம் பாய்கிறது. மக்களிடம் ஏராளமான செல்வமும் செல்வாக்கும் இருக்கிறது. அவர்களுடைய வியாபாரம் செழித் திருக்கிறது, தொழில் நுட்பம் உச்சத்தில். வாழ்க்கையின் வசதி களையும் சுகபோகங்களையும் அவர்கள் அனுபவிக்கிறார்கள்.

இவற்றைப் பார்க்கும்போது, காலம் காலமாக அவர்கள் இவற்றை அனுபவித்து வருவதாகத் தோன்றும். உண்மையில் பெரும்பாலான அவர்களுடைய செல்வமும் செழிப்பும் 1800ம் ஆண்டுக்குப் பின் வந்தவை. ஆமாம், நாற்பதுக்கும் குறைவான வருடங்களில் இந்த நிலைமையை உருவாக்கியிருக்கிறார்கள். நாற்பது வருடங்களுக்கு முன்னால் ஐரோப்பாவின் தரையில் ரயில்கள் இல்லை: தண்ணீரில் நீராவிக் கப்பல்கள் இல்லை: செய்திகள் பரப்பும் தந்திச் சேவை இல்லை.

அறிக்கையைப் படித்த மெய்ஜி பேரரசருக்கு, தான் கனவு கண்டதைவிட வேகமாக ஜப்பானை முன்னேற்ற முடியும் என்னும் துணிச்சல் வந்தது.

நவீனத் தொழில் நுட்பங்களை ஜப்பான் புரிந்துகொள்ளவும், உள்வாங்கிக்கொள்ளவும் உதவி செய்ய மூவாயிரத்துக்கும் அதிகமான வெளிநாட்டு ஆலோசகர்கள் ஜப்பானுக்கு அழைக்கப் பட்டார்கள். இவர்கள் பொறியியல் வல்லுநர்கள், தொழில்நுட்ப வல்லுநர்கள், ராணுவத் தளபதிகள், ஆசிரியர்கள், நிதித்துறை மேதைகள், நீதித்துறை அறிஞர்கள் எனப் பல்வேறு துறைகளைச் சேர்ந்தவர்கள். உலகத்தின் பல்வேறு நாடுகளிலிருந்தும் இவர் களைச் சல்லடை போட்டுச் சலித்துக் கூட்டி வந்தார்கள் சுமார் 30 வருடங்கள் இவர்கள் ஜப்பானில் தங்கி, தங்கள் அறிவுத் திறமை களைப் பகிர்ந்துகொண்டார்கள்.

30 வருடங்கள் முடியும்போது, இந்த நிபுணர்களின் சேவை ஜப்பானுக்குப் பலன் கொடுத்ததா, ஜப்பானிய இளைஞர்களின் திறமைகள் பட்டை தீட்டப்பட்டனவா, இன்னும் என்ன நடவடிக்கைகள் தேவை என்று அரசு எடை போட்டது. ஆச்சரிய மான முடிவுகள் கிடைத்தன. ஜப்பானிய இளைஞர்கள் அடுத்த தலைமுறைக்குப் பயிற்சி கொடுக்கும் அபாரத் திறமைசாலிகளக இருந்தார்கள். வெளிநாட்டு மேதைகள் நன்றியோடு தங்கள் நாடுகளுக்குத் திருப்பி அனுப்பப்பட்டார்கள். தங்கள் சொந்தக் காலில் ஜப்பானை வளர்க்கும் சாமர்த்தியம் பயிற்சி பெற்றவர் களுக்கு வந்துவிட்டது.

பிற நாடுகளின் சிந்தனைகளை ஆழமாகக் கற்று, உள்வாங்கி, தன் கலாச்சாரத்துக்கு ஏற்ற மாற்றங்கள் செய்து வெற்றி காண்பதில் ஜப்பானுக்கு எப்போதுமே தனித் திறமை உண்டு. கார்த் தயாரிப்பு, எலெக்ட்ரானிக்ஸ் பொருட்கள் உருவாக்கம்

ஆகிய துறைகளில் ஜப்பானின் தயாரிப்புகளைக் கவனித்துப் பாருங்கள்.

சமுராய்கள் காலத்தில் கல்வியின் அவசியம் வலியுறுத்தப் பட்டதைப் பார்த்தோம். நாடு முழுக்க 9527 கல்வி நிலையங்கள் இருந்தன. கல்விக்கு இன்னும் உந்துதல் கொடுக்க, மெய்ஜி 1873ல் கல்வி அமைச்சகம் தொடங்கினார். அந்தக் காலகட்டத் தில் வாழ்ந்த எழுத்தாளர், கல்வியாளர் ஃபுக்குசாவா யுகிச்சி (Fukuzawa Yukichi) அன்றைய பாடத்திட்டம்பற்றிச் சொல்கிறார்.

மனிதனுடைய அடிப்படைத் தேவைகள் உணவு, உடை, வீடு ஆகியவை. இத்தோடு சமூகத்தில் பிறரோடு ஒத்து வாழவும் அவனுக்குத் தெரியவேண்டும். கல்வியின் ஒரே நோக்கம் இவற்றை மனிதனுக்குக் கற்றுக் கொடுப்பதுதான். சரித்திரத்தைத் தலைகீழாகத் தெரிந்த ஒருவன் உணவுப் பொருள்களின் விலை தெரியாதவனாக இருந்தால், சாதாரண வியாபாரக் கொடுக்கல் வாங்கலைப் புரிந்துகொள்ள முடியாதவனாக இருந்தால், அவன் பொருளாதார முன்னேற்றத்துக்கே தடையானவன்.

கடுமையான வார்த்தைகள். ஆனால், நாடு முன்னேற கல்வி முறை வழி காட்டவில்லையே என்ற ஆதங்கத்தில் ஃபுக்குசாவா யுகிச்சி சொன்ன வார்த்தைகள் இவை.

யுகிச்சியின் ஆதங்கம் கல்வி அமைச்சகத்திலும் பலருக்கு இருந் திருக்க வேண்டும். கல்வி முறையில் பல மாற்றங்கள் செய்யப் பட்டன. சமுராய்கள் காலத்தில் இரண்டு வகையான பள்ளிகள் இருந்தன. சமுராய்கள் கல்வி கற்ற உயர்தரப் பள்ளிகளில் சாமானியர்கள் அனுமதிக்கப்படவில்லை என்று பார்த்தோம். இந்த வேறுபாடு மாற்றப்பட்டது. எல்லாப் பள்ளிக்கூடங் களிலும் எல்லோரும் படிக்கலாம் என்ற கல்விச் சம உரிமை நடைமுறைக்கு வந்தது. ஒவ்வொரு குடும்பத்திலும் ஒருவராவது கட்டாயமாகக் கல்வி கற்றாக வேண்டும் என்னும் சட்டம் நிறை வேறியது. இதன் பலனாகப் பத்தொன்பதாம் நூற்றாண்டின் இறுதியில் 90 சதவிகித ஜப்பானியர் கல்வியறிவு பெற்றிருந்தார்கள்.

பாடத் திட்டம் பிரான்ஸ், ஜெர்மனி ஆகிய ஐரோப்பிய நாடு களின் பாணியில் சீர்திருத்தப்பட்டது. அமெரிக்கப் பாடப் புத்தகங்கள் பெருமளவில் மொழிபெயர்க்கப்பட்டு பயன்

படுத்தப்பட்டன. இந்தப் பாடங்களைக் கற்றுக் கொடுக்கும் புலமை கொண்ட ஆசிரியர்கள் ஜப்பானில் இல்லாததால் வெளி நாடுகளிலிருந்து ஆசிரியர்கள் வரவழைக்கப்பட்டார்கள். இவர்கள் உள்ளூர் வாத்தியார்களுக்குப் பாடங்களிலும், கல்வி முறைகளிலும் பயிற்சி கொடுத்தார்கள்.

ஜப்பான் மாணவர்கள் அறிவியலில் தேர்ச்சி பெற்றார்கள், தொழில் நுட்பம் கற்றுக் கொண்டார்கள், ஆங்கிலம் பேச அறிந்துகொண்டார்கள். பலர் மேல் படிப்புக்காக அமெரிக்கப் பல்கலைக்கழகங்களுக்குப் போனார்கள். ஆனால் இதற்கெல் லாம் ஜப்பான் வேறு வழியில் விலை கொடுக்கவேண்டி யிருந்தது. இவ்வாறு மேற்கத்திய தாக்கத்தில் வளர்ந்த இளைஞர்கள் ஜப்பானின் பாரம்பரியத்தை மறந்தார்கள், அமெரிக்க நாகரிகமே உயர்ந்தது என்று நம்பி அந்தப் பழக்க வழக்கங்களைக் கடைப்பிடிக்கத் தொடங்கினார்கள்.

இளவரசர் இவாக்குரா தமோமி வெளிநாடுகளுக்குத் தூதுக் குழுவின் தலைவராகப் போனாரே? ஜப்பானின் வருங்காலம் பற்றிய தொலைநோக்குப் பார்வை இவருக்கு இருந்தது. அவர் அரசுக் குறிப்பு ஒன்றில் இவ்வாறு எழுதியிருந்தார்.

'கடல் தாண்டிய நாடுகளோடு ஜப்பான் உறவுகள் வைத்துக் கொள்ளப் போகிறது. ஒன்றை நாம் நினைவில் வைத்துக் கொள்ள வேண்டும். இந்த நாடுகள் ஜப்பானின் எதிரிகள். ஏன் இவை ஜப்பானின் எதிரிகள்? இந்த நாடுகள் தம் செல்வத்தையும் அதிகாரத்தையும் அதிகரிக்க, தங்கள் கலைகளையும் தொழில் நுட்பங்களையும் நாள்தோறும் வளர்த்துக்கொண்டிருக்கின்றன. ஒவ்வொரு நாடும் மற்ற நாட்டைவிட ஒருபடி மேலே நிற்க ஆசைப்படுகிறது.'

மெய்ஜி ஆட்சிக் காலத்தில் பிறந்த மிட்சுபிஷி நிறுவனம் இன்று ராட்சச வளர்ச்சி அடைந்து பல தொழில் துறைகளில் உலகம் முழுக்கப் பரவியிருக்கிறது. மெய்ஜி அரசின் இந்தக் கொள்கையை மிட்சுபிஷி நிறுவனத்தின் ஊழியர் ஒருவர் அழகாக விளக்கினார்.

'வெளிநாட்டவர்கள் யாருமே ஜப்பானுக்கு நட்புக்காக வர வில்லை. அவர்கள் வந்த காரணம் வியாபாரம். வியாபாரம் மூலமாக லாபம். நாம் சோம்பேறித்தனமாக உட்கார்ந்து

அவர்கள் நம் வெளிநாட்டு வியாபாரத்தை ஆக்கிரமிப்பதை வேடிக்கை பார்த்துக் கொண்டிருந்தால் அது நம் தாய்நாட்டுக்குச் செய்யும் துரோகம். அவர்களுடைய உதவிகளுக்கு நாம் கையேந்தி நின்றால், அவர்களிடம் கடன் வாங்கினால், அவர் களுடைய கம்பெனிகளில் வேலை பார்த்தால், அவர்களைப் பார்த்து வியந்தால், அவர்களிடம் கைகட்டி நின்றால், அதைவிட மோசமான பேரழிவு எதுவும் ஜப்பானுக்கு இருக்க முடியாது.'

இந்த வார்த்தைகளில் உணர்ச்சித் துடிப்பைப் பாருங்கள். இவருக்கு வியாபார வெற்றி தோல்வி என்பது வெறும் போட்டி இல்லை, நாட்டின் மானப் பிரச்னை. இது ஒரு தனி மனிதனின் உணர்ச்சிப் பிரவாகம் மட்டுமல்ல, மக்களின், அரசாங்கத்தின் எண்ணமும் இதுவாகத்தான் இருந்தது.

சொந்தக் காலில் நின்றால் மட்டுமே இந்த எதிரிகளை வெல்ல முடியும் என்று ஜப்பான் முடிவு செய்தது. தானும் பிற நாடுகளை விட ஒரு படி மேலே நிற்கத் துணிந்தது. இந்தப் போரில் ஜப்பான் எடுத்த ஆயுதங்கள் அறிவியல் முன்னேற்றமும் தொழில் மயமாக்கலும்.

அறிவியலிலும் தொழில் புரட்சியிலும்தான் 30 வருடங்கள் பின்னால் இருக்கிறோம் என்று நிரூபிக்கப்பட்ட பின்னும், போட்டிக்காரர்களிடம்தான் ஆயுதங்களை இரவல் வாங்க வேண்டும் என்று தெளிவாக அறிந்த பின்னும், ஜெயிக்க முடியும் என்று துணிந்து நின்ற அந்தத் தன்னம்பிக்கை, ஜப்பானின் வெற்றிக்கு ஒரு முக்கிய காரணம்.

எங்கே போய்ச் சேரவேண்டும் என்ற இலக்கில் தெளிவும், செல்லும் பாதையில் தீர்க்கமும் இருந்ததால் அவ்வாறே கொள்கைகளும் திட்டங்களும் தீட்டப்பட்டன. இவற்றின் முக்கிய அம்சங்கள் இரண்டு:

★ உள்நாட்டுத் தொழில்களுக்குப் பாதுகாப்பு கொடுத்தல்.

★ அதிக மூலதனம் தேவைப்படும் தொழில்களில் தனியார் முதலீடு செய்யத் தயங்குவார்கள். அத்தகைய தொழில்களை அரசாங்கமே தொடங்குதல்.

1868ல் தொடங்கி 1885 வரையிலான பதினேழு வருடங்களில் இந்தத் திட்டங்கள் செயல்களாக நிறைவேறின.

ஜப்பானின் முதல் தேவை பிற நாடுகளைக் கண்டு பயப்படாமல் வாழ்வது. இதற்கு என்ன வேண்டும்? ராணுவ பலத்தை அதிக மாக்க வேண்டும். போர்க் கப்பல்கள் வேண்டும், ஆயுதங்கள் வேண்டும், போக்குவரத்து வசதிகள் வேண்டும், நாடு பரவிய தகவல் தொடர்பு வேண்டும். இவற்றுக்குத் தேவை சுரங்கத் தொழில், இரும்பு உற்பத்தி, ரயில் போக்குவரத்து, தந்தித் துறை.

இந்தத் தொழில்கள் எல்லாவற்றுக்குமே அதிக மூலதனம் தேவை. நாட்டில் அத்தனை பணம் இல்லையே? என்ன காரணம்? இறக்குமதியில் ஏராளமான பணம் போய்க் கொண்டிருந்தது. எந்த இறக்குமதியையாவது குறைக்க முடியுமா? அதிக அளவில் இறகுமதியாகும் பொருள்கள் என்னென்ன, அந்தச் செலவை எப்படிக் குறைக்கலாம்?

பருத்தி ஆடைகள், நூல் ஆகியவை அதிக அளவில் இங்கிலாந்தி லிருந்து இறக்குமதியாகிக் கொண்டிருந்தன. இந்தச் செலவைக் குறைப்பது எப்படி?

ஜப்பான் அரசு மிக வித்தியாசமான தீர்வு ஒன்றை கண்டது. இங்கிலாந்திலிருந்து ஜவுளிகள் தயாரிக்கும் மிக நவீனத் தொழில் நுட்பமும், புதிய இயந்திரங்களும் இறக்குமதி செய்யப்பட்டன. அரசாங்கம் முதலீடு போட்டது.

பத்தே வருடங்கள். இங்கிலாந்தைவிட உற்பத்தி மிக அதிக மானது. ஜப்பானியர்களின் கடும் உழைப்பும் நவீனத் தொழில் நுட்பமும் ஒன்றிணைந்ததால் ஏற்பட்ட அதிசயம் இது. உள்நாட்டுத் தேவையைவிட அதிக உற்பத்தி உண்டானது. ஐரோப்பிய நாடுகளுக்குப் பருத்தி ஆடைகளை ஜப்பான் பெருமளவில் ஏற்றுமதி செய்யத் தொடங்கியது.

ஜப்பானில் பருத்தி ஆடைகளைப்போல் பட்டு ஆடைகளையும் மக்கள் அதிகமாக அணிவார்கள். கிராமப் புறங்களில் பட்டுப் புழு வளர்ப்பும் பட்டு நெசவும் இருந்தாலும் உற்பத்தி உள் நாட்டுத் தேவையைப் பூர்த்தி செய்யப் போதுமானதாக இல்லை. சீனப் பட்டு ஜப்பானுக்கு வந்தது. பட்டுப் புழு வளர்ப்பில் நவீன முறைகள் கொண்டுவரப்பட்டன. விரைவில் ஐரோப்பிய நாடு களுக்கு ஏற்றுமதி செய்யும் நிலைக்கு ஜப்பான் உயர்ந்தது. ஐம்பது வருடங்களில் கச்சாப் பட்டு உற்பத்தியிலும் ஏற்றுமதி யிலும் ஜப்பான் கண்ட வளர்ச்சியை இந்தப் பட்டியல் காட்டும்.

காலம்	சராசரி வருட உற்பத்தி (டன்கள்)	சராசரி வருட ஏற்றுமதி (டன்கள்)
1868 - 1872	1026	646
1883	1687	1347
1889 - 1893	4098	2444
1899 - 1903	7103	4098
1909 - 1913	12460	9462

பருத்தி, பட்டு உடைகள் விஷயத்தில் இப்படிச் சாதித்த மெய்ஜி அரசு உணவு விஷயத்தில் என்ன செய்தது?

பள்ளிகளில் விவசாயம் பாடமானது. மேற்படிப்பு பெற விரும்பிய மாணவர்களுக்காக அமெரிக்க உதவியோடு விவசாயக் கல்லூரிகள் தொடங்கப்பட்டன. விவசாய மாண வர்கள் நவீன முறைகளைக் கற்றுக் கொள்வதற்காக ஐரோப்பிய நாடுகளுக்கு அனுப்பப்பட்டார்கள். வெளிநாட்டு அறிஞர்கள் ஜப்பானுக்கு வந்து உள்ளூர் விவசாயிகளோடு தோள் கொடுத்து உழைத்தார்கள். நிலத்தன்மைக்கு ஏற்ற பயிர்களை இவர்கள் பரிந்துரைத்தார்கள். இவர்கள் உதவியால் அதிக விளைச்சல் தரும் வீரிய விதைகளும், பயிர்களும், பயிரிடும் முறைகளும் அறிமுக மாயின. விவசாயிகள் உதவி மையங்கள், சோதனைப் பயிர் நிலங்கள் ஆகியவை தொடங்கப்பட்டன. இவற்றின் பலனாக, 1880-1994 காலகட்டத்தில் அரிசி உற்பத்தி முப்பது சதவிகிதம் உயர்ந்தது.

விவசாயத்தையும் சிறு தொழில்களையும் வித்தியாசமான சிந்தனையால் வளர்த்த மெய்ஜி மன்னர் பெரிய தொழில்களை வளர்க்க முயற்சித்தபோது சந்தித்த சவால்கள் தனி ரகம். சமுராய்கள் காலத்தில் சுரங்கம், கப்பல் கட்டுதல், போர்க் கருவிகள் தயாரித்தல் ஆகியவை பிரம்மாண்டத் தொழில்கள். இவை அத்தனையும் சமுராய்கள் குடும்பத்தினர் அல்லது அவர்கள் பினாமிகள் வசம் இருந்தன. மெய்ஜி ஆட்சி அனைத்தையும் கைப்பற்றி அரசுடைமையாக்கியது.

ஜப்பானில் பிரபுக்களிடம் செல்வம் கொட்டிக் கிடந்தது. சமுராய்கள் கல்லா நிறையப் பணத்தோடு வங்கிகள் நடத்தி னார்கள். சய்பத்சு என்ற பணக்காரர்கள் கூட்டம் எந்த வியாபாரம்

செய்யலாம் என்று வாய்ப்புகள் தேடி அலைந்தது. ஆனால் தொழிற்சாலைகளில் முதலீடு செய்ய இவர்களில் யாருமே முன்வரவில்லை.

மூன்று காரணங்கள்:

★ தொழிற்சாலைகள் நடத்த நவீனத் தொழில்நுட்ப அறிவும் நிர்வாகத் திறமையும் நம்மிடம் இருக்கிறதா என்கிற பயம்.

★ இந்தப் பரிச்சயமில்லாத புதிய தொழில்களில் போட்ட பணத்தைத் திரும்ப எடுக்க முடியுமா, லாபம் பண்ண முடியுமா என்ற சந்தேகம்.

★ சய்பத்சு குடும்பங்களில் புதிய தொழில்களில் முதலீடு செய்யக்கூடாது என்று இருந்த எழுதப்படாத சட்டம்.

இந்தக் காரணங்களால், புதிய தொழில்களை அரசாங்கமே தொடங்கவேண்டிய கட்டாயம். கண்ணாடி, ரசாயனப் பொருள்கள், சிமெண்ட் தயாரிக்கும் தொழிற்சாலைகள், பட்டு, பருத்தி நெசவாலைகள், சர்க்கரை ஆலைகள் ஆகியவற்றை அரசாங்கம் தொடங்கியது. 1889ல் கப்பல் கட்டும் தளங்கள், துறைமுகங்கள், சுரங்கங்கள், போர்க் கருவிகள் தயாரிக்கும் தொழிற்சாலைகள், பருத்தி நெசவாலைகள் என 52 தொழில் நிறுவனங்களை அரசாங்கம் நடத்தியது. நாட்டுக்குச் சக்கர வர்த்திதான், இதிகாசப்படி கடவுளின் அவதாரம்தான். ஆனால் அவருடைய கஜானா தோண்டத் தோண்டப் பணம் கொட்டும் அட்சயப் பாத்திரம் இல்லையே?

நாட்டை நிர்வகித்துத் தொழிற்சாலைகளையும் நடத்தும் இரட்டைக் குதிரை சவாரி அரசாங்கத்துக்கு ஒத்து வரவில்லை. ராணுவத் தொடர்புடைய தொழிலகங்கள் தவிர்த்த பிற உற்பத்தி நிறுவனங்களைத் தனியாரிடம் ஒப்படைக்க 1880ல் அரசங்கம் முடிவு செய்தது. சல்லிசான விலையில் இவற்றை விற்பனை செய்ய அரசு முன்வந்ததால் சய்பத்சு என்ற செல்வந்தக் குடும்பக் குழுமங்கள் இந்தக் கம்பெனிகளை வாங்கிக் கொண்டன. மேலும், முன்பு போல் இல்லை, இப்போது இவற்றை லாபமாக நடத்த முடியும் என்று அவர்கள் நம்பினார்கள்.

மிட்சுயி குழுமம் பட்டு நெசவாலையை வாங்கியது. மிட்சுபிஷி குழுமம் (Mitsubishi Corporation) அரசாங்கத்தின் பல கப்பல் களையும் கப்பல் கட்டும் தளத்தையும் வாங்கியது. மிட்சுயி,

மிட்சுபிஷி, சுமிட்டோமோ, யசுதா (Yasuda) போன்ற குழுமங்கள் களத்தில் நுழைந்து சிறகுகள் விரித்தன. இயந்திரங்கள், நெசவாலைகள், வங்கிகள், காப்பீடு என எல்லாத் துறைகளிலும் இவர்கள் ஆதிக்கம்தான்.

இந்தக் குழுமங்கள் வந்தபின் ஜப்பான் புதுப் புதுத் துறைகளில் வெற்றிக் கொடி கட்டியது. கனரக இயந்திரங்கள் உருவாக்கப் பட்டன. முதன் முதலாக ரயில் எஞ்சின் தயாரிக்கப்பட்டது.

தொலை நோக்கு, நிர்வாகத் திறன், கடும் உழைப்பு, அரசுத் தொடர்பு ஆகியவை மூலமாகப் பல தொழில் முனைவோர்கள் வெற்றிச் சிகரத்தை எட்ட முடிந்தது. இவர்களுக்கு ஒரு முக்கிய உதாரணம் - ஷிபுகுஸாவா ஏய்ச்சி (Shibusawa Eiichi). இவர் ஜப்பானிய முதலாளித்துவத்தின் தந்தை என்று அழைக்கப் படுகிறார்.

விவசாயக் குடும்பத்தில் பிறந்த ஏய்ச்சி உயர் கல்வி கற்றார். அரசாங்கப் பதவியில் சேர்ந்தார். அரசுப் பணிக்காக ஒரு வருடம் பிரான்ஸ் நாட்டில் செலவிட்டார். மெய்ஜி ஆட்சியில் நிதி அமைச்சக வேலை கிடைத்தது. அந்த அனுபவமும் தொடர்பு களும் உதவ, 1872ல் டாய் இச்சி வங்கி (Dai Ichi Bank) தொடங்கி னார். இந்த வங்கி பெரும் வெற்றி பெற்றது. பஞ்சு நூற்பாலை யாளர்களின் வணிகக் கூட்டணி இவர் படைப்பு. நூற்பாலைத் தொழிலில் புதிய இயந்திரங்களும் தொழில்நுட்பமும் அறிமுக மாக ஏய்ச்சி ஒரு முக்கிய காரணம்.

ஏய்ச்சி முயற்சியால் ஆரம்பிக்கப்பட்ட கம்பெனிகள் ஐநூறுக்கும் மேல். இவற்றுள் பல, இன்றும் நிலைத்து நிற்கின்றன, டோக்கியோ பங்குச் சந்தையில் பதிவு செய்யப்படும் அளவுக்குப் பிரம்மாண்டமாக வளர்ந்திருக்கின்றன.

ஏய்ச்சிபோல் ஏராளமான தொழில் அதிபர்களின் முயற்சியால், எல்லாத் தொழில் உற்பத்திகளும் வருடத்துக்கு வருடம் வளர்ச்சி தான். சில முக்கிய தொழில்களின் வளர்ச்சியைப் பார்ப்போம்.

முதலில் பருத்தி நெசவுத் தொழில். ஸ்பின்டில் (Spindle) என்று ஆங்கிலத்திலும், நூற்புக் கதிர் என்று தமிழிலும் சொல்லப்படும் கருவி நெசவாலைகளில் நார்ப் பொருளை நூலாகத் திரிக்கப் பயன்படுகிறது. ஒரு நெசவாலை எத்தனை பெரியது என்று கண்டுபிடிக்க அங்கே இருக்கும் ஸ்பின்டில்களின்

எண்ணிக்கையை வைத்துக் கணக்கிடுவார்கள். எனவே, ஸ்பின்டில்களின் எண்ணிக்கை நெசவுத் தொழிலின் வளர்ச்சிக்கு அளவுகோல்.

காலம்	ஸ்பின்டில்கள் எண்ணிக்கை
1877	8000
1887	77,0000
1893	3,82,000
1913	24,00000

தொழிற்சாலைகளின் முக்கிய எரிபொருளாக கரி இருந்தது. எனவே, கரி உற்பத்தியைத் தொழில் வளர்ச்சியின் ஒரு முக்கிய குறியீடாக எடுத்துக்கொள்ளலாம்.

ஜப்பானின் கரி உற்பத்தி பற்றித் தெரிந்துகொள்ள சில விவரங்கள்.

காலம்	சராசரி வருட உற்பத்தி (டன்கள்)
1875	6,00000
1885	12,00000
1895	50,00000
1905	1,30,00000
1913	2,13,00000

சரக்குக் கப்பல்களின் எண்ணிக்கை வெளிநாட்டு வியாபாரம் எவ்வளவு மும்முரமாக இருந்தது என்பதைக் காட்டும்:

காலம்	சரக்குக் கப்பல்களின் எண்ணிக்கை
1873	26
1894	169
1904	797
1913	1514

உள்நாட்டுக் கட்டமைப்பு எப்படி முன்னேறியது என்பதற்கு ரயில் போக்குவரத்து ஓர் அடையாளம்.

காலம்	மொத்த ரயில்பாதை (மைல்களில்)
1872	18
1883	240
1887	640
1894	2100
1904	4700
1914	7100

பிற ஆசிய நாடுகளில், ஏன் ஐரோப்பிய நாடுகளிலும் தொழில் புரட்சியில் ஆண்களே பெரும்பங்கு வகித்தார்கள். இதிலும் ஜப்பான் புதிய பாதை போட்டது. கெய்ல் லீ பெர்ன்ஸ்டின் (Gail Lee Bernstein) அமெரிக்காவின் புகழ்பெற்ற வரலாற்றுப் பேராசிரியை. உலக வரலாற்றில் பெண்களின் பங்கு குறித்து ஏராளம் ஆராய்ச்சிகள் செய்திருக்கிறார். ஜப்பானின் தொழில் புரட்சிக்குப் பெண்கள்தாம் முதுகெலும்பாக இருந்தார்கள் என்று இவர் ஆணித்தரமாகச் சொல்கிறார். தொழிற்சாலை ஊழியர் களில் அறுபது சதவிகிதம் பேர் பெண்கள்; ஜவுளித் தொழிலில் இந்த எண்ணிக்கை எண்பது சதவிகிதம். இவர்கள் பெரும்பாலும் திருமணமாகாத இளம் பெண்கள் என்று அன்றைய வரலாற்றுக் குறிப்பு சொல்கிறது.

தொழிலில் ஜப்பானின் இலக்குகள் மிகத் தெளிவானவை. நாடு இறக்குமதிக்காக அதிகப் பணம் செலவழிக்கும் பொருள்களைக் கண்டு பிடிக்க வேண்டும். ஐரோப்பியத் தொழில் நுட்பம், நவீன இயந்திரங்கள் துணையோடு தொழிற்சாலைகளை நிறுவ வேண்டும். ஜப்பானியரின் கடும் உழைப்பு, குறைவான சம்பளம் ஆகியவை மூலமாகக் குறைந்த விலையில் இந்தப் பொருள் களை ஏராளமாக, உள்நாட்டுத் தேவைகளைவிடப் பன்மடங்கு அதிகமான அளவில் தயாரிக்க வேண்டும், ஏற்றுமதி செய்ய வேண்டும்.

இந்த இலக்குகளை எட்ட பெண் ஊழியர்கள் பெரிதும் உதவினார்கள். தொழிற்சாலைகளில் அடிப்படை வசதிகள்கூடக் கிடையாது. நெடு நேர வேலை. சம்பளம் மிகக் குறைவு. வேலைக்கு வந்தவர்கள் பெரும்பாலும் ஏழை விவசாயக் குடும்பங்களைச் சேர்ந்தவர்கள். பருவம் அடிக்கடி பொய்த்ததால் விவசாயம் அடி வாங்கியபோது, பசியால் வாடியபோது

தொழிற்சாலை வேலை இவர்களுக்குக் கஞ்சி வார்த்தது. இந்தக் குடும்பத்துப் பெண்கள் ஆண்களைவிடக் குறைவான அடி மாட்டுச் சம்பளத்துக்கு வேலைக்கு வந்தார்கள்

ஊழியர்களின் குறை தீர்க்கும் தொழில் சங்கங்கள் 1900 கால வாக்கில் வரத் தொடங்கின. ஆனால், இவை அரசாங்கத்தின் கட்டுப்பாட்டுக்குள் இருந்தன. ஊழியர்களின் ஊதியம் நிர்ண யிப்பதில் அரசாங்கத்துக்குப் பங்கு இருந்தது. அப்போது உலகச் சந்தைகளில் ஜப்பானின் வியாபாரக் கொள்கை இதுதான்: பிற நாடுகள் என்ன விலைக்கு விற்கிறார்களோ, அதைவிடப் பத்து சதவிகிதம் குறைவான விலை. அவர்கள் விலையைக் குறைத்தால்? அதனாலென்ன, அவர்கள் குறைக்கக் குறைக்க ஜப்பான் மேலும் மேலும் குறைத்துக்கொண்டே போகும். எதுவரை? போட்டிக்காரர்கள் தாக்குப் பிடிக்க முடியாமல் ஓடி மறைவதுவரை. இது எப்படி சாத்தியமானது? நான்கு முக்கியக் காரணங்கள்:

★ தொழிற்சாலைகளில் அடிப்படை வசதிகள் இல்லை. பிற நாடுகளைப்போல் அந்த வசதிகள் இருந்தால்தான் நிறுவனங் களை நடத்தலாம் என்ற அரசுக் கட்டுப்பாடுகள் இல்லை.

★ தொழிற்சங்கங்கள் அரசுக் கட்டுப்பாட்டில் இருந்தன. வேலை நிறுத்தம் போன்ற அடிப்படை உரிமைகள் தொழிலாளர்களுக்குக் கிடையாது. இறுக்கமான விதிகள் உற்பத்தியை அதிகமாக்க உதவின.

★ பிற நாடுகளைப்போல் எட்டு மணி நேர வேலைச் சட்டங்கள் ஜப்பானில் இல்லை. பன்னிரண்டு மணி நேரம்கூட அவர்களுடைய உழைப்பு உறிஞ்சப்பட்டது.

★ ஊழியர்களின் மிகக் குறைவான ஊதியம்.

வெளி நாட்டு வியாபாரத்தில் ஜப்பான் கொடி கட்டிப் பறந்தது.

மெய்ஜி ஆட்சியில் எல்லாமே சாதனைகளா? பிரச்னைகளே இல்லையா?

சைகோ டாகாமோரி (Saigo Takamori) என்பவர் ராணுவத் தலைவராக இருந்தார். மெய்ஜி மன்னரின் வெளிநாட்டுக் கொள்கைகள், சமுராய்களின் பதவி இழப்பு ஆகிய கொள்கை களோடு இவர் ஒத்துப்போகவில்லை. அரண்மனையைக் கைப்பற்றவும் அரசுக்கு எதிராகப் போராடவும் தன் கீழ் இருந்த

படைகளுக்கு ஆணையிட்டார். மாமன்னருக்கு விசுவாசமாக இருந்த படைகளுக்கும் டாகாமோரி படைகளுக்கும் 1877ல் போர் தொடங்கியது. அரசரின் படைகள் ஒன்பது மாதக் கடும் போருக்குப் பின்னால்தான் இந்தக் கலவரத்தை அடக்க முடிந்தது. இந்தக் கிளர்ச்சி இரு தரப்பிலுமாக 12000 உயிர்களைப் பலி வாங்கியது.

ஜப்பானின் பலத்தைப் பிற நாடுகளுக்கு நிரூபிக்கவேண்டிய சமயம் வந்துவிட்டதை மெய்ஜி உணர்ந்தார்.மெய்ஜி மன்னர் தேர்ந்தெடுத்த களம் கொரியா. கி. மு 221 முதல் சீன ஜப்பான் உறவுகள் தொடங்கிவிட்டன. இந்தத் தொடர்பில் அடிக்கடி ஏற்ற இறக்கங்கள், பிணக்குகள், பிரிவுகள் இருந்தன. சீனா எப்போதுமே ஜப்பானுக்குச் சம மரியாதை கொடுத்ததில்லை. குட்டி நாடு, குறைவான மக்கள் தொகை, பின் தங்கிய தொழில் நுட்பம் என ஜப்பானை இழிவுபடுத்த சீனாவுக்குப் பல காரணங்கள் இருந்திருக்கலாம். மெய்ஜி அரசு 1894ல் சீனாவோடு சந்தித்த முதல் வெளிநாட்டுப் போர் பழைய வரலாற்றை மாற்றி எழுதியது.

ஜப்பானின் அண்டை நாடான கொரியா சீனாவின் ஆதிக்கத்தில் இருந்தது. கொரியாவிலிருந்து சீனா எப்போதும் தன் மேல் பாயலாம் என்ற பயம் ஜப்பானுக்கு உண்டு. ராணுவத் தளபதி ஒருவர் சொன்னார், கொரியா ஜப்பானின் நெஞ்சுக்கு நேராக நீட்டப்பட்டிருக்கும் வாள். கொரியாவைத் தன் வசம் வைத்துக் கொண்டால் பயம் தேவையில்லை என்று மெய்ஜி ஆட்சி நம்பியது.

கொரியா ஜப்பானை ஈர்க்க இன்னொரு காரணமும் உண்டு. ஜப்பானின் தொழில் வளர்ச்சிக்குத் தேவையான கரியும் இரும்பும் கொரியாவில் தாராளமாகக் கிடைத்தன. கொரியாவை ஜப்பானின் ஆதிக்கத்தின் கீழ்க் கொண்டு வந்தால் இந்தப் புதையல் ஜப்பான் வசம்.

ஆகஸ்ட் 1894ல் தொடங்கிய இந்தப் போர் ஏழு மாதங்கள் நடந்தது. சீனாவின் சரணாகதியோடு முடிந்தது. ஜப்பானின் பிரபல வரலாற்று எழுத்தாளரான டோக்குட்டோமி ஸோஹோ (Tokutomi Soho) சொன்னார். 'உலக அரங்கில் நாம் இனிமேல் வெட்கப்படத் தேவையில்லை. இதுவரை நமக்கு நம் பலம் தெரியாது, உலகத்துக்கும் நம்மைத் தெரியாது. நம் பலத்தை நாம்

சோதித்துவிட்டோம், நம்மை நாம் உணர்ந்துவிட்டோம், உலகத்துக்கும் நாம் யார் என்று தெரியவைத்து விட்டோம்.'

வட கிழக்குச் சீனாவில் லியோடுங் (Liaotung) என்ற தீபகற்பம் இருக்கிறது. இந்தப் பகுதியைச் சீனாவிடமிருந்து ஜப்பான் கைப்பற்றியிருந்தது. 1895ல் ஜெர்மனி, ரஷ்யா, பிரான்ஸ் ஆகிய மூன்று நாடுகளும் சேர்ந்து ஜப்பானின் உதவி வெளியுறவு அமைச்சர் ஹயாஷி ததாஸு (Hayashi Tadasu)என்பவரைச் சந்தித்தார்கள். லியோடுங் பகுதியைச் சீனாவிடம் திருப்பிக் கொடுத்துவிடுமாறு கேட்டார்கள்.

ஜெர்மனி, ரஷ்யா, பிரான்ஸ் ஆகிய மூன்று நாடுகளையும் யுத்தத்தில் சந்திக்கும் சக்தி ஜப்பானுக்குக் கிடையாது என்பதால் அமைச்சர் வாய் திறக்கவில்லை. இந்த அவமானத்தில் ஜப்பான் ஒரு சபதம் எடுத்தது. ஜப்பான் எடுத்த சபதத்தை ததாஸு அழகாக எடுத்துச் சொன்னார்.

'மேலை நாடுகளில் அறிவியல்தான் ராணுவத்தின் முக்கிய அங்கமாக இருக்கிறது. நாமும் அந்த மேலை நாட்டு முறை களைத் தொடர்ந்து படிப்போம், பயன்படுத்துவோம். புதுப் போர்க் கப்பல்கள் தேவையா? அவற்றை உருவாக்குவோம். நம் ராணுவத்தைச் சீரமைக்க வேண்டுமா? செய்வோம். போர்க் கப்பல்களைச் செப்பனிடும் வசதிகளை அமைப்போம். துப்பாக்கி களும் போர்க் கருவிகளும் செய்யத் தேவையான உருக்குத் தொழிற்சாலைகளைக் கட்டுவோம். ராணுவம் நாட்டின் ஒரு பாகத்திலிருந்து இன்னொரு பகுதிக்கு வேகமாகப் போவதற்காக ரயில் போக்குவரத்தில் முன்னேற்றம் காண்போம். ராணுவத் தளவாடங்களைக் கொண்டு செல்ல வசதியாகச் சரக்குக் கப்பல்களின் எண்ணிக்கையை விரிவு படுத்துவோம். இன்னும் கொஞ்ச காலத்துக்கு, மேலை நாடுகள் சந்தேகப்படாத வகையில், நாம் அமைதியாக இருப்போம். இந்தக் காலத்தில், ஜப்பானின் பலத்தை ஒவ்வோரு நாளும் கூட்டும் நடவடிக் கைகள் எடுப்போம். நம் சக்தியைக் காட்டும் நாளுக்காகக் காத்திருப்போம். நிச்சயமாக அந்த நாள் வரும். அந்த நாளில் ஜப்பான் தன் தலைவிதியைத் தானே நிர்ணயிக்கும். ஜப்பானின் உள்நாட்டு விஷயங்களில் மூக்கை நுழைக்கும் நாடுகளின் கொட்டத்தை அடக்குவோம். இது மட்டுமல்ல, தேவைப் பட்டால் அவர்களுடைய உள்நாட்டு விஷயங்களிலும் தலையிடுவோம்.'

அடுத்த இருபது வருடங்களில், ஜப்பானின் வல்லரசுக் கனவு நிறைவேறியது.

லியோடுங் தீபகற்ப விவகாரத்தில் ஜெர்மனி, ரஷ்யா, பிரான்ஸ் ஆகிய மூன்று நாடுகளும் சேர்ந்து ஜப்பானை மிரட்டியதைப் பார்த்தோம். அப்போது இன்னும் இரண்டு வல்லரசு நாடுகள் இருந்தன. அவை அமெரிக்காவும் இங்கிலாந்தும். அமெரிக்கா பிற நாடுகளின் உள்நாட்டுச் சமாச்சாரங்களில் அதிகம் தலையிடத் தொடங்கியிருக்காத காலம் அது. இங்கிலாந்தைப் பொருத்தவரை, உலகை ஆளும் தகுதியும் திறமையும் தனக்கு மட்டுமே இருக்கிறது என்று இங்கிலாந்து நம்பியது. பிரச்சனை என்னவென்றால், பத்தொன்பதாம் நூற்றாண்டின் ஆரம்பத்திலிருந்து ஜெர்மனியும் இதே வல்லரசுக் கனவுகள் காணத் தொடங்கியிருந்தது. எனவே ஜெர்மனியிடமிருந்து விலகி நிற்பது தனக்கு நல்லது என்று இங்கிலாந்து நினைத்தது.

ஜப்பானின் வளர்ச்சியைக் கண்ட இங்கிலாந்து, இந்த வளரும் நாட்டைத் தன் பக்கம் வைத்திருக்க முடிவு செய்தது. 1902ல் இங்கிலாந்தும் ஜப்பானும் உடன்படிக்கை செய்துகொண்டன. அதன் ஒரு ஷரத்துப்படி, இவற்றுள் யாராவது ஒரு நாடு போரில் ஈடுபட்டால், அடுத்த நாடு உதவ வேண்டும். இங்கிலாந்து வகுத்த இந்த வியூகம் எத்தனை புத்திசாலித் தனமானது என்பதை 1914ல் தொடங்கிய முதல் உலகப் போர் நிரூபித்தது.

1904ல் கொரியா, மஞ்சூரியா ஆகிய நாடுகள் யார் ஆதிக்கத்தின்கீழ் வர வேண்டும் என்பதில் ரஷ்யாவுக்கும் ஜப்பானுக்குமிடையே தகராறு வந்தது. ஜப்பான் தன் ராணுவ பலத்தை முனைப்புடன் வளர்த்து வருவதை ரஷ்யா அறியவில்லை. போர் தொடங்கியது. சீட்டுக் கட்டு மாளிகையாக ரஷ்யக் கப்பல் படையும் ராணுவமும் அடுத்தடுத்துச் சாய்ந்தன. எல்லா முனைகளிலும் ஜப்பானுக்கே வெற்றி.

சீனா, ரஷ்யா போன்ற வல்லரசுகளைக் குட்டி நாடுகளும் தோற்கடிக்க முடியும் என்பதை ஜப்பானின் வெற்றி வளரும் நாடுகளுக்குக் கொடுத்தது. நேரு தன் சுயசரிதையில் சொல்கிறார். ஜப்பானின் இந்த வெற்றி பெரும்பாலான இந்தியர்களிடம் இருக்கும் தாழ்வு மனப்பான்மையைக் குறைத்து விட்டது.

நவீனச் சீனாவின் தந்தை என்று அழைக்கப்படும் சன் யாட் சென் சொன்னார். ரஷ்யா ஜப்பானிடம் பெற்ற தோல்வி மேலை நாடுகள் கீழை நாடுகளிடம் பெற்ற தோல்வி.

இதே சமயம், வளர்ந்த நாடுகள் ஒருவித பயத்தோடும் பிரமிப்போடும் ஜப்பானைப் பார்த்தன. அப்போது அமெரிக்கக் குடியரசுத் தலைவராக இருந்த தியோடர் ரூஸ்வெல்ட் வெற்றிச் செய்தி கேட்டதும் ஆச்சரியத்தில் மூழ்கினார். உலகமே இதுவரை பார்த்திராத அற்புத நிகழ்ச்சி இது. முதலில் செய்தி வந்தபோது என்னால் நம்பவே முடியவில்லை என்றார்.

நாற்பதே ஆண்டுகளில், ஜப்பானைப் பின் தங்கிய நிலை யிலிருந்து வல்லரசாக மாற்றிய மெய்ஜி மன்னர் 1912ல் தன் 57ம் வயதில் மரணமடைந்தார். 42 வருட ஆட்சியில் இவர் சாதித்ததைப்போல் ஜப்பான் வரலாற்றில், ஏன் உலக வரலாற்றிலேயே இத்தனை சாதனை படைத்தவர்களை விரல் விட்டு எண்ணிவிடலாம்.

மெய்ஜிக்கு இறுதி மரியாதை செலுத்த மக்கள் கூட்டம் அலை மோதியது. இந்தக் கூட்டம் அவர் கடவுளின் அவதாரம் என்பதால் வந்த கும்பல் அல்ல. நாட்டின் ஏழைகள் முதல் பணக்காரர்கள் வரை எல்லா வகுப்பினரும் நெஞ்சில் துயரச் சுமையோடு வந்தார்கள்.உலகத்தால் உதாசீனப்படுத்தப்பட்ட ஜப்பானின் தன்மானத்தை மீட்டுக் கொடுத்த சமூக நீதிக் காவலர் என்று அவர்கள் மெய்ஜியைப் போற்றினார்கள்.

இங்கிலாந்தின் புகழ் பெற்ற நாளிதழ் லண்டன் டைம்ஸ் மாமன்னருக்கு அஞ்சலி செலுத்தும்போது இவ்வாறு எழுதியது. ‘எல்லா வகுப்பு மக்களும் அரண்மனையைச் சுற்றி இருக்கும் இடங்களில் மாபெரும் கூட்டமாக இருந்தார்கள். அரண்மனை வாசல் கதவுவரை போகிறார்கள், மண்டியிட்டு வணங்கு கிறார்கள். மறுபடியும், மறுபடியும் வருகிறார்கள். குனிந்த தலையும், கனத்த நெஞ்சும் கொண்ட மக்கள் கடல். இதைப் பார்க்கும்போது மெய்ஜி சக்கரவர்த்தியின் ஆட்சிச் சிறப்புக்கு இதுவே போதும்.'

மெய்ஜிப் பேரரசருக்கு ஜப்பானிய வரலாற்றில் மட்டுமல்ல, உலகச் சரித்திரத்திலும் நிரந்தர இடம் நிச்சயம் உண்டு.

இதுவரை

மெய்ஜிப் பேரரசரின் ஆட்சி ஜப்பானின் வெற்றிக்கு எத்தகைய அடித்தளமிட்டது?

- நவீன விவசாய முறைகள் அறிமுகப்படுத்தப்பட்டன.
- பொருளாதார வளர்ச்சியைத் தூண்டும் தொலை நோக்கு நடவடிக்கைகள் - தொழில்களுக்கு உதவி, இரும்பாலைகள் தொடக்கம். சாலைகள், கப்பல் வழித்தடங்கள், ரயில் பாதைகள், நாடு தழுவிய தொலைத் தொடர்பு போன்ற கட்டமைப்பு வசதிகள்.
- வியாபாரிகள் சமுதாய அந்தஸ்தில் கடைசி இடத்தில் இருந்தார்கள். இதை மெய்ஜி அரசு மாற்றியது. பிரபுக்கள், சமுராய்கள் போன்ற புதிய தொழில் முனைவோர்கள் களத்தில் நுழைந்தனர். சோனி, சான்யோ, ஹிட்டாச்சி, தோஷிபா, பானஸோனிக் போன்ற புதிய தொழில் முனைவர்களால் தொடங்கப் பட்ட நிறுவனங்களின் உலகளாவிய வெற்றிக்கு இந்த வர்ணாசிரம முறை ஒழிப்புதான் காரணம்.
- உலகளாவிய அறிவுத் தேடல்.
- ஐரோப்பிய பாணிப் பாடத்திட்ட அறிமுகம். அனைவருக்கும் கட்டாய ஆரம்பக் கல்வி.
- வெளிநாட்டுத் தொழில்நுட்பங்களும் இயந்திரங்களும் தருவிக்கப்பட்டன.
- தனியார் நுழையத் தயங்கும் தொழில்களை அரசாங்கம் தொடங்கி, வெற்றிகரமாக நடத்தி, தனியாரிடம் கொடுத்தது.

5

இரண்டு யுத்தங்கள்

மெய்ஜி மன்னருக்குப் பதினான்கு குழந்தைகள். அவர்களுள் மூன்றாவது மகன் யோஷிஹிட்டோ (Yoshihito). சின்ன வயது முதலே உச்சந்தலையிலிருந்து உள்ளங்கால்வரை உடல் உபாதைகள் கொண்டவர். மூளைக் காய்ச்சல்கூட வந்தது. ஆனால், என்ன காரணமோ, மெய்ஜி மன்னரின் மரணத்துக்குப் பிறகு யோஷிஹிட்டோ அரியணை ஏறினார்.

இவருக்கு டைஷோ (Taisho) என்ற பட்டம் வழங்கப்பட்டது. டைஷோ என்றால் ஜப்பானிய மொழியில் மிக உயர்வான நேர்மை என்று பொருள். முப்பத்து மூன்று வயதில் இவர் பதவியேற்றார். நாற்பத்து ஏழாம் வயதில் மரணமடைந்த இவர் ஆட்சி மிகக் குறுகிய காலமான பதினான்கு வருடங்களே நீடித்தது. இந்த ஆட்சிக் காலம் டைஷோ காலம் என்று அழைக்கப்படுகிறது.

புதிய பேரரசரின் உடல்நலம் போலவே, அவர் ஆட்சியும் பலவீனமாக இருந்தது, பல பிரச்னைகளைச் சந்தித்தது. சக்கரவர்த்தியின் அதிகாரம்

குறைந்தது. அரசர், பிரபுக்கள், சமுராய்கள் என்று பலரும் அதிகாரப்போட்டி போட ஆரம்பித்தார்கள். அரசரின் சக்தி குறையும்போது பிரபுக்கள் தலை தூக்குவார்கள்: அரசர், பிரபுக்கள் ஆகியோரின் கை இறங்கும்போது சமுராய்கள் துருப்புச் சீட்டை இறக்குவார்கள். மற்றொரு பக்கம், அரசியல் கட்சிகள் மூலமாக மக்கள் கையில் சக்தி வரத் தொடங்கியது. இதனால், டைஷோ காலம் ஜனநாயகத்தின் தொடக்கக் காலமாகக் கருதப்படுகிறது.

ஓர் ஆச்சரியம். ஜப்பான் உலகம் மதிக்கும் வல்லரசாக வேண்டும் என்று ஏங்கிய மெய்ஜி மன்னரின் ஆசைக் கனவு உடல்நலமும், ஆட்சியும் பலவீனமாக இருந்த அவர் மகன் டைஷோவின் ஆட்சிக் காலத்தில்தான் நிறைவேறியது.

இதற்கு முக்கியக் காரணமாக இருந்தது முதல் உலகப் போர். 1914 முதல் 1918 வரை நடைபெற்ற யுத்தத்தில் ஜெர்மனி, ஆஸ்திரியா, ஹங்கேரி, துருக்கி ஆகிய நாடுகள் ஒரு பக்கமும் இங்கிலாந்து, பிரான்ஸ், ரஷ்யா, இத்தாலிஆகிய நாடுகள் இன்னொரு பக்கமும் இருந்து போரிட்டன.

1900ல் உலக மக்கள் தொகை 160 கோடி. இதில் 40 கோடிப் பேர் ஐரோப்பிய நாடுகளில் வசித்தார்கள். ஆப்பிரிக்கா, ஆசியா, ஆஸ்திரேலியா, அமெரிக்கா என உலகெங்கும் ஐரோப்பியர் ஆதிக்கம். இதனால் ஐரோப்பியர்கள் தங்களை உலகத்தைக் காப்பாற்றக் கடவுளால் அனுப்பப்பட்ட தூதர்களாக நினைத்துக் கொண்டார்கள்.

ஒரே ஒரு உதாரணம். 1600ல் கிழக்கிந்தியக் கம்பெனி நிறுவப் பட்டது. இந்தியா, சீனாவோடு வாசனைத் திரவியங்கள் வியாபாரம் செய்வது மட்டுமே கம்பெனியின் குறிக்கோள். அப்போது டச்சு, போர்ச்சுகல் வியாபாரிகளும் இந்தியாவோடு இந்த வியாபாரம் செய்தார்கள். அவர்களோடு போரிட்டு இங்கிலாந்து ஜெயித்தது.

1615ல் இங்கிலாந்து அரசின் தூதுவர் மொகலாய மன்னர் ஜஹாங்கிரைச் சந்தித்தா. இந்தியாவில் வியாபாரம் செய்யத் தனிச் சலுகைகளும்.தொழிற்சாலைகள் கட்டும் அனுமதிகளும் கிடைத்தன. கிழக்கிந்தியக் கம்பெனி அதிகாரிகளிடம் ஏராள மாகப் பணம் புழங்கியது. பணம் அதிகார வர்க்கத்திடம் செல்வாக்குக் கொடுத்தது.

1751ல் ராபர்ட் கிளைவ் இந்தியா வந்தார். வியாபார பலத்தை, பண பலத்தை அரசியல் பலமாக்கினார். ஆற்காடு, வங்காளம் ஆகிய பகுதிகள் இங்கிலாந்தின் கீழ் வந்தன. விரைவில் இந்தியா இங்கிலாந்தின் காலனியானது. வியாபாரியாக நுழைதல், உள்நாட்டு விவகாரங்களில் மூக்கை நுழைத்தல், மெள்ள மெள்ள இங்கிலாந்தின் யூனியன் ஜாக் கொடியைப் பறக்க விடுதல் - இதுதான் இங்கிலாந்தின் ஆட்டம். பிரான்ஸ் போன்ற பிற ஐரோப்பிய நாடுகளின் திட்டமும் இதேதான். நாட்டைப் பிடித்ததும் என்ன செய்வார்கள்? பருத்தி, பட்டு போன்ற மூலப் பொருட்களை இந்தியா, சீனா, ஜப்பானிலிருந்து இங்கிலாந் துக்கு அள்ளிக்கொண்டு போவார்கள். தங்கள் நாட்டுத் தொழிற் சாலைகளில் ஆடைகளை உற்பத்தி செய்வார்கள். அவற்றைக் கொள்ளை லாபத்தில் இந்தியா, சீனா, ஜப்பானுக்கே விற்பார்கள். இத்தனை விலங்குகள் மாட்டும்போது, இந்தியா, சீனா, ஜப்பான் ஆகிய நாடுகள் எப்படி முன்னேற முடியும்? நிரந்த அடிமைச் சாசனம்தான். மண்ணாசை கொண்ட நாடுகளின் குறிக்கோளே இதுதானே?

இப்படி உலகத்தின் பல பாகங்களிலிருந்து அபகரித்த மூலப் பொருட்களை ஆதாரமாகக் கொண்டு இங்கிலாந்து பிரம்மாண்ட மான தொழிற்சாலைகளை நிர்மாணித்து சந்தையைப் பெருக்கியது. அப்போது இங்கிலாந்தோடு போட்டி போட்ட ஒரே நாடு அமெரிக்கா மட்டுமே. 1900 - 1913 காலகட்டத்தில் இங்கிலாந்தும் அமெரிக்காவும் பிரம்மாண்ட வளர்ச்சி கண்டன. உலகின் மொத்த உற்பத்தியில் பெரும் பகுதி இந்த இரண்டு நாடுகளிடமிருந்துதான் வந்தது.

இங்கிலாந்தின் பிரச்னை என்னவென்றால், பிரிட்டிஷாருக்கு இருந்த உலகத்தை வளைத்துப்போடும் ஆசை ஜெர்மனிக்கும் வந்தது. பத்தொன்பதாம் நூற்றாண்டின் மத்திய காலம்வரை ஜெர்மனி சிறு சிறு பகுதிகளாக இருந்தது. ஜெர்மன் கூட்டமைப்பு என்று இதற்குப் பெயர். 1871ல் பிஸ்மார்க் இந்தப் பகுதிகளை ஒன்றிணைத்துப் புதிய ஜெர்மனியை உருவாக்கினார்.

இங்கிலாந்தும், பிரான்சும் அதிகக் காலனிகளைத் தங்கள் வசம் வைத்திருந்தன. அந்தக் காலனிகளை எப்படி அபகரிக்கலாம் என்று ஜெர்மனி துடித்தது. ஜெர்மனியின் பகுதிகளை எப்போது கவரலாம் என்று பிரான்ஸ் ஏங்கியது. ஜெர்மனியின் வல்லரசுக்

கனவுகளை எப்போது, எப்படி ஒட்ட நறுக்கலாம் என்று யோசித்தது இங்கிலாந்து. இப்படி ஒவ்வொரு நாட்டுக்கும் ஒவ்வொரு கனவு. போரை எங்கே, எப்போது தொடங்கலாம் என்று இந்த நாடுகள் காத்திருந்தன.

காட்டுத் தீயாகப் பரவப்போகும் முதல் உலகப் போரின் பொறி விரைவிலேயே வந்தது. ஆஸ்திரிய இளவரசர் ஃபெர்டினாண்ட் (Franz Ferdinand), அவர் மனைவி இருவரும் செர்பியாவுக்குச் சென்றபோது, செர்பியக் குடிமகன் ஒருவன் இருவரையும் சுட்டுக் கொன்றான்.

அடிக்கு அடி, ரத்தத்துக்கு ரத்தம் என்று துடித்த ஆஸ்திரியா செர்பியாமீது போர் தொடுத்தது. ஜெர்மனி ஆஸ்திரியாவுக்கு ஆதரவுக் கரம் நீட்டியது. ரஷ்யா செர்பியாவின் உதவிக்கு வந்தது. இதற்காகத்தானே இங்கிலாந்தும், பிரான்சும் காத்திருந் தார்கள்? ஆஸ்திரியா செர்பியா சண்டை உலகப் போரானது. ஜெர்மனி, ஆஸ்திரியா, ஹங்கேரி, துருக்கி ஒரு பக்கம். எதிர் அணியில் இங்கிலாந்து, பிரான்ஸ், ரஷ்யா, இத்தாலி.

போர் தொடங்கிய ஆரம்ப நாட்களில் ஜப்பான் களத்தில் இல்லை. பிரிட்டனின் அழைப்பை ஏற்றுத் தாமதமாகத்தான் களத்தில் நுழைந்தது.

1897ல் ஜெர்மனி சீனாவின் சில பகுதிகளைத் தன் ஆதிக்கத்தில் கொண்டு வந்திருந்தது. ஜெர்மன் நாட்டின் கடற் படையின் பெரும் பகுதி இங்கே இருந்தது. 1902ல் இங்கிலாந்தும் ஜப்பானும் தமக்குள் யாராவது போரில் ஈடுபட்டால், அடுத்த நாடு உதவ வேண்டும் என்று ஒப்பந்தம் செய்து கொண்டார்கள் அல்லவா? அந்த உடன்படிக்கை இப்போது இங்கிலாந்தின் உதவிக்கு வந்தது. நண்பன் ஜப்பானே, சீனாவில் இருக்கும் ஜெர்மன் கடற்படையைத் தாக்கு என்று கேட்டது.

கடந்த வரலாற்றில் ஒவ்வொரு பத்து வருட இடைவெளியிலும் ஜப்பானின் கழுத்தில் ராணுவ வெற்றி மாலை விழுவது புதிய சக்கரவர்த்தியின் மனக்கண்ணில் ஓடியது. 1894ல் சீனாவோடு போர். வெற்றி.1904ல் ரஷ்யாவோடு போர். வெற்றி.இப்போது 1914 அழைக்கிறது. உலகை ஆளும் வல்லரசுக் கனவு அவருக்கும் வந்தது. இங்கிலாந்து மூலமாக அதற்கான வாய்ப்பு தேடி வரும்போது மறுக்கலாமா?

இந்த முறையும் ஜப்பானுக்கே வெற்றி. ஜெர்மனி தோற்கடிக்கப் பட்டது. இந்த வெற்றியை ஜப்பான் மிக மிகச் சாமர்த்தியமாகப் பயன்படுத்திக்கொண்டது. சீனாவோடு 21 கோரிக்கைகள் ஒப்பந்தம் போட்டது. சீனாவை அரசியல், பொருளாதார ரீதியாக அமுக்கிய கிடுக்கிப்பிடி அது. சில கோரிக்கைகளைப் பார்த்தால் இது புரியும்.

★ ஜெர்மன் ஆதிக்கத்தில் இருந்த பகுதிகள் இனி ஜப்பானுக்கு.

★ அரசியல், நிதி, வியாபார, ராணுவ ஆலோசகர்களாக ஜப்பான் குடிமக்களைச் சீனா ஏற்கவேண்டும்.

★ சீனாவின் முக்கியமான ஒரு சுரங்க, உலோக உருக்குத் தொழிற்சாலையை ஜப்பானின் கட்டுப்பாட்டில் வைக்க வேண்டும்.

மறுக்கும் நிலையில் சீனாவும், ஜெர்மனியும் இல்லை.

சொர்க்கத்தில் மெய்ஜிப் பேரரசர் சிரித்திருப்பார். 1868ல் அவர் ஆட்சிக்கு வந்தபோது ஐரோப்பிய நாடுகளைக் கண்டு ஜப்பான் நடுங்கியது. ஐம்பது வருடங்கள்கூட முடியவில்லை. சீனா, ரஷ்யா, ஜெர்மனி ஆகிய மூன்று முக்கிய நாடுகளை ஜப்பான் தோற்கடித்துவிட்டது. இங்கிலாந்து ஜப்பானின் உதவியைக் கேட்கிறது. கொரியாவிலும், சீனாவின் சில பகுதிகளிலும் ஜப்பானின் கொடி பறக்கிறது. இதைவிட வேறு என்ன வேண்டும்?

ஜப்பானுக்கு முதல் உலக யுத்தத்தால் நஷ்டம் மிகக் கொஞ்சம். லாபமோ மிக மிக அதிகம். இன்னொரு விசித்திரம், வல்லரசுப் பதவிக்காக அடித்துக்கொண்ட இங்கிலாந்து, பிரான்ஸ், இத்தாலி, ஜெர்மனி ஆகிய எல்லா நாடுகளும் மாபெரும் மனித, சொத்து இழப்புகளைச் சந்தித்தன. போருக்குள் தாமதமாக இழுக்கப்பட்ட ஜப்பானைப் போர் முடிந்ததும் எல்லா நாடுகளும் வல்லரசாக ஏற்கவேண்டிய கட்டாயம் வந்தது.

முதல் உலக யுத்தம் 104 லட்சம் பேரைப் பலி வாங்கியது. இரண்டு கோடி ஒரு லட்சம் பேர் காயமுற்றார்கள். போரில் ஜெயித்த நேச நாடுகளின் இழப்பு 57 லட்சம். முன்னணியில் நின்ற நேச நாடுகளில் இங்கிலாந்தின் இழப்பு 7 லட்சம்: பிரான்ஸ் 14 லட்சம்: ரஷ்யா 17 லட்சம்: இத்தாலி 5 லட்சம். உயிர்

இழந்த ஜப்பானியர்கள் எத்தனை பேர் தெரியுமா? 250 பேர் மட்டுமே.

இங்கிலாந்து, பிரான்ஸ், இத்தாலி, ஜெர்மனி ஆகிய எல்லா ஐரோப்பிய நாடுகளும் போருக்காக ஏராளமாகச் செலவிட்டு இருந்தன. இந்த நாடுகளின் எல்லாத் தொழிற்சாலைகளும் யுத்தத் தளவாடங்கள் தயாரிக்கும் உற்பத்திச் சாலைகளாக மாற்றப்பட்டிருந்தன. மறுபடியும் தலைதூக்க இந்த ஐரோப்பிய நாடுகளுக்கு இரண்டு உதவிகள் தேவைப்பட்டன. முதல் உதவி - அத்தியாவசியப் பொருள்கள். இரண்டாவது தேவை உள்நாட்டுத் தொழிற்சாலைகளைத் தொடங்க பண உதவி.

இந்த உதவி இரண்டு நாடுகளிடமிருந்து வந்தது. அத்தியாவசியப் பொருட்களை அமெரிக்காவும் ஜப்பானும் கொடுத்தன. பண உதவியைக் கடனாக அமெரிக்கா கொடுத்தது. பொருட்கள் சப்ளையில் பெரும்பகுதி ஆர்டர்கள் பெற்றது ஜப்பான். ஏன் தெரியுமா? அமெரிக்கப் பொருட்களின் தரம் அதிகம், விலையும் அதிகம். குறைந்த விலையில் நிறைந்த தரத்தில் பொருட்களை ஜப்பான் கொடுத்தது. எனவே பெரும்பகுதி மார்க்கெட்டை ஜப்பான் பிடித்தது.

ஐரோப்பிய நாடுகளில் தொழிற்சாலைகள் மறுபடி திறந்தன. ஆனால், அவர்களால் ஜப்பானின் விலையில் பொருள்களைக் கொடுக்க முடியவில்லை. ஜப்பானியப் பொருட்கள் ஐரோப்பிய நாடுகளிலும் மக்கள் மனங்களிலும் நிரந்தர இடம் பிடித்தன. முதல் உலகப் போர் வந்திருக்காவிட்டால் ஜப்பானுக்கு இந்த வாய்ப்பு கிடைத்திருக்குமா?

ஜப்பானியப் பொருளாதாரம் அமோகமாக வளர்ந்தது. இந்த வியாபார வெற்றியை உலகம் தன்னை வல்லரசாக அங்கீகரிக்கப் பயன்படுத்திக்கொண்டது ஜப்பான். ஜப்பானோடு இணைய பல நாடுகள் துடித்தன. 1916ல் ரஷ்யாவோடு ஒப்பந்தம். 1917ல் பிரான்ஸ், இங்கிலாந்து, அமெரிக்கா ஆகியோரோடு ஒப்பந்தம். இந்த உடன்படிக்கைகள் மஞ்சூரியா, மங்கோலியா, சீனாவில் இருந்த ஜெர்மன் பகுதிகள் ஆகியவை ஜப்பானுக்கே சொந்தம் என வல்லரசுகள் சம்மத முத்திரை குத்தினார்கள்.

1914-1918 காலகட்டத்தில் அமெரிக்காவும் தன் வியாபாரக் கதவுகளை ஜப்பானுக்காகத் திறந்தது. ஜப்பானின் ஏற்றுமதி

நான்கு மடங்கு உயர்ந்தது. முதன் முதலாக ஏற்றுமதி, இறக்குமதியை மிஞ்சியது. காலம் காலமாக ஐரோப்பிய நாடுகளிடம் பட்ட கடன்களை ஜப்பான் கொடுத்துத் தீர்த்தது.

உலக நாடுகள் ஜப்பானை அண்ணாந்து ஆச்சரியத்தோடு பார்த்தன. 1919ல் கையெழுத்தான வெர்சை உடன்படிக்கை (Versailles Treaty) முதல் உலக யுத்தத்தை முடிவுக்குக் கொண்டு வந்தது. இதில் முக்கியப் பங்கு வகித்த நாடுகள் ஐந்து - அமெரிக்கா, இங்கிலாந்து, பிரான்ஸ், இத்தாலி, ஜப்பான். இதில் ஜப்பான் சேர்ந்ததற்குக் காரணம் பணம்.

இனி போர் கூடாது என்னும் நோக்கில் 1920ல் நாடுகளின் சங்கம் (League of Nations) தொடங்கியது. பல உள்நாட்டுக் காரணங்களால் அமெரிக்கா இந்த அமைப்பில் சேரவில்லை. ஐந்து நாடுகள் நிரந்தர அங்கத்தினர்களாகத் தனி கௌரவம் கொடுக்கப் பட்டார்கள். அவர்கள் - இங்கிலாந்து, பிரான்ஸ், இத்தாலி, ஜெர்மனி, ஜப்பான். இதில் ஜப்பான் இணைந்ததற்குக் காரணமும் பணம்தான்.

உலக வல்லரசுகளில் ஒன்றாக ஜப்பான் மாறிய தருணம் அது.

உள்நாட்டு அரசியலும் ஆட்சியும் பலவீனமான தலைமையால் பல சவால்களைச் சந்தித்தன. இவற்றுள் சில சவால்கள் வருங்கால நன்மை தந்தன, சில குழப்பங்களை ஏற்படுத்தின.

1921ல் மன்னர் உடல் நலம் கெட்டது. அவர் மகன் ஹிரோ ஹிட்டோ (Hirohito) கையில் அதிகாரம் வந்து சேர்ந்தது. பல பிரச்னைகளை இவர் உறுதியோடு சந்தித்தார்.

டைஷோ ஆட்சியில் அரசரிடமிருந்து அதிகாரம் மக்கள் கைக்கு வரத் தொடங்கியது. அரசியல் கட்சிகள் தொடங்கின. கம்யூனிஸ்ட் கட்சி தலை தூக்கத் தொடங்கியது. பொதுவுடமைக் கருத்துகள் பரவினால், தொழிலாளர்கள், யூனியன்கள் கோரிக்கைகள் வளரும் என ஹிரோஹிட்டோ உணர்ந்தார். ஜப்பானின் ஏற்றுமதி வெற்றியே குறைந்த விலையில் பொருட்களைத் தயாரித்து உலகச் சந்தையில் விற்பதுதான். தொழிலாளர்களுக்கு குறைவான சம்பளம் அளிப்பதன்மூலமே இது சாத்தியமானது. கம்யூனிஸ்டுகள் போராடிய ஊழியர்களின் உரிமை, நியாயமான வேலை நேரம், தகுந்த சம்பளம் ஆகியவற்றுக்குச்

சம்மதித்தால், ஏற்றுமதி என்னாகும்? எனவே, அரசாங்கம் கம்யூனிஸ்ட் கட்சியின் குரல்வளையை நெரித்தது.

பல பொருளாதார நெருக்கடிகளும் தலைதூக்கின. விலைவாசி எகிறியது. போர் முடிவில் அரிசி, அத்தியாவசியப் பொருட்கள், வீட்டு வாடகை ஆகியவற்றின் விலை உச்சாணிக் கொம்பில் இருந்தது. மக்களின் கோபம் கிளர்ச்சிகளாக வெடித்தது. நாடு முழுக்க 623 கிளர்ச்சிகள் நடைபெற்றன. கம்யூனிஸ்ட் கட்சியை ஒடுக்கலாம், ஆனால் தொழிலாளர்களின் உணர்ச்சி களை அடக்க முடியுமா? தொழிற்சாலைகளிலும் வேலை நிறுத்தங்கள் தொடங்கின.

பொதுமக்கள், தொழிற்சாலை ஊழியர்கள் ஆகியோரைப்போல் இயற்கைக்கும் அடக்க முடியாத கோபம் இருந்திருக்கிறது. 1923ல் பெரிய நிலநடுக்கம் ஏற்பட்டது, டோக்கியோ, யோக்கஹாமா ஆகிய முக்கிய நகரங்களைத் தாக்கியது. கட்டடங்களும் தொழிற்சாலைகளும் தரை மட்டமாயின. இது போதாதென்று பல இடங்களில் தீ பிடித்தது. எரிகிற நெருப்பில் எண்ணெய் ஊற்றுவதுபோல் புயல் காற்று வீசியது. தீ வேகமாகப் பரவியது. 1,40,000 பேர் கொல்லப்பட்டார்கள். 100 கோடி மதிப்புள்ள சொத்துகள் பறிபோயின.

புது மன்னர், புதிது புதிதாகப் பிரச்னைகள். மெய்ஜி ஆட்சியில் அடங்கிக் கிடந்த ராணுவம் இப்போது படமெடுத்து ஆடத் தொடங்கியது. பேரரசர் சக்தியிழந்து போனார். ஜனநாயகமும் அரசியல் கட்சிகளும் அடக்குமுறைக்கு உள்ளாயின.

1926ல் டைஷோ மரணமடைந்தார். ஹிரோஹிட்டோ சக்கர வர்த்தியானார். உள்நாட்டுக் குழப்பங்கள் போதாதென்று உலக அரங்கிலும் ஜப்பானுக்குப் பிரச்னைகள் தொடங்கின.

ஜப்பானின் வாழ்வும் வளர்ச்சியும் ஏற்றுமதியை முழுக்க நம்பியிருந்தன.

சிங்க நடை போட்டு சிகரத்தில் ஏறி சிகரத்தை அடைந்தபிறகு வானத்தில் ஏறிய ஜப்பானுக்குச் சறுக்கல் காலம் தொடங்கியது. இந்தச் சறுக்கல் உச்சம் தொட்டது 1929 முதல்.

1929ல் உலகப் பொருளாதாரம் பயங்கர வீழ்ச்சி அடைந்தது. மாபெரும் பொருளாதாரத் தொய்வு (கிரேட் டிப்ரஷன்) என்று

வரலாற்றில் வர்ணிக்கப்படும் காலகட்டம் சுமார் 1940 வரை நீடித்தது. உலகம் சந்தித்த மிகக் கடுமையானதும் மிக நீண்டது மான வீழ்ச்சி இது.1929 செப்டெம்பரில் அமெரிக்காவில் பங்கு களின் விலை விழத் தொடங்கியது. அக்டோபர் 13 அன்று பங்குகளின் விலை ஒரே நாளில் 13 சதவிகிதம் விழுந்தது. பல கோடீஸ்வரர்கள் போண்டிகளானார்கள். பங்கு விலைகளும் பொருளாதாரமும் முந்தைய நிலைக்கு வரப் பத்தாண்டுகளாயின. அமெரிக்காவில் ஆயிரக்கணக்கான தொழிற்சாலைகள் மூடப் பட்டன. லட்சக்கணக்கானோர் வேலை இழந்தார்கள். உணவுத் தானிய ஏற்றுமதி வீழ்ச்சி கண்டது. பணக்கார அமெரிக்காவில் வேலையில்லாத் திண்டாட்டம், பஞ்சம், பசி, பட்டினி. பன்னாட்டு வாணிகம் பாதியாகக் குறைந்தது.

பல ஐரோப்பிய நாடுகள் தலைதூக்க அமெரிக்காதானே கடன் கொடுத்துவந்தது? அள்ளித் தரும் வள்ளலே திண்டாடினால், அவரிடம் கையேந்துபவன் கதி என்னவாகும்? அமெரிக்காவின் பொருளாதார நோய் எல்லா ஐரோப்பிய நாடுகளுக்கும் பரவியது. கோடீஸ்வரர்கள் ஒரே நாளில் லட்சாதிபதிகளா னார்கள். பணக்காரர்கள் நடுத்தர வர்க்கமானார்கள். நடுத்தர மக்கள் ஏழைகளானார்கள். ஏழைகள் பாதாளத்துக்குப் போனார்கள். உணவுப் பொருள்கள், பெட்ரோல் போன்ற அத்தியாவசியப் பொருட்கள் கறுப்புச் சந்தையில் தஞ்சம் புகுந்தன. தொழிற்சாலைகள் ஈவு இரக்கமே இல்லாமல் ஆட்குறைப்புச் செய்தார்கள் அல்லது இழுத்து மூடினார்கள்.

ஜப்பானில் பாதிப்பு இன்னும் அதிகம். நாட்டின் மூச்சுக்காற்றே அமெரிக்காவுக்கும், ஐரோப்பிய நாடுகளுக்கும் செய்த ஏற்றுமதிதானே? ஜப்பான் பொருளாதாரம் தள்ளாட்டம் போடத் தொடங்கியது. 1929 முதல் 1931 வரையிலான இரண்டு வருடங்களில் பயங்கரச் சறுக்கல் ஏற்பட்டது.

★ மொத்த உற்பத்தி 18% குறைந்தது.

★ ஏற்றுமதி 47% குறைந்தது.

★ உள்நாட்டு வியாபாரம் 17% குறைந்தது.

★ பங்குகளின் விலை 54% குறைந்தது.

தொழிலாளர் பிரச்னைகளே இல்லாமல் இருந்த நாட்டில் 1930ல் மட்டும் 1,95,805 தொழிலாளர்கள் சம்பந்தப்பட்ட 2289 முதலாளி

- தொழிலாளி தகராறுகள் ஏற்பட்டன. 81, 329 தொழிலாளர்கள் பங்கேற்ற 906 வேலை நிறுத்தங்கள் நடைபெற்றன. அமெரிக்கா, தானும் மாட்டிக்கொண்டு உலகத்தையும் தன்னோடு இழுத்துக் கொண்ட இந்தப் படுகுழியிலிருந்து மீளப் பத்து ஆண்டுகளுக்கு மேல் ஆனது. அதற்குள் ஜப்பானுக்கும் உலகத்துக்கும் வந்தது இன்னொரு இடி! அது இரண்டாம் உலகப் போர்.

ஜப்பானைப் பொறுத்தவரை முதல் உலகப் போருக்கும் இரண்டாம் போருக்கும் சில முக்கிய வித்தியாசங்கள் உள்ளன:

முதல் உலகப் போர்	இரண்டாம் உலகப் போர்
ஜப்பான் பங்கேற்பு அதிகமில்லை.	*அச்சு நாடுகள்* (Axis Powers) என்று அழைக்கப்பட்ட ஜெர்மனி, இத்தாலி ஆகியோர் அணியில் முக்கியப் பங்கு வகித்தது.
இங்கிலாந்து அணியில் ஜெர்மனிக்கு எதிராக இருந்தது.	ஜெர்மனி அணியில் இங்கிலாந்துக்கு எதிராக இருந்தது.

ஜப்பானின் நிலை தலைகீழாக மாறியது ஏன் என்பதை அறிய இரண்டாம் உலக யுத்தம் தொடங்கிய பின்னணியைப் பார்க்க வேண்டும்.

இரண்டாம் உலகப் போர் தொடங்க முதல் உலகப் போரும் பொருளாதாரத் தொய்வும் முக்கிய காரணங்கள்.

இங்கிலாந்துக்கும் பிரான்சுக்கும் ஜெர்மனிமீது இருந்த பொறாமை முதல் உலகப் போருக்கு வித்திட்டது என்று பார்த்தோம். போரில் ஜெயித்தவுடன் இங்கிலாந்தும் பிரான்சும் ஜெர்மனியைப் பல விதங்களில் அவமானப்படுத்தினார்கள். இந்த அவமானத் தொடர்கதையின் ஆரம்பம் 1919ல் கையெழுத்தான முதல் உலக யுத்தத்தை முடிவுக்குக் கொண்டு வந்த வெர்சை உடன்படிக்கை (Treaty of Versailles). தோல்வி கண்ட ஜெர்மனிக்கு இந்த உடன்படிக்கை என்னவெல்லாம் அநியாய நிபந்தனைகள் விதித்தது தெரியுமா?

★ முன்னாள் ஜெர்மன் சக்கரவர்த்தி இரண்டாம் வில்ஹெம் யுத்தக் குற்றவாளியாக விசாரிக்கப்பட வேண்டும்.

★ யுத்தம் மூண்டதற்கு முழுக் காரணம் ஜெர்மனிதான். நேச நாடுகளின் யுத்தச் செலவுகள், மனித இழப்புகள், பொருட் சேதங்கள் ஆகியவற்றுக்கு ஜெர்மனி நஷ்ட ஈடு கொடுக்க வேண்டும். இந்த நஷ்ட ஈடு சுமார் *31.4* பில்லியன் டாலர் களாகக் கணக்கிடப்பட்டது. ஜெர்மனி தன் நாட்டின் மொத்த வருமானத்தையும் *2020* வரை கொடுத்தால்தான் இது சாத்தியம்.

★ அடுத்த பத்து வருடங்களுக்கு ஜெர்மனி கோடிக்கணக்கான டன் நிலக்கரியை பிரான்ஸ், பெல்ஜியம், இத்தாலி போன்ற நாடுகளுக்குக் கொடுக்க வேண்டும்.

★ ஜெர்மன் ராணுவத்தில் ஒரு லட்சம் போர் வீரர்களுக்கு மேல் இருக்கக்கூடாது.

★ ஜெர்மனி ரயில் பாதைகளில் மூன்றில் ஒரு பகுதியைத் துறக்க வேண்டும், இரும்பு உற்பத்தியைக் குறைக்க வேண்டும்.

★ ஜெர்மன் நாட்டின் பகுதிகளையும் காலனிகளையும் இங்கிலாந்து, பிரான்ஸ், ஜப்பான், போலந்து, செக்கோஸ்லாவாகியா, டென்மார்க் போன்ற நாடுகளுக்குப் பிரித்துக் கொடுக்கவேண்டும்.

ஆஸ்திரியா, ஹங்கேரி, பல்கேரியா, துருக்கி என்று ஒப்பந்தங்கள் தொடர்ந்தன. அவமானங்கள், குற்றச்சாட்டுக்கள், நில அபகரிப்புகள் என்று ஜெர்மனி முழுக்க முழுக்க இருளில் தள்ளப்பட்ட சமயம் அது.

இந்தப் பின்னணியில் ஜெர்மனியில் மன்னராட்சி முடிந்து மக்களாட்சி வந்தது. அடால்ஃப் ஹிட்லர் அரசியலில் புகுந்து தன் ஆவேசப் பேச்சால் புயல் வேகத்தில் தேசிய சோஷலிச ஜெர்மன் தொழிலாளர் கட்சியின் (National Socialist German Workers Party) தலைவரானார். இந்தக் கட்சிதான் சுருக்கமாக நாஜி என்று அழைக்கப்பட்டது.

1929 பொருளாதாரச் சரிவு ஜெர்மனியை அதிகமாகப் பாதித்தது. தொழிற்சாலைகள் மூடப்பட்டதும் வேலையில்லாத் திண்டாட்டமும் தவிர இன்னொரு தனிச் சோகம். அமெரிக்கா விடம் அதிகக் கடன் வாங்கியிருந்த நாடுகளில் ஜெர்மனி ஒன்று.

1924 தொடங்கி சுமார் ஏழு பில்லியன் டாலர் கடன் பாக்கி. இதில் அறுபது முதல் அறுபத்தைந்து சதவிகிதம் அமெரிக்க ஈட்டிக்காரர் களிடம் வாங்கிய கடன். வட்டியைக் கட்டவே புதுக் கடன்கள் வாங்க வேண்டியிருந்தது.

இங்கிலாந்து, பிரான்ஸ் ஆகிய நாடுகளிடம் பெற்ற அவமானங்கள், விஷமாக ஏறும் விலைவாசி, கடன் சுமை. தங்களை யார் காப்பாற்றுவார் என்று காத்திருந்த மக்களுக்கு ஹிட்லர் தேவதூதனாக வந்தார். 1934ல் நடந்த பொதுத் தேர்தலில் நாஜி கட்சி அபார வெற்றி கண்டது. ஹிட்லர் ஜெர்மன் நாட்டுத் தலைவரானார். சாலைகள், ரயில்வே, பாலங்கள் என்று ஆக்க வேலைகள் நடந்தாலும், ஹிட்லரின் முக்கியக் கவனம் ராணுவ பலத்தைப் பெருக்குவதில்தான் இருந்தது. அவருடைய குறிக்கோள் மிகத் தெளிவானது. ஜெர்மனி பெற்ற அவமானத் துக்காக இங்கிலாந்தையும், பிரான்சையும் பழிக்குப் பழி வாங்க வேண்டும். இழந்த நிலப் பகுதிகளையும் அதற்கு மேலும் இடங்களைப் பிடித்து அகண்ட ஜெர்மனி அமைக்கவேண்டும்.

இந்தச் சமயத்தில் ஜப்பானும் தன் அகண்ட ஜப்பான் கனவுகளை வளர்த்துக்கொண்டிருந்தது. முதல் உலகப் போர் முடிந்தபின் உலகம் ஜப்பானை வல்லரசாக ஏற்றது. இந்த அங்கீகாரத்தின் அடிப்படை தன்னுடைய பொருளாதார வெற்றி மட்டுமே என்று ஜப்பானுக்குச் சந்தேகமே இல்லாமல் தெரியும். வல்லரசாக நீடிக்க வேண்டுமானால் இந்த வெற்றியைத் தக்க வைத்துக் கொள்ள வேண்டும். ஒரே ஒரு பிரச்னைதான். நாடு ஏற்று மதியை, முக்கியமாக அமெரிக்க ஏற்றுமதியை நம்பியிருந்தது. ஏற்றுமதிக்கான பொருள்கள் தயாரிக்க அவசியமான இயற்கை வளங்கள் இல்லை. சர்வ வளங்களும் கொண்ட ஒரு காலனி இருந்தால் மட்டுமே பொருளாதார நெருக்கடியிலிருந்து விமோசனம் கிடைக்கும்.

ஜப்பான் தேடிய அத்தனை இயற்கைச் செல்வங்களும் சீனாவில் இருந்தன. சீனாவின் மஞ்சூரியாவில் ஜப்பானின் தொழில் வளர்ச்சிக்குத் தேவையான கரியும் இரும்பும் தாராளமாக இருந்தன. இத்தோடு, ஜப்பானின் இன்னொரு பிரச்னைக்கும் மஞ்சூரியா தீர்வு கொடுத்தது. அங்கே நிலப்பரப்பு மிக அதிகம், மக்கள் தொகை மிகக் குறைவு. ஜப்பானில் தலைகீழ் நிலை. மொத்த நிலப்பரப்பில் 23% விவசாயத்துக்கு ஏற்றதாக இருந்தது. போதிய நிலம் இல்லாததால், விவசாயத் தொழிலாளர்களுக்கு

வேலை இல்லை. இவர்கள் பிற தொழில்கள் செய்யவும், பிற நாடுகளில் குடியேறவும் தயாராக இருந்தார்கள். ஆக சீனாவை அடக்கிவிட்டால் எல்லாப் பிரச்னைகளுக்கும் தீர்வு கிடைத்து விடும்.

சீனாவில் மூன்று நாடுகள் முதலீடு செய்திருந்தன. இங்கிலாந்து, அமெரிக்கா, மற்றும் ஜப்பான். இங்கிலாந்தோ, அமெரிக்காவோ சீனாவைப் பிடிக்க முடிவு செய்தால், அவர்களோடு போட்டி போட முடியாது என்பது ஜப்பானுக்குத் தெரியும். எனவே அவர்களை முந்திக்கொள்ள முடிவெடுத்தது.

சீனாவை ஜெயிப்பது சுலபமென்பது ஜப்பானுக்குத் தெரியும். 1894ல் மெய்ஜி அரசு சீனாவோடு போர் தொடுத்தபோது சுலபமாக வெற்றிபெற முடிந்தது. இந்த 37 வருடங்களில் ஜப்பானின் ராணுவ பலம் பன்மடங்கு அதிகரித்திருந்தது. எனவே, இப்போது சீனாமீது பாய்ந்தால் நசுக்கிவிடலாம் என்று ஜப்பான் நினைத்தது.

துல்லியமான கணிப்பு அது. 1931ல் ஜப்பான் தன் தாக்குதலைத் தொடங்கியது. மிக எளிதாகச் சீனப் பகுதிகள் வீழ்ந்தன. முதலில் மஞ்சூரியா, அடுத்து ஷாங்காய். இங்கிலாந்து, பிரான்ஸ், இத்தாலி, அமெரிக்கா ஆகிய நாடுகளால் ஜப்பானின் வெற்றியை ஏற்றுக்கொள்ள முடியவில்லை. யார் வல்லரசு என்று அவர்களே சண்டையில் இருக்கும்போது புதிதாக இன்னொரு போட்டி நாடா?

முதல் உலகப் போரில் ஜப்பானும் ஜெர்மனியும் எதிர் எதிர் அணிகளில் நின்றன, ஒருவரை ஒருவர் வெட்டிச் சாய்த்தன. இருவரும் 1936ல் இருவரும் கட்டித் தழுவிக்கொண்டார்கள்.

காரணம் 1917 ரஷ்யப் புரட்சி. ரஷ்யாவில் கம்யூனிஸ்ட் கட்சி ஜார் ஆட்சியைத் தூக்கி எறிந்தது, ஆட்சியைக் கைப்பற்றியது. உலகம் முழுவதும் பொதுவுடைமைத் தத்துவத்தைப் பரப்பும் முயற்சிகளில் ரஷ்யா இறங்கியது. இதற்காகச் சர்வதேசக் கம்யூனிஸ்ட் அமைப்பு தொடங்கப்பட்டது. உலகில் சர்வாதிகார ஆட்சிகளைக் கவிழ்த்தல், தொழிலாளர் உரிமைகளை நிலை நாட்டுதல் ஆகியவை அதன் முக்கிய குறிக்கோள்கள். இந்த அமைப்பின் அகில உலக மாநாடு ரஷ்ய நாட்டில் 1919ல் நடந்தது. அமெரிக்கா, இங்கிலாந்து, ஜப்பான், ஜெர்மனி போன்ற 52 நாடுகளின் பிரதிநிதிகள் கலந்துகொண்டார்கள்.

ஜப்பானுக்கும் ஜெர்மனிக்கும் இங்கிலாந்து, அமெரிக்கா, ரஷ்யா ஆகிய மூன்று நாடுகளிடமும் பயம். இந்தப் பயத்தால் தங்கள் பழைய பகையை மறந்தார்கள். கை கோர்த்துக்கொண்டார்கள். அடுத்த வருடம் இத்தாலியும் இந்தக் கூட்டணியில் சேர்ந்தது. இந்தக் கூட்டணியின் பெயர் அச்சு நாடுகள்.

ஜெர்மனியை வல்லரசாக்க முடிவெடுத்த ஹிட்லர் உடன் படிக்கையை மீறி இங்கிலாந்து, பிரான்ஸ் நாடுகளுக்கு இழப்பீடு கொடுக்க மறுத்தார். ராணுவ பலத்தைப் பன்மடங்கு பெருக்கினார்.

1939ல் ஹிட்லர் யுத்தக் காய்களை நகர்த்தினார். ஜெர்மனி போலந்து நாட்டின்மீது போர் தொடுத்தது. இங்கிலாந்தும் பிரான்சும் போலந்தின் உதவிக்கு வந்தார்கள். பரவியது போர். இங்கிலாந்து, அமெரிக்கா, ரஷ்யா ஆகியவை நேச நாடுகள் என்ற பதாகையின் முக்கிய சக்திகளாயின. அச்சு நாடுகளோடு மோதின.

இரண்டாம் உலக மகா யுத்தத்தில் 10 கோடி ராணுவ வீரர்கள் பங்கேற்றார்கள். முதன் முறையாக அணுகுண்டுகள் பயன் படுத்தப்பட்டன. ஆறு கோடிக்கும் அதிகமான மக்கள் உயிரிழந் தார்கள். ஜப்பானைப் பொறுத்தவரை, இது அமெரிக்காவோடு நடந்த யுத்தம். இந்த இரண்டு நாடுகளுக்குமிடையே எப்போதுமே உறவுகள் சுமுகமாக இருந்தது கிடையாது. அமெரிக்கா தன் கலாச்சாரத்துக்கு மதிப்புக் கொடுப்பதில்லை, வெள்ளையர்கள்தாம் உயர்ந்தவர்கள் என்கிற எண்ணத்தோடு இன வேறுபாட்டு உணர்ச்சிகளோடு நடந்துகொள்கிறது என்பது ஜப்பானியரின் எண்ணம்.

1854ல் தாமஸ் பெர்ரி அமெரிக்கத் தூதராக வந்தார். அவர் காட்டிய இடங்களில் எல்லாம் ஜப்பானைக் கையெழுத்துப் போடுமாறு மிரட்டினார். இது முதல் உரசல். ஜப்பானில் தங்கி வியாபாரம் செய்த அமெரிக்கர்கள் உள்நாட்டுப் பண்பாடுகளைப் பற்றிக் கவலையே படாமல் வாழ்ந்தார்கள்.

உரசல்கள் தொடர்ந்தன. 1900 ஆரம்பங்களில் விவசாய வேலை வாய்ப்புகள் குறைந்தன. வேலை தேடி ஜப்பானியர்கள் அமெரிக்காவில் குடியேறத் தொடங்கினார்கள். இது அமெரிக்கர் களுக்குப் பிடிக்கவில்லை. ஜப்பானியர்கள் குடியேறுவதை

அரசாங்கம் கட்டுப்படுத்தவேண்டும் என்று கலிஃபோர்னியா மக்கள் மன்றம் ஒரு தீர்மானத்தை ஏகமனதாக நிறைவேற்றியது. இந்தத் தீர்மானத்தில் சொல்லப்பட்ட காரணம் இதுதான். ஜப்பானியர்கள் ஒழுக்கமில்லாதவர்கள், அளவுக்கு மீறிக் குடிப்பவர்கள், சண்டை போடுபவர்கள், மிகக் குறைந்த சம்பளத்துக்கு வேலை பார்ப்பவர்கள்.

தங்களை அமெரிக்கா அவமதிக்கிறது என்று ஜப்பானியர் நினைத்தது சரிதானே? இரு நாடுகளிலும் ஒருவர்மேல் மற்றவருக்குச் சந்தேகங்கள். அதே சமயம், அமெரிக்காவின் தொழில் நுட்பத்துக்கும், நவீன இயந்திரங்களுக்கும் ஜப்பான் முக்கியச் சந்தையாக இருந்தது. அமெரிக்காவின் ஏற்றுமதியில் 40% ஜப்பானுக்குப் போனது. இதேபோல் ஜப்பானின் உற்பத்திப் பொருட்களுக்கும் அமெரிக்க வாடிக்கையாளர்கள் அவசியமாக இருந்தார்கள். வியாபாரக் கட்டாயங்களால் உறவு உரசல்களை இரு தரப்பாரும் பொறுத்துக்கொண்டார்கள்.

1924ல் அமெரிக்கக் காங்கிரஸ் குடியேறல் சட்டம் (Immigration Act) நிறைவேற்றியது. இதன்படி ஜப்பான், சீனா, பிலிப்பைன்ஸ், இந்தியா போன்ற நாடுகளின் குடிமக்கள் வெள்ளையர் அல்லாதவர்கள். இவர்கள் அமெரிக்கக் குடியுரிமை பெற முடியாது. அமெரிக்கா தன் முகத்தில் கரி பூசிய இன்னொரு நிகழ்ச்சியாக இந்தச் சட்டத்தை ஜப்பான் எடுத்துக்கொண்டது.

ஜப்பான் ஆட்சியாளர்கள் உலக நிலவரத்தை எடை போட்டார்கள். தொழில் வளர்ச்சியில், அறிவியலில் ஜப்பான் மேலை நாடுகளின் சமநிலைக்கு வந்துவிட்டது. உற்பத்திப் பொருட்களின் தரம் உயர்வாக இருந்ததோடு, மக்களின் உற்பத்தித் திறன், கடும் உழைப்பு ஆகியவற்றால் குறைந்த விலைக்குப் பொருட்களைத் தயாரிக்க முடிந்தது. மூலப் பொருட்களுக்கு மட்டும்தான் பிற நாடுகளை எதிர்பார்க்க வேண்டிய கட்டாயம். இதைச் சமாளித்துவிட்டால் எந்த நாடும் ஜப்பானைச் சீண்ட முடியாது.

இதற்காக முப்பதுகளில் ஜப்பான் தற்காப்பு நடவடிக்கைகள் எடுக்கத் தொடங்கியது. பெட்ரோலியப் பொருட்கள் தொழில் உற்பத்திக்கும் ராணுவத்துக்கும் அவசியமானவை. ஜப்பானின் தேவையில் 70% அமெரிக்காவிலிருந்து வந்தது. கச்சா பெட்ரோலியம் இறக்குமதி செய்யப்பட்டு, சுத்திகரிக்கப்

பட்டபின் உபயோகப்படுத்தப்படும். அமெரிக்க, டச்சுக் கம்பெனிகள், ஜப்பானின் மிட்சுபிஷி ஆகிய நிறுவனங்கள் பெட்ரோலியச் சுத்திகரிப்பில் ஈடுபட்டிருந்தன. அமெரிக்கா பெட்ரோலியப் பொருட்களை அரசியல் ஆயுதமாகப் பயன்படுத்தியது. அமெரிக்க நிறுவனங்கள் மூலமாக ஜப்பானின் விநியோகத்தைக் கட்டுப்படுத்தியது.

1934ல் ஜப்பான் பதிலடி கொடுத்தது. பெட்ரோலியம் சட்டம் கொண்டு வந்தது. வெளிநாட்டு நிறுவனங்களின் உற்பத்திப் பெருக்கம் தடை செய்யப்பட்டது. ஜப்பானின் மிட்சுபிஷி கம்பெனி பெட்ரோல் சுத்திகரிப்பில் ஈடுபட்டிருந்த முக்கிய கம்பெனி. பெட்ரோல் உற்பத்தியை அதிகமாக்க மிட்சுபிஷி அதிக மூலதனம் தேவைப்பட்டது. அவர்களிடம் அத்தனை பணம் இல்லை. அரசாங்கம் முதலீட்டுக் கடன் கொடுத்தது. இத்தோடு பல அரசுச் சலுகைகளையும் வழங்கியது. சீக்கிரமே அமெரிக்க நிறுவனங்கள் வழிக்கு வந்தன.

இங்கிலாந்து, அமெரிக்க பாணியில் ஜப்பானும் தொழில் வளர்ச்சிக்கு முதலாளித்துவக் கொள்கையைக் கடைப்பிடித்து வந்தது. ஜப்பான் நிறுவனங்களால் உலகப் போட்டியைச் சமாளிக்க முடியவில்லை. எனவே, தொழிலையும் வியாபாரத் தையும் முழுக்க முழுக்கத் தனியார் வசம் விட்டால் நாட்டுக்கு நல்லதில்லை என்று அரசாங்கம் முடிவெடுத்து தொழில் துறையில் தலையிட முடிவு செய்தது. இதற்கு இரண்டு முக்கியக் காரணங்கள்:

★ சய்பத்சு என்ற பணக்காரக் குடும்பங்கள் ஜப்பானின் தொழில், வியாபாரத்தை ஆக்கிரமித்திருந்தார்கள் என்று பார்த்தோம். மிட்சுபிஷி, சுமிட்டோமோ, யஷுடா, ஷிபுஸாவா, கவாசாக்கி, கொனாய்க்கே ஆகிய ஏழு குடும்பங்கள் இவை. ஜப்பானின் மொத்த மூலதனத்தில் 53 சதவிகிதம் இவர்களிடம் இருந்தது. வங்கிச் சேமிப்புப் பணத்தில் 38 சதவிகிதம்.

இந்த ஏழு குடும்பங்களின் வளர்ச்சியால் ஜப்பானியத் தொழிலும் வியாபாரமும் வளர்ந்தது உண்மை. ஆனால், அதே சமயம், இந்தக் குடும்பங்கள் தங்கள் நலனை மட்டுமே கருத்தில் கொண்டு நிர்வாக முடிவுகள் எடுத்தன, நாட்டு நலனை இவர்கள் ஒதுக்கித் தள்ளிவிட்டார்கள் என்று அரசாங்கம் நினைத்தது.

ஏழு சய்பத்சுக் குடும்பங்களின் பிடியிருந்து பொருளாதாரத்தை விடுவித்து வளர்ச்சியைப் பரவலாக்கி அரசாங்கத்தின் கையில் கடிவாளம் கிடைக்கச் செய்வது முதல் காரணம். சய்பத்சுக் குடும்பங்களிடம் பணம் கொட்டிக் கிடந்ததால், பொருளாதார வீழ்ச்சியைத் தாங்கிக் கொள்ள முடிந்தது. சிறிய தொழில் அதிபர்கள் திண்டாடினார்கள். தயாரித்த பொருட்களை எப்படியாவது விற்க வேண்டுமே? விலைகளைச் சரமாரியாகக் குறைத்தார்கள். அகவிலைக்கும் குறைவாக விற்றார்கள். எத்தனை நாட்களுக்கு முடிகிற காரியம் இது? கம்பெனிகள் திவாலாயின. இந்தப் போக்கில் தொழில் அடித்தளமே காணாமல் போய்விடும் அபாயம். இந்த அடித்தளத்தைக் காப்பாற்றுவது இரண்டாவது காரணம்.

இந்தச் சீர்திருத்தங்களுக்காக, 1929ல் வியாபாரத் தொழில் அமைச்சகம் தொடங்கப்பட்டது. 1931ல் நாடாளுமன்றத்தால் தொழில் கட்டுப்பாட்டுச் சட்டம் (Industry Control Law) நிறைவேற்றப்பட்டு அமலுக்கு வந்தது.

இந்தச் சட்டம் அனுமதித்த சில தொழில் வியாபார முறைகள் வித்தியாசக் கண்ணோட்டம் கொண்டவை. அவற்றுள் முக்கிய மான ஓரம்சம், கார்டெல்கள் (Cartels) என்ற வணிகக் கூட்டணிகள் உருவாக அரசு செய்த உதவி. இது ஜெர்மனி கடைபிடித்த பாணி. அமெரிக்க, பிரிட்டிஷ் சித்தாந்தத்திலிருந்து ஜெர்மன் கொள்கைக்கு ஜப்பான் மாறுவதை இந்த நிலைப்பாடு காட்டுகிறது. முதல் உலகப் போரில் பிரிட்டனோடு கை கோத்த ஜப்பான், இரண்டாம் போரில் ஜெர்மனியோடு சேர்ந்ததற்கு, ஜெர்மனியைப் பொருளாதார முன்னோடியாக ஏற்றுக் கொண்டதும் ஒரு காரணமாக இருக்கலாம்.

கார்டெல்கள் என்றால் என்ன? இவை என்ன செய்தன? தேவைகளின் மீட்சித் திறன் (Elasticity of Demand) என்பது எல்லோரும் ஏற்றுக்கொள்ளும் பொருளாதாரக் கொள்கை. பொருள்களைத் தயாரிப்பாளர் பார்வையிலிருந்து இந்தக் கொள்கையைச் சொல்ல வேண்டுமானால், இப்படிச் சொல்ல லாம். விற்பனை குறைகிறதா? விற்பனையை அதிகமாக்க விலையைக் குறைக்க வேண்டும். தயாரிப்பைவிடத் தேவை அதிகமாக இருக்கிறதா? விலையைக் கூட்டலாம். தேவைகளின் மீட்சித் திறன் கொள்கையின் அடிப்படையில்தான் கார்டெல்கள் வேலை செய்யும். ஜப்பானில் நான்கு நிறுவனங்கள் சோப்

தயாரிக்கிறார்கள். 200 கிராம் சோப் விலை 15 ரூபாய். இந்த நான்கு கம்பெனிகளும் சேர்ந்து மொத்தமாக 20 லட்சம் சோப்புக் கட்டிகள் தயாரிக்கிறார்கள், விற்கிறார்கள். ஏதோ காரணம். மக்களின் சோப் தேவை குறைகிறது. 20 லட்சம் கட்டிகளுக்குப் பதில் 18 லட்சம் கட்டிகளே விற்கிறது. தயாரிப்பு 20 லட்சம் கட்டிகள், விற்பனை 18 லட்சம். மீதம் 2 லட்சம் கட்டிகள் இந்த நான்கு கம்பெனிகளிடம் தேங்கி விடுகின்றன. தேவைகளின் மீட்சித் திறன் கொள்கை என்ன சொல்கிறது? விற்பனையை அதிகமாக்க விலையைக் குறைக்க வேண்டும். இந்த நான்கு கம்பெனிகளும் விலையைக் குறைப்பார்கள். அவர்களுடைய லாபம் குறையும். பொருளாதார வீழ்ச்சிக் காலங்களில் இப்படி விலையைக் குறைத்தால், நஷ்டம் வரும். எத்தனை நாட்கள் நஷ்டத்தைத் தாங்க முடியும்? சீக்கிரமே கம்பெனியை மூட வேண்டியதுதான். இப்படி ஏராளம் கம்பெனிகள் மூடினால், நாட்டின் பொருளாதாரம் அதல பாதாளத்துக்குப் போய்விடும்.

இதைத் தடுக்கத்தான் ஜப்பான் கார்டெல்களை ஊக்குவித்தது. விலை குறையும்போது இந்தக் கார்டெல் கூட்டணியில் இருக்கும் கம்பெனிகள் விலையைக் குறைக்க மாட்டார்கள், உற்பத்தியைக் குறைப்பார்கள். விநியோகம் குறையும், விலை ஏறும்.

அரசின் கார்டெல் கொள்கை பயன் கொடுத்தது. சிறு தொழில்கள் திவாலாகாமல் பிழைத்தன. ஏராளமான தொழிலாளர்களின் வேலை காப்பாற்றப்பட்டது. தன் பொருளாதாரக் கொள்கை களைப் பின்பற்றிய ஜப்பான் பாதை மாறியது அமெரிக்காவுக்குப் பிடிக்கவில்லை. ஜப்பானுக்கும் அமெரிக்காவுக்குமிடையே இப்படிப் பல மன வேறுபாடுகள். கனன்று கொண்டிருந்த இந்த வன்மம் இரண்டாம் உலகப் போரில் வெடித்தது.

1939ல் ஜெர்மனி போலந்து நாட்டின்மீது படையெடுத்து போரைத் தொடங்கி வைத்தது. இதற்கு இரண்டு ஆண்டுகள் முன்னதாகவே, ஜப்பானுக்கும் சீனாவுக்கும் போர் தொடங்கி விட்டது.1931ல் ஜப்பான் சீனாமீது தாக்குதல் நடத்தி, மஞ்சூரியா, ஷாங்காய் பகுதிகளைப் பிடித்தது அல்லவா? இதற்குப் பிறகு இரண்டு நாடுகளுக்குமிடையே அடிக்கடி குட்டிச் சண்டைகள் தொடர்ந்து நடந்துவந்தன. ஜப்பான் தன் ஆதிக்கப் பகுதிகளை விரிவாக்கிக்கொண்டே வந்தது. சீனாவில் உள்நாட்டுச்

சண்டைகள் வந்தால் அவற்றில் எண்ணெய் ஊற்றி நெருப்பு வளர்த்துக் குளிர் காய்ந்தது.

1937ல் சீனத் தலைநகரான பெய்ஜிங் நகருக்குப் போகும் மார்க்கோ போலோ பாலத்தை ஜப்பான் ராணுவம் தாக்கியது. தொடங்கியது ஜப்பான் சீனப் போர். 1945 வரை ஒன்பது வருடங்கள் நீண்ட இந்தப் போர் ஆசிய வரலாற்றின் மகா யுத்தம். ஜப்பானிடம் தரைப்படை,போர்க் கப்பல்கள், தாக்குதல் விமானங்கள் என வகை வகையாக அபாரமான ராணுவ பலம் இருந்தது. எனவே, சீனா நிச்சயமாகத் தோல்வியைத் தழுவும் என்று எல்லா நாடுகளுக்கும் தெரியும். வீணாகச் சீனாவை ஆதரித்து, ஜப்பானின் விரோதத்தைச் சம்பாதித்துக்கொள்ள வேண்டாம் என்று கருதி இங்கிலாந்து, பிரான்ஸ், அமெரிக்கா போன்ற நாடுகள் கண்களை மூடிக் கொண்டன.

அடுத்து வந்த ஒரு நிகழ்ச்சி, சோகமானது, சுவையானது. சீனாவின் நான்ஜிங் (Nanjing) நகரத்தை ஜப்பான் கைப்பற்றியது. அங்கே வியாபாரத்துக்கு வந்த அமெரிக்கக் குடிமக்கள் வசித்தார்கள். நகரம் தாக்கப்பட்டதால், அமெரிக்க அரசு அவர்களைப் பாதுகாப்பாகத் தாய்நாட்டுக்குத் திரும்பிக் கூட்டிக்கொண்டுவரத் திட்டமிட்டது. இதற்காக பனய் (Pnay) என்ற கப்பலை அனுப்பியது. ஆட்கள் ஏறிக்கொண்டார்கள். போரோடு தொடர்பில்லாத நாட்டின் கப்பல் என்று சீனாவுக்கும் ஜப்பானுக்கும் தெரிய வேண்டுமே? அதனால் கப்பலில் பெரிய பெரிய அமெரிக்க நாட்டுக் கொடிகளைப் பறக்க விட்டார்கள். தொடங்கியது பயணம். கப்பலில் 73 பேர் இருந்தார்கள். கடலில் கப்பல் சிறிது தூரம் போயிருக்கும். மேலே பறந்து வந்து குண்டுகள் வீசின ஜப்பான் போர் விமானங்கள். பனய் மூழ்கியது. மூன்று பேர் மரணமடைந்தார்கள், 48 பேருக்குக் காயம். கொதித்தது அமெரிக்கா. சீனத்துக் கப்பல் என்று நினைத்துவிட்டோம். மன்னிப்புக் கோருகிறோம் என்றது ஜப்பான். இத்தனை அமெரிக்கக் கொடிகளைக் கட்டியிருக் கிறோமே? ஏன் பார்க்கவில்லை? என்று அமெரிக்கா கேட்டது. விமான உயரத்திலிருந்து உங்கள் கொடிக்கும் சீனக் கொடிக்கும் வித்தியாசம் தெரியவில்லை என்றது ஜப்பான்.

சீனாவோடு போர் நடக்கும்போது, அமெரிக்காவோடும் யுத்தம் நடத்த முடியாது என்று ஜப்பான் உணர்ந்தது.

பொதுமக்கள் எழுதிய மன்னிப்புக் கடிதங்கள் அமெரிக்கத் தூதரகத்தில் குவிந்தன. டோக்கியோவின் புனித மார்கரெட் பள்ளியின் 37 மாணவிகள் தனித் தனியாகக் கடிதங்கள் எழுதினார்கள். கடிதங்கள் ஆங்கிலத்தில். எல்லாக் கடிதங்களிலும் ஏகதேசம் கீழ்க்கண்ட வாக்கியங்கள்:

Dear Friend!

This is a short letter, but we want to tell you how sorry we are for the mistake our airplane[s] made. We want you to forgive us. I am little and do not understand very well, but I know they did not mean it. I feel so sorry for those who were hurt and killed. I am studying here at St. Margarets school which was built by many American friends. I am studying English. But I am only thirteen and cannot write very well. All my school-mates are sorry like myself and wish you to forgive our country.

To-morrow is X-Mas, May it be merry. I hope the time will come when everybody can be friends. I wish you a Happy New Year. Good-bye.

பல மாணவிகள் கிறிஸ்துமஸ் வாழ்த்து அட்டைகளையும் ஜப்பானின் பல படங்களையும் கடிதத்தோடு அனுப்பினார்கள்.

எல்லாக் கடிதங்களின் கவர்களிலும் ஒரே விலாசம்:

To

The Family of the 'Paney'
C/O U.S.A. Navy Department
Washington DC
U.S.A.

ஆசிரியரின் உதவியோடு இந்தக் கடிதங்களை அவர்கள் எழுதியிருக்கவேண்டும். தெரியாமல் ஜப்பான் செய்த இந்தத் தவறை அமெரிக்காவும் பிற நாடுகளும் மன்னித்தன. ஆனால், அடுத்த சில வாரங்களில் நான்ஜிங் நகரில் செய்த கொடுமை உலகத்தையே ஜப்பானுக்கு எதிராகத் திருப்பியது. அந்தச் சம்பவம் நான்ஜிங் படுகொலை எனக் கண்ணீராலும் ரத்தத்தாலும் உலக வரலாற்றில் எழுதப்பட்டது.

1937 டிசம்பர் 13 அன்று நான்ஜிங் நகரத்தைக் கைப்பற்றியவுடன் ஜப்பான் ராணுவம் வெறியாட்டம் போட்டது. அடுத்த ஆறு

வாரங்களில் சுமார் இரண்டு லட்சம் மக்கள் கொல்லப் பட்டார்கள். இவர்களுள் பெரும்பாலானோர் யுத்தம், ராணுவம் ஆகியவற்றோடு தொடர்பே இல்லாத சாமானியர்கள். இருபதாயிரத்துக்கும் அதிகமான பெண்கள் பாலியல் பலாத்காரம் செய்யப்பட்டார்கள்.

இந்தக் கொடுமை இதுவரை கண்களை மூடிக் கொண்டிருந்த நாடுகளைச் சீனாவின் உதவிக்கு வர வைத்தது. அமெரிக்கா, இங்கிலாந்து, பிரான்ஸ் ஆகிய நாடுகள் போர்த் தளவாடங்கள் வாங்குவதற்காகச் சீனாவுக்குக் கடன் கொடுத்தன. ஆஸ்திரேலியா ஜப்பானுக்குச் செய்துவந்த இரும்புத் தாது ஏற்றுமதியை நிறுத்தியது.

ஃபிராங்ளின் ரூஸ்வெல்ட் அமெரிக்கக் குடியரசுத் தலைவராக இருந்தார். செப்டம்பர் *1939*ல் அமெரிக்க மக்களின் கருத்தை அவர் எதிரொலித்தார். இந்தத் தேசம் நடுநிலை வகிக்கும்! ஆனால் நடுநிலைக் கனவுகள் அதிக நாள் நீடிக்கவில்லை. அதற்குக் காரணமும் ஜப்பான்தான். அமெரிக்கா சீனாவுக்குப் போர்த் தளவாடங்களும் பிற பொருள்களும் கொடுத்தது. இந்தக் கப்பல்கள் சீனாவுக்குள் நுழைய முடியாமல் ஜப்பான் தடுத்தது. இதே சமயம் ஜெர்மனி, இத்தாலியோடு ஜப்பான் பத்து வருட வாணிப ஒப்பந்தம் போட்டது.

பதிலடி கொடுத்தது அமெரிக்கா. விமானங்கள், விமான பாகங்கள், விமான பெட்ரோல், இயந்திர பாகங்கள் ஆகிய பொருட்களை அமெரிக்க நிறுவனங்கள் ஜப்பானுக்கு ஏற்றுமதி செய்யக்கூடாது என்று தடை விதித்தது. இந்தப் பொருட்கள் போரைத் தொடர்ந்து நடத்த அவசியத் தேவை. இவை கிடைக்காவிட்டால் ஜப்பான் போரை நிறுத்திவிடும் என்று அமெரிக்கா கணக்குப் போட்டது. இது தப்புக் கணக்கானது. ஜப்பான் அதிக வெறியோடு போர் செய்ய வைத்தது.

ஆசியா ஆசியருக்கே என்ற முழக்கத்தை ஜப்பான் தொடங்கியது. ஜூலை *1941*. ஜப்பான் பரந்துபட்ட கிழக்கு ஆசியச் செழிப்பு உலகம் (Greater East Asia Prosperity Sphere) என்ற கொள்கையை அறிவித்தது. சிங்கப்பூர், மலேஷியா, ஹாங்காங் ஆகிய நாடுகளை ஐரோப்பாவுக்கும் அமெரிக்காவுக்கும் எதிராகத் தூண்டிவிடும் சகுனி வேலை இது. மலேஷியா, கிழக்கிந்தியத் தீவுகள் (இன்றைய இந்தோனேஷியா) ஆகிய

நாடுகளில் பெட்ரோல் வளம் தாராளம். சிங்கப்பூர், மலேஷியா, ஹாங்காங், பிலிப்பைன்ஸ், இந்தோனேஷியா ஆகிய இடங்களைக் கைப்பற்றினால், பெட்ரோலுக்கு யாரையும் நம்ப வேண்டாம், அத்தோடு ஆசியாவின் ஏகபோகத் தலைவனாகி விடலாம் என்று ஜப்பான் கணக்குப் போட்டது.

முதல் கட்டமாக ஜப்பான் இந்தோ சீனாவைப் பிடித்தது. பிலிப்பைன்ஸ் அமெரிக்காவின் கட்டுப்பாட்டில் இருந்த நாடு. இந்தோ சீனாவைப் பிடித்த ஜப்பான் அடுத்து பிலிப்பைன்ஸ்மீது பாயலாம். இது ஆசியாவை அடக்கும் கதையின் முக்கிய அத்தியாயம் என்று அமெரிக்கா புரிந்துகொண்டது. அமெரிக்கா வில் இருந்த எல்லா ஜப்பானியச் சொத்துகளையும் வங்கிக் கணக்குகளையும் முடக்கிப் போட்டது. பொருளாதாரத் தடை விதித்தால் ஜப்பான் மிரண்டுவிடும் என்று அமெரிக்கா நினைத்தது. அந்தப் பனங்காட்டு நரி இந்தச் சலசலப்புகளுக்கு மிரளவில்லை.

டிசம்பர் 6, *1941* தொடங்கி மூன்று நாள்கள் பரபரப்பு நிறைந்தவை.

டிசம்பர் 6

அமெரிக்க அதிபர் ரூஸ்வெல்ட் ஜப்பான் பேரரசர் ஹிரோஹிட்டோவுக்கு வேண்டுகோள் விடுத்தார், அமைதியைக் காப்பாற்றுங்கள், இந்தோ சீனாவை விட்டு வெளியேறுங்கள்.

டிசம்பர் 7

ஹிரோஹிட்டோ பதில் கொடுத்தார். அது பதில் இல்லை. தாக்குதல். அமெரிக்காவை மட்டுமல்ல, ஜப்பானின் தோழனான ஜெர்மனியையே இது மிரளவைத்தது. எப்படி ஜப்பான் இந்த அட்டகாசத்தில் இறங்கியது என்று உலகம் இன்னும் வியக்கும் செயல். அமெரிக்காவின் ஹவாய் மாநிலத்தில் பேர்ள் துறைமுகம் இருக்கிறது. பசிபிக் கடலில் அமைதி காக்கவும், குறிப்பாக பிலிப்பைன்ஸ் நாட்டுக்குப் பாதுகாப்பு கொடுக்கவும், அமெரிக்கா பேர்ள் துறைமுகத்தில் கடற்படைத் தளம் அமைத்திருந்தது.

போர் விமானங்கள் ஏந்திய ஆறு போர்க் கப்பல்கள் பேர்ள் துறைமுகத்தை நெருங்கின. *353* போர் விமானங்கள் குண்டுமழை பொழிந்தன. எத்தனை மகத்தான உயிரிழப்பு, சேதம் தெரியுமா?

நான்கு அமெரிக்கப் போர்க் கப்பல்கள் மூழ்கடிக்கப்பட்டன. மிச்சமிருந்த நான்கு போர்க் கப்பல்களுக்குச் சேதம். அமெரிக்காவின் 188 போர் விமானங்கள் அழிக்கப்பட்டன. 2402 கடற்படை வீரர்கள் உயிரிழந்தார்கள், 1282 பேருக்குக் காயம். ஜப்பானுக்கு நஷ்டம் குறைவுதான்.

டிசம்பர் 8

இதுவரை ஒதுங்கி நின்று வேடிக்கை மட்டுமே பார்த்துக் கொண்டிருந்த அமெரிக்காவை ஜப்பானின் தாக்குதல் இரண்டாம் உலகப் போருக்கு இழுக்கிறது. ஜப்பானோடு போர் என்று அமெரிக்கா அறிவிக்கிறது. ஆனானப்பட்ட அமெரிக்காவையே கதிகலங்க வைத்துவிட்ட பெருமையில் ஜப்பானின் தன்னம்பிக்கை எகிறுகிறது. மதம் பிடித்த யானையாக ஆசியாவில் தன் படையெடுப்புகளைத் தொடர்கிறது. அமெரிக்காவின் போர் அறிவிப்பு வந்த அதே டிசம்பர் 8 அன்று மலேஷியா, தாய்லாந்து, பிலிப்பைன்ஸ் நாடுகள்மீது ஜப்பான் தாக்குதல் தொடங்குகிறது.

டிசம்பர் 11

ஜப்பானுக்கு ஆதரவாக ஜெர்மனியும் இத்தாலியும் அமெரிக்காவுடன் போர் தொடங்குவதாக ஹிட்லர் பிரகடனம் செய்கிறார். அதே நாளில் பர்மா ஜப்பானுக்கு வீழ்கிறது.

டிசம்பர் 22

பிலிப்பைன்ஸ் தலைநகர் மணிலா ஜப்பானிடம் சரணடைகிறது.

டிசம்பர் 25

ஹாங்காங் ஜப்பானின் கீழ்.

1942

ஜனவரி 11

மலேஷியத் தலைநகரம் கோலாலம்பூர் ஜப்பானிடம் வந்து சேர்கிறது.

பிப்ரவரி 15

சிங்கப்பூர் ஜப்பானை வரவேற்கிறது.

பிப்ரவரி 19

ஜப்பான் ஆஸ்திரேலியாவைத் தாக்குகிறது.

மார்ச் 8

டச்சு கிழக்கிந்தியத் தீவுகள் கடும் போருக்குப் பின் ஜப்பான் வசம் வந்து சேர்கிறது.

ஏப்ரல் 1942 வாக்கில் ஜப்பான் நேச நாடுகளின் படைகளையெல் லாம் வென்றெடுத்தது. பர்மா, பிலிப்பைன்ஸ், மலேஷியா, இந்தோனேஷியா, சிங்கப்பூர் ஆகிய நாடுகளில் ஜப்பான் கொடி பறந்தது. கடல் மார்க்கத்தையும் ஜப்பான் விட்டுவைக்க வில்லை. தெற்கு சீனக் கடல், ஜாவா கடல், இந்து மகா சமுத்திரம் ஆகிய கடல் பகுதிகளில் இருந்த பல தளங்களைக் கைப்பற்றினார்கள்.

இந்தத் தொடர் வெற்றிகள் ஜப்பானின் ஏகாதிபத்திய ஆசையைக் கொழுந்துவிட்டு எரியச் செய்தன. பிப்ரவரி 1944ல் இந்தியப் பகுதியான கோஹிமாவை ஜப்பான் தாக்கியது. அறுபத்து நான்கு நாட்கள் நடந்த போரில் ஜப்பான் கோஹிமாவைக் கைப் பற்றியது. அவர்களுடைய அடுத்த குறி இந்தியாவில் இம்பால். ஆனால், இம்பாலை நேசப் படைகள் வெற்றிகரமாகக் காத்தன.

உலகின் பல களங்களில் நேச நாடுகள், அச்சு நாடுகள் யுத்தம் கடுமையாகத் தொடர்ந்தது. அச்சு நாடுகளின் பலம் நாள்பட நாள்படக் குறைந்துகொண்டே வந்தது. ஜெர்மனிக்கும் இத்தாலிக்கும் பல தொடர் தோல்விகள். பசிபிக் பகுதியில் அமெரிக்கப் படைகளும் ஜப்பானியப் படைகளும் ஒண்டிக்கு ஒண்டி மோதின. வெற்றி அமெரிக்காவுக்குச் சாதகமாகத் திரும்பத் தொடங்குகிறது. 1945 ஆரம்பத்தில் மணிலா நகரத்தை அமெரிக்காவும், பர்மாவை இங்கிலாந்தும் ஜப்பானிடமிருந்து மீட்கின்றன.

ஏப்ரல் 30. தோல்வியை ஏற்கும் விதமாக ஹிட்லர் தற்கொலை செய்துகொள்கிறார். ஜெர்மனியும் இத்தாலியும் வரிசையாக நேச நாடுகளிடம் சரணடைகின்றன.

தன் துணையாளிகள் எல்லோரும் வீழ்ந்தபோதும் ஜப்பான் முரண்டு பிடித்தது, போரைத் தொடர்ந்தது. ஆறு மாதங்களாக

அமெரிக்கா தொடர்ந்து ஜப்பானின் அறுபத்து ஏழு நகரங்கள்மீது குண்டுகள் வீசியது. நாள் முழுக்க ஜப்பான் நகரங்களில் சைரன் எச்சரிக்கைகள், குண்டு வெடிப்புகள், உயிர் இழப்புகள், பொருட்சேதங்கள். நாடே சிதிலமாகிக் கொண்டிருந்தது.

ஜூலை 26, 1945. அமெரிக்க ஜனாதிபதி ஹாரி ட்ரூமன் (Harry Truman), இங்கிலாந்துப் பிரதமர் வின்ஸ்டன் சர்ச்சில், சீனத் தலைவர் சியாங் கை ஷெக் (Chiang Kai-shek) மூவரும் கூட்டறிக்கை வெளியிடுகிறார்கள். ஜப்பான் சரணடையா விட்டால் வேகமான முழு அழிவைச் சந்திக்க வேண்டியிருக்கும் என்று இந்த அறிக்கை எச்சரிக்கிறது.

ஜப்பான் எச்சரிக்கையை உதறித் தள்ளியது. பிரதமர் கான்ட்டாரோ சுசூகி (Kantaro Suzuki) சொன்னார். ஜப்பான் இந்த எச்சரிக்கைக்குப் பதில் கொடுக்காது. மௌனத்தால் கொல்லும். (Kill by silence).

சொன்னபடியே, வேகமான முழு அழிவை ஜப்பானுக்குத் தர நேச நாடுகள் முடிவெடுத்தன. இதன்படி அமெரிக்க ஜனாதிபதி ஹாரி ட்ரூமன் ஒரு அதிரடி ரகசிய உத்தரவு பிறப்பித்தார். லிட்டில் பாய் என்னும் அணுகுண்டு ஜப்பான்மீது வீசப்பட்டது.

ஆகஸ்ட் 6, 1945 திங்கள் கிழமை அதிகாலை 2.45 மணி. ஜப்பானில் இருந்து 1500 மைல் தொலைவில் இருந்த மரியானாஸ் (Marianas) என்னும் தீவிலிருந்து ஒரு வெடிகுண்டு விமானம் கிளம்பியது. விமான முனையில் லிட்டில் பாய். விமானத்தில் 12 பேர். அவர்களுள் ஒருவர் அந்த அணுகுண்டை உருவாக்கிய வில்லியம் பார்சன்ஸ் (William Parsons). ஹிரோஷிமா (Hiroshima), கோகுரா (Kokura), நாகசாகி (Nagasaki), நிகாடா (Niigata) ஆகிய நான்கு நகரங்களுள் ஏதாவது ஒன்றில் குட்டிப் பயலைத் தூக்கிப்போட்டு அவன் கைங்கர்யத்தைக் காட்டி விட வேண்டும் என்பது கட்டளை. இந்த நான்கு நகரங்களுமே ராணுவக் கண்ணோட்டத்தில் மிக முக்கியமானவை. இந்த நான்கு நகரங்களில் எங்கே அடித்தாலும், அது ஜப்பானுக்கு மரண வலி தரும். இவற்றுள் எந்த ஊர் என்று எப்படித் தீர்மானிப்பது? வானிலை உகந்ததாக இருக்க வேண்டும், எங்கே அணு குண்டைப் போடுகிறோம் என்று தெரியவேண்டும். நடுக் கடலிலோ, பொட்டைக் காட்டிலோ போட்டால் அத்தனை முயற்சியும் வீணாகிவிடுமே?

சரியாகக் காலை மணி 8.15. ஹிரோஷிமா நகரின் வான்வெளி. விமானக் கதவு திறந்தது. லிட்டில் பாய் கீழே விழுந்தான். தரையைத் தொடுவதற்கு 1900 அடிக்கு முன்னால் வெடித்தான். உலக வரலாற்றில் முதல் அணுகுண்டு வெடிப்பு இதுதான். நம்பவே முடியாத நாசம். குண்டு வெடித்த பகுதியிலிருந்து மூன்று மைல் தொலைவில் இருந்த 90,000 கட்டடங்கள் மண்ணோடு மண்ணாகச் சாய்ந்தன. மூன்றில் இரண்டு பகுதி ஹிரோஷிமா அழிந்து போனது. கற்களும் இரும்பும் உருகிப் போயின. ஹிரோஷிமா மக்கள் தொகை 3,50,000. இவர்களுள் சுமார் 70,000 பேர் உடனே இறந்துபோனர்கள். மேலும் 70,000 பேர் அடுத்த ஐந்து ஆண்டுகளில் கதிர்வீச்சு காரணமாகப் பல நோய்களுக்கு ஆளாகி மரணமடைந்தார்கள்.

இந்த அதிர்ச்சி ஜப்பானைச் செயலிழக்க வைத்துவிட்டது.

மூன்று நாட்கள் ஓடின. ஜப்பானிடமிருந்து பதிலே இல்லை. நேச நாடுகள் ரகசியக் கூட்டம் போட்டன. இந்த முறை அவர்கள் ஃபேட்மேன் என்னும் இரண்டாவது அணுகுண்டை அனுப்பினார்கள்.

இந்தக் குண்டு மனிதனைக் கோகுரா நகரில் வீசவேண்டும் என்பது திட்டம். ஹிரோஹிட்டோ பேரரசர் டோக்கியோ அரண் மனையில் வசித்தார். அவருடைய இன்னொரு அரண்மனை கோகுரா நகரத்தில் இருந்தது. அந்த அரண்மனையைத் தகர்த்தால்,ஜப்பானியரின் மன உறுதியையும் ஒருசேரத் தகர்த்துவிடலாம் என்று அவர்கள் நினைத்திருக்கலாம். ஆனால் கடைசியில் வீசியது நாகசாகியில்.

சரியாகக் காலை 11 மணி இரண்டு நிமிடங்களுக்கு, தரையிருந்து 1650 அடி உயரத்தில் குண்டு வெடித்தது. இந்த அணுகுண்டு லிட்டில் பாயைவிட நாற்பது சதவிகிதம் அதிக சக்தி கொண்டது. ஆனால், இந்தக் குண்டு நகரத்தின் மையப் பகுதியில் விழ வில்லை. தொழிற்சாலைகள் இருக்கும் பகுதியில் விழுந்தது. அதனால், நாகசாகியில் ஹிரோஷிமா நகரத்தைவிடக் குறை வான சேதமே ஏற்பட்டது. சுமார் 40,000 பேர் உடனே இறந்து போனர்கள். மேலும் 30,000 பேர் கதிர்வீச்சு காரணமாகப் பல நோய்களுக்கு ஆளாகி மரணமடைந்தார்கள். 75,000 பேர் காயமடைந்தார்கள்.

போர் தொடர்ந்தால் என்ன நடக்குமோ என்று பேரரசர் பயந்தார். இது பயம் மட்டுமில்லை, நாடுமீதும் மக்கள்மீதும் இருந்த அக்கறை. சரணடைவதைத் தவிர ஜப்பானுக்கு வேறு வழியில்லை என்பதை உணர்ந்தார். அவர் சொன்னார்,

எதிரியிடம் இப்போது புதிய, கொடிய ஆயுதம் இருக்கிறது. அது சாதாரண மக்களைக் கொல்வதோடு கணக்கிடவே முடியாத சேதத்தையும் ஏற்படுத்தும். நாம் போரைத் தொடர்ந்து நடத்தினால் ஜப்பான் நொறுங்கிப் போகும், ஒட்டு மொத்தமாக அழியும். மனித நாகரிகமே அழிய இது ஏதுவாக இருக்கும்.

ஜப்பானின் வீரமும் விசுவாசமும் கொண்ட படை வீரர்கள் ஆயுதம் இழந்து நிராயுதபாணிகள் ஆவதையும், நாட்டுக்குத் தன்னலமில்லாத சேவை செய்த பலர் யுத்தத்தைத் தூண்டி விட்டவர்களாகத் தண்டனை பெறப்போவதையும் நினைக்கும் போது என்னால் தாங்கிக்கொள்ள முடியவில்லை. ஆனால், தாங்க முடியாத சோகத்தை ஏற்கவேண்டிய நேரம் வந்து விட்டது.

என் கண்ணீரை விழுங்கிக்கொண்டு இந்தச் சரணாகதிக்குச் சம்மதிக்கிறேன்.

ஆகஸ்ட் *15, 1945.* ஜப்பான் முழுமையாகச் சரணடைந்தது.

சரணாகதி அறிவிப்புக்கு விதவிதமான எதிரொலிகள். அமெரிக்கா, இங்கிலாந்து, பிரான்ஸ், சீனா, ஆஸ்திரேலியா ஆகிய நாடுகளில் வீதிகளில் திருவிழாக் கோலம். மக்கள் ஆனந்த தாண்டவமாடினார்கள். யுத்தம் முடிந்துவிட்ட நிம்மதி எல்லோர் இதயங்களிலும்.

சமுராய்கள் கவரிமான்கள். மானமே பெரிதென்று நினைப்ப வர்கள். இந்தப் பாரம்பரியத்தில் வந்த சமுராய்களுக்கு சரணாகதியை ஒத்துக்கொள்ள முடியவில்லை. நாட்டின் பல பாகங்களில் துப்பாக்கி குண்டுகள் வெடித்தன. ஏராளமான ராணுவ வீரர்கள் தற்கொலை செய்துகொண்டார்கள். சுமார் 200 அமெரிக்கப் போர்க் கைதிகளை ஈவு இரக்கம் இல்லாமல் சுட்டுக் கொன்றார்கள். பதினாறு கைதிகளை வாளால் குத்திச் சிரச்சேதம் செய்தார்கள்.

இதுவரை

1912ல் மெய்ஜி மன்னர் மறைவு தொடங்கி 1945 ஜப்பான் சரணாகதிவரை.

- *1914 முதல் 1918 வரை நடந்த முதல் உலகப் போரில் இங்கிலாந்து, பிரான்ஸ், ரஷ்யா, இத்தாலி ஆகிய நாடுகளோடு ஜப்பான் அணி சேர்ந்திருந்தது. எதிர் அணியில் ஜெர்மனி, ஆஸ்திரியா, ஹங்கேரி, துருக்கி. ஜப்பான் அணி வெற்றி. ஐரோப்பிய நாடுகள் மறுபடியும் தலை தூக்க உதவியான பொருள்களை ஜப்பானிடம் வாங்குகின்றன. அமெரிக்காவும் தன் வியாபாரக் கதவுகளை ஜப்பானுக்காகத் திறந்தது. ஜப்பானியப் பொருளாதாரம் அமோகமாக வளர்ந்தது. இந்த வியாபார வெற்றியால் உலகம் ஜப்பானை வல்லரசாக அங்கீகரிக்கிறது.*

- *1929ல் தொடங்கி 1940 வரை நீடித்த மாபெரும் பொருளா தாரத் தொய்வு ஜப்பானின் உற்பத்தியை, ஏற்றுமதியை, பொருளாதாரத்தைக் கீழே தள்ளாட வைக்கிறது. ஜப்பான் நிறுவனங்களால் உலகப் போட்டியைச் சமாளிக்க முடியவில்லை. அரசாங்கம் தொழில் துறையில் தலையிட முடிவு செய்தது. சய்பத்சுக் குடும்பங்களின் வளர்ச்சி கட்டுப்படுத்தப்படுகிறது. கார்டெல்கள் என்னும் வணிகக் கூட்டணிகளை உருவாக்குகிறது. இதனால் தொழில் வளர்ச்சி பரவலாகிறது. சிறு தொழில்கள் திவாலாகாமல் காப்பாற்றப்படுகின்றன.*

- *1939ல் தொடங்கி 1945 வரை நடந்த இரண்டாம் உலகப் போரில் ஜப்பான் சிதிலமாகிறது, அமெரிக்காவிடம் சரணடைகிறது.*

6

மாற்றங்கள், மாற்றங்கள்

செப்டம்பர் 2, 1945. அமெரிக்கப் போர்க் கப்பல் மிசோரியில் (Missouri) சரணாகதிச் சடங்குகள் நடந்தன. ஜப்பான், அமெரிக்கா, இங்கிலாந்து, ரஷ்யா, பிரான்ஸ், சீனா, ஆஸ்திரேலியா, கனடா, நெதர்லாந்து ஆகிய நாடுகள் இந்தப் போர் நிறுத்த உடன்படிக்கையில் கையெழுத்திட்டன.

இந்தச் சரணாகதியின் முக்கிய உடன்பாடுகள் இவைதாம்:

★ ஜப்பானில் நேச நாடுகளின் ராணுவம் குடியேறும். நேச நாட்டுத் தளபதியின் ஆணைகளுக்குக் கட்டுப்பட்டுதான் ஜப்பான் நாடு இயங்க வேண்டும்.

★ ஜப்பானின் ராணுவத்திடமிருந்து எல்லா ஆயுதங்களும் பிடுங்கப்படும். ராணுவம் நிராயுதபாணியாக்கப்படும்.

★ 1894க்குப் பின் ஆக்கிரமித்த எல்லா இடங்களையும் ஜப்பான் நேச நாடுகளுக்குத் திருப்பிக் கொடுக்கவேண்டும்.

★ *1937 முதல் 1945 வரையிலான ஒன்பது ஆண்டுகளில் ஜப்பான் தீர்த்துக்கட்டிய மக்களின் எண்ணிக்கை ஒரு கோடியைத் தாண்டும். இந்தப் போர்க் குற்றவாளிகளும், நேச நாட்டுப் போர்க் கைதிகளைத் துன்புறுத்தியவர்களும் குற்றவாளிகளாக விசாரிக்கப்படுவார்கள்.*

★ *ஜப்பானியரை நிரந்தர அடிமைகளாக்குவதோ அல்லது ஜப்பான் என்ற நாட்டை அழிப்பதோ உடன்படிக்கையின் நோக்கமல்ல. உண்மையான மக்களாட்சி விரைவில் மலர நேச நாடுகள் முயற்சிகள் எடுக்கும். கருத்து, பேச்சு, அடிப்படை மனித உரிமைகள் ஆகியவை எல்லோருக்கும் வழங்கப்படும். தாங்கள் விரும்பும் மத நம்பிக்கைகளை மக்கள் பின்பற்றலாம்.*

★ *பொருளாதாரத்துக்கு அவசியமான தொழிற்சாலைகள் நீடிக்கும். ஜப்பான் உலக வியாபாரத்தில் பங்கேற்க அனுமதிக்கப்படும்.*

★ *மேற்சொன்ன இலக்குகளை எய்தியவுடன், ஜப்பானில் பொறுப்புள்ள மக்களாட்சி ஏற்பட்டவுடன் நேசப் படைகள் ஜப்பானை விட்டு வெளியேறும்.*

அன்று ஜப்பானில் தொடங்கிய அமெரிக்க ஆதிக்கம் இன்றுவரை தொடர்கிறது. இந்த ஆதிக்கம் இரண்டு வகை. 1952 வரை அரசியல் ஆதிக்கம். அதற்குப் பிறகு நேரடியாகவும், மறைமுக மாகவும் அமெரிக்கப் பொருளாதார ஆதிக்கம்.

ஜப்பான் சரணாகதியானவுடன் அமெரிக்கப் படைகள் நாட்டின் கடிவாளத்தைக் கையில் எடுத்தன. ஜப்பானைத் தன் பொருளாதார பலத்தால் கட்டிப்போடும் நடவடிக்கைகளைத் தொடங்கியது. இதற்கு அமெரிக்கா தேர்ந்தெடுத்த ஆள் பசிபிக் முனையில் ஜப்பானோடு நடந்த போரில் நேசப் படைகளுக்குத் தலைமை வகித்த ஜெனரல் டக்ளஸ் மக் ஆர்தர் (General MacArthur).

ஏன் தெரியுமா? மிலிட்டரி அகாடெமியில் படிக்கும்போதே தன் அறிவுக்கூர்மையை வெளிப்படுத்தியவர் இவர். திறமை மட்டு மல்ல தலைக்கனமும் அதிகம். தோல்விகளைச் சகித்துக் கொள்ளவே முடியாத மனிதர். பிலிப்பைன்ஸில் நேசப் படைகளுக்குத் தலைமை தாங்கினார். அந்தப் போர் மக் ஆர்தர்

தோல்வியைச் சந்தித்த முதல் போர். அப்போது பிலிப்பைன்ஸை விட்டு ஓடிப் போய் ஆஸ்திரேலியாவில் ஒளியுமாறு அவருக்கு அமெரிக்க அரசு கட்டளையிட்டது. மக் ஆர்தர் ஆஸ்திரேலியா வில் பதுங்கினார். அவர் மனத்தில் அப்போது ஒரு உறுதி, இது எலி வளையில் பதுங்கும் பயந்தாங்கொள்ளித்தனமல்ல, தன் கொலைகார நகங்களைத் தீட்டுவதற்காகப் புலி காட்டில் பதுங்கும் ராஜதந்திரம். அதனால்தான் பிலிப்பைன்ஸைவிட்டுப் போகும்போது நான் திரும்பி வருவேன் என்று சொன்னார். வார்த்தைகளை மறுபடியும் படியுங்கள். நாங்கள், அதாவது அமெரிக்கர்கள் திரும்பி வருவோம் என்று சொல்லவில்லை, **நான்** திரும்பி வருவேன் என்று ஒருமையில் சொன்னார்.

இந்த வார்த்தைப் பிரயோகம், மக் ஆர்தரின் கர்வத்துக்கு ஓர் அடையாளம். உலகத்துக்கே வழிகாட்ட வந்த நாடு என்று புறப் பட்ட அமெரிக்காவுக்கு, மக் ஆர்தரைவிடச் சிறந்த அதிகாரி கிடைத்திருக்கவே முடியாது. இரண்டாம் உலக மகா யுத்தத்தால் ஜப்பானில் சேதம், சீரழிவு, நாடே சுடுகாடாக மாறிய நிலை. 46 லட்சம் மக்கள் போர் முனைகளிலும் அமெரிக்க விமான, அணுகுண்டுத் தாக்குதல்களிலும் இறந்தார்கள் என்று அரசுக் குறிப்பு கூறுகிறது. அரசுக் கணக்குகள் எப்போதுமே சாதனகளை ஊதிப் பெரிதாக்கும், தோல்விகளை மூடி மறைக்கும். எனவே உண்மை உயிர் இழப்புகள் பன்மடங்கு அதிகமாக இருக்கும். இயற்கை வளம் இல்லாமல் மக்களின் உழைப்பை நம்பி வாழும் நாட்டுக்கு 92 லட்சம் உழைக்கும் கைகளின் மரணம் என்பது அளவிட முடியாத நஷ்டம்.

சொத்து நஷ்டம்? அமெரிக்க விமானத் தாக்குதல்களால் 81 நகரங் களில் பெரும்பகுதி தரைமட்டமாகியிருந்தது. தலைநகரான டோக்கியோவில் 57% வீடுகள் மண்ணோடு மண்ணாயின. இன்னொரு முக்கிய நகரமான ஒசாகாவில் 60% வீடுகள் சின்னாபின்னமாகியிருந்தன. சுமார் 80 லட்சம் மக்கள் நடுத் தெருவில் அல்லாடினர். சில அதிர்ஷ்டசாலிகளால் குடிசை களும் கூடாரங்களும் கட்டிக்கொள்ள முடிந்தது. இன்னும் கொஞ்சம் பேருக்கு ரயில் நிலையங்கள் கொடும் மழை யிலிருந்தும் கொளுத்தும் வெயிலிலிருந்தும் அடைக்கலம் கொடுத்தன. மற்றவர்கள் கடைகளிலிருந்து பழைய சாக்குப் பைகள், அட்டைப் பெட்டிகள் ஆகியவற்றை எடுத்து வந்து தூங்கினார்கள்.

ஜப்பான்மீது சேதம் விளைவிக்க, போரோடு இயற்கையும் கூட்டுச் சேர்ந்தது. பருவ மழை பொய்த்தது. உணவு உற்பத்தி 27% குறைந்தது. சாதாரணமாக ஜப்பானில் உணவு உற்பத்தி குறைந்தால் சீனா, கொரியா ஆகிய நாடுகளிலிருந்து உணவை இறக்குமதி செய்து நிலைமையைச் சமாளிப்பார்கள். போர் இந்த வருகையை நிறுத்தியது. ஜப்பானில் அரிசி தவிர மீன் இன்னொரு முக்கிய உணவு. இதிலும் படகுகள், வலைகள் தட்டுப்பாடு நிலவியது. மீன் பிடிப்பு அறுபது சதவிகிதம் குறைந்தது.

எங்கும் பஞ்சம். உணவு ரேஷன் தொடங்கியது. இந்த நியாய விலைக் கடைகளில் நீளநீளமான வரிசைகள் உருவாயின. பெண்கள் முதுகில் குழந்தைகளைத் தூக்கிக் கொண்டு அரிசி, சர்க்கரைவள்ளிக் கிழங்கு ஆகிய ரேஷன் பொருள்கள் வாங்கு வதற்காக மணிக்கணக்கில் வரிசையில் நின்றார்கள். நகரங்களில் தட்டுப்பாடு இன்னும் அதிகம். உணவு தேடி நகரவாசிகள் கிராமங்களுக்குப் பயணம் போனார்கள். கிராமங்களுக்குப் போகும் ரயில்களில் கூட்டம் அலைமோதியது. ரயில்களின்மேல் கூரைகளில் பலர் பயணித்தார்கள்.

உணவுப் பொருட்கள் கறுப்புச் சந்தையில் அநியாய விலைக்கு விற்கப்பட்டன. கறுப்புச் சந்தையில் வாங்கமாட்டேன் என்பவர்கள் நிலைமை பரிதாபகரமானது. அப்படிப்பட்ட ஒருவர் டோக்கியோவில் நீதிபதியாக இருந்தார். அவருடைய டைரி சொல்லும் குறிப்பு இது:

உணவுக் கட்டுப்பாடு சட்டம் மோசமான சட்டம். ஆனால், அது சட்டமாக இருக்கும்வரை அதை மதிக்க வேண்டும். எத்தனை தான் கஷ்டம் வந்தாலும் நான் கறுப்புச் சந்தையில் உணவுப் பொருள்கள் வாங்க மாட்டேன். நான் பட்டினியால் வரும் மரணத்தை ஏற்கத் தயாராக இருக்கிறேன். ஒவ்வொரு நாளும் நான் மரணத்தின் முன்னால் வாழ்கிறேன்.

இந்த நீதிபதி பட்டினிக்குப் பலியானது கொடுமையான சோகம்.

போருக்குத் துப்பாக்கிகள், பீரங்கிகள், கப்பல்கள், விமானங்கள் ஆகிய தளவாடங்கள் தேவைப்பட்டன. இந்தத் தொழிற் சாலைகள் மட்டுமே நல்ல முறையில் இயங்கின. பிற பொருட்கள் தயாரிக்கும் நிறுவனங்களும் அரசு கட்டாயத்தால் போர்க் கருவிகள் தயாரித்தன. எனவே, எல்லாப் பொருட் களுக்கும் தட்டுப்பாடு ஏற்பட்டது.

தொழிற்சாலைகளில் முப்பது சதவிகித நிறுவனங்கள் விமானத் தாக்குதல்களால் அழிவுபட்டன. கப்பல் கட்டும் தளங்களில் எண்பது சதவிகித அழிவு. மின் நிலையங்களில் முப்பது சதவிகித அழிவு. 1945ல் மொத்தத் தொழில் உற்பத்தி முந்தைய வருடங்களின் பத்தில் ஒரு பங்கு மட்டுமே.

சாலைகள், ரயில் பாதைகள், தபால் தந்தி வசதிகள், குடி தண்ணீர், மின்சாரம் ஆகிய எல்லா அடிப்படை வசதிகளும் சிதிலத்தில். தண்ணீர், மின்சாரம் எல்லாமே தட்டுப்பாடு. 1945ல் விலைவாசி 1936ல் இருந்ததைவிட350 சதவிகிதம் அதிகம்.

போர்ச் சேதங்களிலிருந்து தாங்கள் மீண்டுவர நூறாண்டுகள் ஆகலாம். அதுவும், அமெரிக்கா அதற்கு அனுமதி கொடுத்தால். ஒரு வேளை, அமெரிக்கா தன்னைக் காலனியாக்கி வளரவிடவே முடியாமல் தடுத்து விடுமோ என்ற பயமும் ஜப்பானில் இருந்தது. நல்ல காலமாக, அமெரிக்கா இதைச் செய்யவில்லை. ஜப்பானை வளர விட்டு, தன் சந்தையைத் திறந்துவிட்டது.

அமெரிக்கா ஜப்பானை வளர்த்ததற்குக் காரணம் பெருந்தன்மை யல்ல, அதற்கு இன்னொரு காரணம் இருக்கிறது என்று சிலர் கூறுகிறார்கள். இவர்கள் வாதம் இப்படிப் போகிறது. இரண்டாம் உலகப் போருக்குப் பின் பல்கேரியா, போலந்து, ஹங்கேரி, செக்கோஸ்லாவாக்கியா, கிழக்கு ஜெர்மனி, ருமேனியா, யுகோஸ்லோவியா போன்ற கிழக்கு ஐரோப்பிய நாடுகளில் பொதுவுடைமைக் கொள்கைகள் வேரூன்றத் தொடங்கின. அதை வளர விட்டால் தன் வல்லரசுப் பதவியை ரஷ்யா அசைத்துவிடும் என்று அமெரிக்கா பயந்தது. அதற்கு அவர்கள் தேர்ந்தெடுத்த ஒரு முகமூடி மக்களாட்சி என்ற முழக்கம். மக்களாட்சியில், முதலாளித்துவக் கொள்கை ஜெயித்தது என்று காட்டினால் ரஷ்யாவுக்கு அது மரண அடி கொடுக்கும், பிற நாடுகளில் கம்யூனிஸம் பரவுவதைத் தடுக்கும் என்று அமெரிக்கா கணக்குப் போட்டது. பொருளாதாரம் சிதறிக் கிடந்த ஜப்பான் இந்த நிரூபணத்துக்கு வசதியான களமாக அமைந்தது. அவ்வளவுதான்.

காரணம் எதுவாக இருந்தாலும், ஜப்பானின் எழுச்சிக்கு அமெரிக்கா முக்கியக் காரணம் என்பதை யாருமே மறக்கவோ மறுக்கவோ முடியாது.அமெரிக்க உதவியால் ஜப்பான் தலை தூக்கியது. ஜப்பான் மக்கள், ஏன் அமெரிக்காவே எதிர்பாராத

வளர்ச்சி அது. 1961ல் போருக்குமுன் இருந்த உயர்வான பொருளாதார நிலையை எட்டியது. அமெரிக்க இல்லினாய்ஸ் பல்கலைக் கழகத்தில் (Illinois University) பேராசிரியராகப் பணியாற்றிய மிக்கிஸோ ஹானே (Mikoso Hane) உலகம் போற்றும் ஜப்பானிய வரலாற்று வல்லுநர். இவரைப் பொறுத்த வரை, 1960 முதல் 1990 வரை கண்ட வளர்ச்சியை சூரியக் கடவுள் ஜப்பானைப் படைத்த நாள் முதல் என்றுமே கண்டதில்லை.

இந்த மாபெரும் சாதனையை நிகழ்த்திய பெருமைக் கிரீடங்கள் இரண்டு. ஒரு கிரீடம் அரசாங்கத் துறைக்கு: மறு மகுடம் ஒரு தனி மனிதருக்கு. யார் இவர்கள்?

1. 1949ல் அரசால் உருவாக்கப்பட்ட உலக வியாபார, தொழில் அமைச்சகம் (Ministry of International Trade and Industry) சுருக்கமாக MITI என்று பெயர்.
2. 1960 முதல் 1964 வரை பிரதமராக இருந்த ஹயாட்டோ இக்கேடா (Hayato Ikeda).

இவர்களுடைய பங்கு என்ன என்பதை வரும் பக்கங்கள் சொல்லும்.

ஆகஸ்ட் 28. முதல் அணியான அமெரிக்க ராணுவம் வந்தது. சிறுதுளி பெருவெள்ளமாகி இரண்டு லட்சம் அமெரிக்க ராணுவ வீரர்கள் ஜப்பான் முழுக்கப் பரவலாகத் தங்கினார்கள். செப்டெம்பரில் சரணாகதி ஒப்பந்தம் கையெழுத்தானவுடன் மக் ஆர்தர் ஆட்சியையும் சவுக்கையும் கையில் எடுத்தார்.

ஜப்பான் பேரழிவிலிருந்து மீண்டு எழ அவர் வகுத்த விமோசனப் பாதையின் முக்கிய இரண்டு கொள்கைகள் இவைதாம்:

1. அமெரிக்காவின் முதலாளித்துவப் பாதை வெற்றிப் பாதை. முன்னேறத் துடிக்கும் எல்லா நாடுகளுக்கும் அமெரிக்காவின் கொள்கை மட்டுமே சரியான பாதை. எனவே, ஜப்பான் அந்த வழியில் மட்டுமே பயணிக்கும்.
2. போரில் ஜப்பான் சந்தித்த பேரழிவுக்குக் காரணம் அவர்களுடைய மண்ணாசை, ஏகாதிபத்தியப் பேராசை. ஜப்பானின் ஆயுதங்களைக் கைப்பற்றி, அவர்களுடைய போர்க் கருவிகள் தயாரிக்கும் தொழிற்சாலைகளைத் தரைமட்டமாக்க வேண்டும், யுத்தம் செய்கிற எண்ணமே அவர்கள் நெஞ்சில் தோன்றாத நிலையை உருவாக்க வேண்டும்.

முழு முனைப்போடு மக் ஆர்தர் நடவடிக்கைகளில் இறங்கினார். நேச நாடுகளோடு பேசினார். எட்டு லட்சம் டன் உணவுப் பொருள்கள் பல்வேறு நாடுகளிலிருந்து வந்து இறங்கின.

சமுராய்கள் காலம் தொடங்கி, மெய்ஜி காலத்திலும் ஜப்பான் தன் ராணுவ பலத்தை வளர்த்துக் கொண்டிருந்தது. கட்டாய ராணுவ சேவை, படை பலத்துக்குக் கொடுக்கப்பட்ட முக்கியத்துவம் ஆகிய காரணங்களால் ஐம்பது லட்சம் முழுநேர ராணுவ வீரர்கள் இருந்தார்கள். இவர்கள் தவிர ராணுவப் பயிற்சி பெற்ற வீரர்கள் வேறு.

ஐம்பது லட்ச ராணுவ வீரர்களில் சுமார் பாதி பேர் வெளி நாடுகளில் இருந்தார்கள். இவர்கள் தாய்நாட்டுக்குத் திருப்பி அழைக்கப்பட்டார்கள். இவர்களிடமிருந்த ஆயுதங்கள் அத்தனையும் பறிமுதல் செய்யப்பட்டன. இவர்கள் தவிர ஏகதேசம் முப்பது லட்சம் அரசு ஊழியர்கள் ஜப்பான் கைப்பற்றி யிருந்த பகுதிகளில் வேலை பார்த்தார்கள். இவர்கள் அத்தனை பேரும் ஜப்பான் திரும்பி வந்தார்கள்.

துப்பாக்கிகள், பீரங்கிகள், போர்க் கப்பல்கள் ஆகியவற்றைத் தயாரிக்கும் தொழிற்சாலைகளும் போர் விமானத் தளங்களும் மூடப்பட்டன. இவற்றிலிருந்த இயந்திரங்கள் நேச நாடுகளுக்கு அனுப்பப்பட்டன. அன்றைய ஜப்பானில் பெரும்பாலான தொழில்கள் ஆயுத உற்பத்தி சாலைகள் அல்லது இவற்றை நம்பியிருந்த கனரகத் தொழிற்சாலைகள். இவை முக்கியத் தொழில்கள் மட்டுமல்ல, ஏராளமானோர் வேலை பார்த்த தொழில்கள். இந்த ஊழியர்கள் வேலை இழந்தார்கள்.

யுத்தத்தோடு தொடர்பு கொண்டிருந்த அத்தனை அரசு ஊழியர் களும் பணியிலிருந்து நீக்கப்பட்டார்கள். போரோடு தொடர்பு கொண்டிருந்த 22, 000 பேர் எந்த அரசுப் பதவிக்கும் லாயக்கற்ற வர்கள் என்று ஒதுக்கப்பட்டார்கள்.

ஐம்பது லட்சம் போர் வீரர்கள், முப்பது லட்சம் வெளிநாட்டுப் பணியில் இருந்த அரசு ஊழியர்கள், ஆயுதத் தொழிற்சாலை களில் வேலை பார்த்த லட்சக்கணக்கானோர், ஒதுக்கப்பட்ட வர்கள் என்று ஒரு கோடிக்கும் அதிகமானவர்கள் வேலை இழந் தார்கள். ஜப்பானில் வாழ்நாள் வேலை என்பது பாரம்பரியம். ஒரு வேலைக்குச் சேர்ந்துவிட்டால், ஊழியர்கள் வேறு வேலை

தேட மாட்டார்கள். நிறுவனங்களும் அவர்களை எந்த நிலையிலும் வீட்டுக்கு அனுப்பாது. இந்த நிலை மாறியது. நாடு முழுக்க வேலையில்லாத் திண்டாட்டம் பரவியது. வேலை இல்லாதவர்கள் உடை இழந்தவர்களைப்போல், மனம் இழந்தவர்களாக உணர்ந்தார்கள். மன உளைச்சல்களும், தற்கொலைகளும் சாதாரண நிகழ்வுகளாயின.

சில நோய்களுக்கு மருந்து கொடுக்கலாம், சில நோய்களுக்கு அறுவை சிகிச்சை மட்டுமே தீர்வு. இது மக் ஆர்தருக்குத் தெரியும். தன் நடவடிக்கைகளால் பலர் வேலை இழப்பார்கள், அதனால் சமூகப் பிரச்சனைகள் ஏற்படும், பொருளாதாரம் வளர்ந்தால் மட்டுமே இந்தப் பிரச்சனைகளைத் தீர்க்க முடியும் என்ற தொலைநோக்கோடு அவர் அடியெடுத்து வைத்தார். இது நெஞ்சில் ஈரம் இல்லாத சிந்தனை அல்ல, நிதர்சன உண்மைகளை அறிந்த உறுதியான செயல்.

மனித நேயம் தேவைப்படும் இடங்களில் கனிவோடு நடக்க மக் ஆர்தர் தயங்கவில்லை. சரணாகதி ஒப்பந்தப்படி போர்க் குற்றவாளிகள் அத்தனைபேரும் விசாரிக்கப்பட வேண்டும், குற்றவாளிகள் தண்டிக்கப்பட வேண்டும். போர்க்காலப் பிரதமர், வெளிநாட்டு உறவு அமைச்சர், ராணுவத் தளபதி, முக்கிய ஜெனரல்கள் ஆகியோர் குற்றம் சாட்டப்பட்டவர்களுள் முக்கியமானவர்கள். (இவர்கள் அனைவரும் விசாரிக்கப்பட்டு 1948ல் மரண தண்டனை நிறைவேற்றப்பட்டது). இங்கிலாந்தும் ரஷ்யாவும் இந்தக் குற்றவாளிகள் பட்டியலில் பேரரசர் ஹிரோஹிட்டோவைச் சேர்க்க வேண்டும், அவரையும் தண்டிக்க வேண்டும் என்று வாதாடின. சக்கரவர்த்தி ஜப்பான் மக்களுக்குக் கடவுள். அவரைத் தண்டித்தால் ஜப்பான் மக்கள் உடைந்து விடுவார்கள் என்று பேரரசருக்கு விலக்கு கொடுத்தார் மக் ஆர்தர்.

அதே சமயம் மன்னராட்சியிலிருந்து நாட்டை மக்களாட்சிக்குக் கொண்டு வரும் பொறுப்பும் மக் ஆர்தருக்கு இருந்தது. 1946ம் ஆண்டு மலர்ந்தபோது பேரரசர் மக்களுக்குப் புதுவருட வாழ்த்து சொன்னார். அந்தச் செய்தியில் ஒரு பகுதி சொன்னது. சக்கரவர்த்திக்கும் மக்களுக்குமிடையே இருக்கும் உறவு இதிகாசங்களையோ கட்டுக் கதைகளையோ அடிப்படையாகக் கொண்டதல்ல. சக்கரவர்த்தி கடவுள், ஜப்பான் மக்கள் எல்லா

நாட்டினரையும்விட உயர்ந்தவர்கள், உலகை ஆளப் பிறந்த வர்கள் என்பதெல்லாம் உண்மைகள் அல்ல.

சக்கரவர்த்தியின் இந்த வாழ்த்துச் செய்தியை எழுதிக் கொடுத்தவர் மக் ஆர்தர் என்பது பலருடைய யூகம்.

மக்களாட்சியை மலரச் செய்யும் வேலைகள் தொடங்கின. பத்திரிகைகள் மேல் இருந்த கட்டுப்பாடுகள் நீக்கப்பட்டன, செய்திகளை வெளியிடும் முழுச் சுதந்தரம் ஊடகங்களுக்கு வழங்கப்பட்டது. தனிமனிதப் பேச்சுரிமை, எழுத்துரிமை, கூட்டங்கள் நடத்தும் உரிமை ஆகியவை நடைமுறைக்கு வந்தன. 1946ல் பொதுத் தேர்தல் நடந்தது. ஜப்பான் வரலாற்றில் முதன் முறையாகப் பெண்கள் வாக்குரிமை பெற்ற தேர்தல் இது.

புதிய அமைச்சரவை மக் ஆர்தரின் வழி காட்டலில் 1947ல் புதிய அரசியல் சட்டத்தை நிறைவேற்றியது. இந்தச் சட்டம் தனி மனித உரிமைகளையும், சுதந்தரத்தையும் உத்தரவாதம் செய்தது. இத்தோடு இந்தச் சட்டம் கொண்டுவந்த முக்கிய மாற்றங்கள் இவை:

★ சக்கரவர்த்தியின் அதிகாரங்கள் பறிக்கப்பட்டன. அதேசமயம் நாட்டின் தலைவராக அவருக்கு எல்லா மரியாதைகளும் உண்டு.

★ ஜப்பான் போரிடும் உரிமையை விட்டுக் கொடுக்கிறது. தரை, கடல், விமானம் ஆகிய எந்தப் படைகளையும் எப்போதும் ஜப்பான் வைத்துக்கொள்ளாது.

★ வேலை பார்ப்பது ஒவ்வொரு ஜப்பானியரின் உரிமை. வேலை வாய்ப்புகள் கொடுப்பது அரசின் கடமை. சம்பளம், வேலை நேரம், வேலைச் சூழல் ஆகியவற்றைச் சட்டம் நிர்ணயிக்கும். குழந்தைகளை வேலைக்கு அமர்த்தக் கூடாது. தொழிலாளிகள் தங்கள் உரிமைகளைப் பாதுகாக்க யூனியன்கள் அமைக்கலாம்.

வரலாறு காணாத நிலச் சீர்திருத்தங்கள் வந்தன. நகரவாசிகள் கிராமப் புறங்களில் நிலம் வைத்திருப்பது தடை செய்யப் பட்டது. நிலச் சொந்தக்காரர் கிராமத்தில் தங்கினால், அவரே

விவசாயியாக இருந்தால் ஏழரை ஏக்கர் நிலம் வைத்துக் கொள்ளலாம். வெறும் நிலச் சுவான்தாராக இருந்தால் இரண்டரை ஏக்கருக்குமேல் வைத்துக்கொள்ளக்கூடாது. உபரி நிலங்களை நகரவாசிகளிடமிருந்தும், நிலச் சுவான்தார் களிடம் இருந்தும் அரசு பறிமுதல் செய்தது, அவர்களுக்கு நஷ்ட ஈடு கொடுத்தது. இந்த நிலங்களை ஏழை விவசாயிகள் வாங்கக் குறைந்த வட்டியில் கடன் கொடுத்தது. ஒரு சில குடும்பங்களில் மட்டும் செல்வம் குவியாமல் பொருளாதார வளர்ச்சியின் பலன்களை எல்லோரும் பெற இந்தச் சீர்திருத்தங்கள் உதவின.

ஜப்பானில் எப்போதும் கல்விக்கும் அறிவுத் தேடலுக்கும் மிகுந்த மதிப்பும் மரியாதையும் உண்டு. தன் வருங்கால வெற்றி களுக்குப் படிப்பே மந்திரச் சாவி என்பது மக்களின் உறுதியான நம்பிக்கை. சக்கரவர்த்திக்குக் கடவுளுக்குச் சமமான மரியாதை, ராணுவத்துக்கு மதிப்பு ஆகியவை படிப்பு முறை யிலும் பள்ளிப் புத்தகங்களிலும் வலியுறுத்தப்பட்டிருந்தன. ஜப்பான் கலாசாரமே உலகில் உயர்வானது என்கிற பெருமிதம் இளம் நெஞ்சங்களில் தூவப்பட்டிருந்தன. மக் ஆர்தர் இவற்றையெல்லாம் மாற்றினார். கல்வி முறையை அமெரிக்க மயமாக்கினார். பாடப் புத்தகங்கள் அமெரிக்க பாணியில் எழுதப்பட்டன. ஜப்பானின் கல்வித் திட்டம் கீழ்க்கண்டபடி இருந்தது:

ஆரம்பப் பள்ளி	-	*6 வருடங்கள்*
நடுநிலைப் பள்ளி	-	*5 வருடங்கள்*
உயர்நிலைப் பள்ளி	-	*3 வருடங்கள்*
கல்லூரி	-	*3 வருடங்கள்*
மொத்தம்	**-**	***17 வருடங்கள்***

இதை அமெரிக்க பாணியில், கீழ்வருமாறு மாற்றினார்கள்:

ஆரம்பப் பள்ளி	-	*6 வருடங்கள்*
ஜூனியர் பள்ளி	-	*3 வருடங்கள்*
சீனியர் பள்ளி	-	*3 வருடங்கள்*
கல்லூரி	-	*4 வருடங்கள்*
மொத்தம்	**-**	***16 வருடங்கள்***

மாணவர்களுக்கு ஒரு வசதி - பலர் அமெரிக்காவுக்கு மேற் படிப்புக்கு அமெரிக்கா போக விரும்பினார்கள். அவர்களுக்கு ஒரு வருடம் மிச்சமானது.

உயர் கல்விதான் ஜப்பானின் வளர்ச்சிக்குப் பலமான அடித்தளம் அமைக்கும் என்று நம்பினார் மக் ஆர்தர். அடுத்த நான்கு ஆண்டுகளில், 1949க்குள் மொத்தம் 167 புதிய பல்கலைக் கழகங்கள் தொடங்கப்பட்டன. இந்த இளைஞர் படை ஜப்பானின் எழுச்சியில் பெரும் பங்கு வகித்தது.

தொழில், பொருளாதாரம், வியாபாரம் ஆகிய துறைகளிலும் முக்கிய மாற்றங்கள் வந்தன. சமுராய்கள் காலத்தில் சய்பத்சு என்ற பணக்காரக் குடும்பங்கள் தொழில்,வியாபாரத் துறைகளில் ஊக்குவிக்கப்பட்டன. அரசின் ஆதரவும் இவற்றுக்கு அமோக மாகக் கிடைத்தன. மிட்சுபிஷி, மிட்சுயி , சுமிட்டோமோ, யஷுடா, ஷிபுஸாவா, கவாசாக்கி, கவாசாக்கி, கொனாய்க்கே ஆகிய குடும்பங்கள் இவை. எந்திரங்கள், நெசவாலைகள், வங்கிகள், காப்பீடு என எல்லா முக்கியத் துறைகளும் இவர்கள் கையில். ஜப்பானின் மொத்த வெளிநாட்டு வியாபாரத்தில் எழுபது சதவிகிதம் மிட்சுபிஷி, மிட்சுயி ஆகிய இரண்டு குடும்பங்கள் வசம்.

1931ல் வந்த தொழில் கட்டுப்பாட்டுச் சட்டம் கார்டெல்கள் என்ற வணிகக் கூட்டணிகள் உருவாக அனுமதியும் ஊக்கமும் கொடுத்தது. இவை உற்பத்தியையும் விற்பனை விலையையும் நிர்ணயித்தன.

83 செய்பத்சுக் குழுமங்கள் தேர்ந்தெடுக்கப்பட்டன. செய் அல்லது செத்து மடி என்பதுபோல் இவர்களுக்கு அரசாங்கம் எச்சரிக்கை கொடுத்தது. போட்டியை அழிக்கும் வியாபார முறைகளைக் கை விடுங்கள், இல்லாவிட்டால் கடையை மூடுங்கள். எச்சரிக்கை விடுத்த அதே சமயம், இவர்கள் ஜப்பானின் வியாபாரத்துக்கும் பொருளாதார வளர்ச்சிக்கும் இவர்கள் அவசியமானவர்கள் என்பதையும் அமெரிக்கா உணர்ந்திருந்தது. எனவே, இவர்கள் தொழிலில் நீடிக்க அரசாங்கம் பல வித்தியாச வழிகள் சொன்னது. உதாரணத் துக்கு, மிட்சுயி , மிட்சுபிஷி ஆகிய இரண்டு குடும்பங்களுக்கு மட்டும் 240 நிறுவனங்கள் இருந்தன. இவர்கள் தேர்ந்தெடுக்க

வேண்டிய வழிகள் - கம்பெனிகளை இணைக்க வேண்டும், அல்லது கம்பெனி ஊழியர்களையும் பொது மக்களையும் பங்குதாரர்களாக்க வேண்டும்.

பல நிறுவனங்கள் ஊழியர்களுக்குப் பங்குகள் கொடுத்தன. பப்ளிக் லிமிடெட் கம்பெனிகள் எனப் பொது மக்கள் பங்குகள் வைத்திருக்கும் நிறுவனங்கள் வந்தன. இன்று உலகின் முக்கிய பங்குச் சந்தைகளில் ஒன்றாக இருக்கும் டோக்கியோ பங்குச் சந்தை இந்த முறையில் வந்ததுதான். பொதுமக்களின் சேமிப்பு மூலதனமாகும்போதுதான் மாபெரும் நிறுவனங்கள் உருவாக முடியும். ஜப்பானில் இத்தகைய பிரம்மாண்ட நிறுவனங்கள் வர வழி வகுத்தது வணிகக் கூட்டணிகளின் சீர்திருத்தம்தான். சுமார் 5000 தனியார் கம்பெனிகள் பொது நிறுவனங்களாயின.

மக் ஆர்தர் ஒரு விஷயத்தில் மிக உறுதியாக இருந்தார். அடிப்படைச் சீர்திருத்தங்களைச் செய்வதுதான் அமெரிக்காவின் வேலை. பிறகு ஜப்பானை அதன் போக்கிலேயே விட்டுவிட வேண்டும், அமெரிக்கா ஜப்பானை விட்டு வெளியேற வேண்டும். அமெரிக்கா 1952ல் வெளியேறியது. ஆனால், அதற்கு ஒரு வருடம் முன்னதாகவே அமெரிக்க ஜனாதிபதியுடன் ஏற்பட்ட கருத்து வேறுபாடுகளால் மக் ஆர்தர் வெளியேறினார்.

அமெரிக்கக் கொள்கைகளைச் சீர்திருத்தங்களாக ஜப்பானில் மக் ஆர்தர் திணித்தது உண்மை. ஆனால், அவருடைய உறுதியான தலைமை இருந்திருக்காவிட்டால் ஜப்பான் வெற்றிப் பாதைக்குத் திரும்பியிருக்க முடியாது என்பதும் உண்மை.

சரணாகதியின் அடுத்த கட்டமாக 1952ல் ஜப்பான் அமெரிக்கா வுடன் அமைதி ஒப்பந்தம் கையெழுத்திட்டது. இந்த ஒப்பந்தத் தின் முக்கிய அம்சங்கள்:

★ கொரியா, பார்மோசா போன்ற போரில் கைப்பற்றப்பட்ட பகுதிகளில் ஜப்பானுக்கு உரிமை கிடையாது.

★ ஜப்பான் அமெரிக்காவின் பாதுகாப்பில் இருக்கும்.

★ எந்த நாட்டுடன் தகராறு வந்தாலும் ஜப்பான் அவற்றை அமைதி வழியில், ஐ.நா சபையின் கொள்கைகளை மீறாமல் தீர்க்கும். எந்த நாட்டுக்கு எதிராகவும் வன்முறையைப் பயன்படுத்தாது.

★ போர்க் கைதிகளுக்கு நேச நாடுகள் கொடுத்த தண்டனையை ஜப்பான் நிறைவேற்றும். இந்தத் தண்டனைகளை மாற்றவோ, கருணை காட்டவோ ஜப்பானுக்கு அதிகாரம் கிடையாது.

★ வியாபாரத்தில் ஜப்பானும் நேச நாடுகளும் சலுகைகள் வழங்கும்.

★ போரில் விவகாரத்துக்கு உள்ளான ஜப்பானியரின் சொத்துகளைக் கைப்பற்றவும் விற்கவும் நேச நாடுகளுக்கு முழு உரிமை உண்டு.

★ ஜப்பான் சக்கரவர்த்தி, அரசாங்கம் ஆகியோரின் அதிகாரங்கள் நேசப் படைத் தளபதியின் கட்டுப்பாட்டுக்கு உட்பட்டவை.

1947ல் ஜப்பான் மக்கள் உயிருக்கு உயிராக மதிக்கும் சக்கர வர்த்தியின் அதிகாரங்கள் பறிக்கப்பட்டன. சக்கரவர்த்தி அலங்கார பொம்மையானார்.

இந்த அரசியல் சட்டப்படி ஜப்பான் தரை, கடல், விமானம் ஆகிய படைகளை வைத்துக்கொள்ளும் உரிமையை இழந்தது. தன் நாட்டில் தங்கியிருக்கும் அமெரிக்கப் படைகளை நம்பும் கட்டாயத்துக்குத் தள்ளப்பட்டது. இவற்றையெல்லாம் வலியுறுத்தும் உடன்படிக்கை அமைதி ஒப்பந்தமல்ல, அடிமை சாசனம் என்பது பலர் கருத்து.

தங்கள் நாட்டின்மீது வெறித்தனமான பற்றுக் கொண்ட ஜப்பானிய மக்கள் இந்த அவமானங்களை எப்படிப் பொறுத்துக் கொண்டார்கள்?

அமெரிக்காவின் உதவி இல்லாவிட்டால் தாங்கள் தலை தூக்க முடியாது என்பதை ஜப்பானியர் புரிந்துகொண்டிருந்தார்கள். உலகத்தில் சில நாடுகளின் சரித்திரம் சோகக் கதை. ஜப்பானின் வரலாறு போராட்டங்கள், பயங்கள், ரணங்கள், வலிகள், ரத்தம், கண்ணீர் இவற்றால் எழுதப்பட்டிருக்கிறது. அவமானங் களோடும் வலிகளோடும் அவர்கள் வாழப் பழகியவர்கள். எனவே மக் ஆர்தர் கொடுத்த காயங்களை அடிமனத்தில் வைத்துக்கொண்டு அவர்களால் சகஜ வாழ்க்கையைத் தொடர முடிந்தது.

இதுவரை

அமெரிக்க மக் ஆர்தரின் வழிகாட்டலில் ஜப்பான் வேகமாகத் தலை தூக்குகிறது.

- பொருளாதாரச் சீர்திருத்தத்தின் பலன்களை எல்லோரும் பெறும் வழியில் புரட்சிகரமான நிலச் சீர்திருத்தங்கள் மேற்கொள்ளப்பட்டன.
- தொழில் வளர்ச்சியைக் குடும்ப விஷயமாக வைத்திருந்த செய்பத்சுக் குடும்பங்களும், கார்டெல்களும் கட்டுப்படுத்தப்படுகின்றன. நிறுவனங்கள் தங்கள் பங்குகளைப் பொது மக்களுக்கு வழங்குமாறு அரசாங்கம் வற்புறுத்துகிறது.

7

ஒரு ஃபீனிக்ஸ் பறவையின் எழுச்சி

வரலாற்று ஆசிரியர்கள் ஜப்பானின் எழுச்சியை ஃபீனிக்ஸ் பறவையோடு ஒப்பிடுகிறார்கள். கிரேக்க, எகிப்திய இதிகாசங்களில் குறிப்பிடப் படும் ஃபீனிக்ஸ் அக்னி தேவனின் உருவம். மிக மிக அழகான பறவை. ரத்தச் சிவப்பு நிறம், தங்கமாய்த் தகதகக்கும் இறகுகள். கழுகுபோல் கம்பீரம். தோற்றம் மட்டுமா அழகு? குயிலைத் தோற் கடிக்கும் இனிமைக் குரல். ஃபீனிக்ஸ் பறவையின் ஆயுள் 500 ஆண்டுகள். ஒரு சமயத்தில் உலகத்தில் ஒரே ஒரு ஃபீனிக்ஸ் பறவை மட்டும்தான் வாழும். தன் இறுதிக் காலம் எப்போது வருகிறது என்று ஃபீனிக்ஸ் பறவைக்குத் தெரியும். அப்போது நறுமணம் கமழும் தாவரத் தண்டுகள், வாசனைப் பொருட்கள் ஆகியவற்றால் கூடு கட்டும். அந்தக் கூட்டைத் தீயிடும். எரியும் நெருப்பில் குதிக்கும். சாம்பலாகும். கனன்று கொண்டிருக்கும் சாம்பலி லிருந்து புதிய ஃபீனிக்ஸ் எழுந்து வரும். அதிக அழகோடு, அதிகத் தகதகப்போடு. இதை ஃபீனிக்ஸின் எழுச்சி என்று சொல்வார்கள்.

அமெரிக்கப் படைகள் நாட்டைவிட்டுப் போனபின் ஜப்பான் அரசு நாட்டின் தற்காப்புக்காக 1,10,000 பேர் கொண்ட காவல் படையை உருவாக்கும் சட்டத்தை நிறைவேற்றியது. ராணுவ வீரர்கள் இல்லை, போர்க் கப்பல்கள் இல்லை, விமானங்கள் இல்லை. நாட்டை யாராவது தாக்கினால் என்ன செய்வது? 1954ல் அமெரிக்காவோடு பாதுகாப்பு ஒப்பந்தம் போட்டது. இதன்படி, எந்த நாடு ஜப்பானைத் தாக்கினாலும், ஜப்பானை அமெரிக்கப் படைகள் பாதுகாக்கும். ஜப்பான் தன் ராணுவச் செலவுகளை மிச்சப்படுத்தி, அந்தப் பணத்தை வளர்ச்சித் திட்டங்களுக்குப் பயன்படுத்தலாம் என்பது அனுகூலம். அதே சமயம் காலாகாலத் துக்கு ஜப்பான் அமெரிக்காவைச் சார்ந்து வாழ வேண்டும்.

இந்தச் சார்புநிலை சரியா தவறா என்று வாதாடலாம். ஆனால், இரண்டாம் உலகப் போர் முடிந்த காலகட்டங்களில் ஜப்பானுக்கு அரசியல் ஸ்திரத்தன்மை அமெரிக்காவின் நெருக்கத்தால் மட்டுமே கிடைத்தது என்பது நிஜம். அந்த நாட்கள், ஜப்பானில் மக்களாட்சியின் தொடக்க நாட்கள். பூகம்பம் வரும்போது ஆடும் ஜப்பானிய வீடுகள்போல் அங்கே மலர்ந்த மக்களாட்சியும் தள்ளாடியது. அடுத்த சில வருடங்களில் எத்தனை முதல் அமைச்சர்கள் தெரியுமா?

ஏப்ரல் - ஆகஸ்ட் 1945	-	சுசூகி கான்ட்டாரோ (Suzuki Kantarô)
ஆகஸ்ட் 1945- அக்டோபர் 1945	-	ஹிகாசிக்குனி நருஹிக்கோ (Higashikuni Naruhiko)
அக்டோபர் 1945 - மே 1946	-	ஷிடெஹாகாரா கிஜுரோ (Shidehara Kijuro)
மே 1946 - மே 1947	-	யோஷிடா ஷிகேரு (Yoshida Shigeru)
மே 1947 - மார்ச் 1948	-	கட்டயாமா டெட்ஸு (Katayama Tetsu)
மார்ச் 1948 - அக்டோபர் 1948	-	அஷிடா ஹிட்டோஷி (Ashida Hitoshi)
அக்டோபர் 1948 - டிசம்பர் 1954	-	யோஷிடா ஷிகேரு (Yoshida Shigeru)

யோஷிடா ஷிகேரு ஆறு ஆண்டுகள் தொடர்ந்து பிரதம மந்திரியாக இருந்தார், இரண்டு முறை பிரதமர். மற்றவர்கள் மாதக் கணக்கில் மட்டுமே ஆட்சி செய்தவர்கள்.

ஆச்சரியம் என்னவென்றால் பொருளாதார வளர்ச்சி சிகரம் தொட்ட 1960 - 1990 வரையிலான 30 ஆண்டுகளில் 15 பிரதமர்கள் இருந்தார்கள். இவர்களுள் இருவர் மட்டுமே தங்கள் ஆட்சிக் காலங்களை முடித்தவர்கள். மற்றவர்கள் அரசியல் சதுரங்கத்தில் வெட்டுண்டவர்கள். ஜப்பானைப் பொறுத்தவரை ஆண்டுக் கணக்கில் ஆளும் முதன் மந்திரிகள் ஆச்சரிய மனிதர்கள்.

நாடு வளர நிலையான கொள்கைகள் தேவை. நிலையான ஆட்சி இருந்தால் மட்டுமே நிலையான கொள்கைகள் உருவாகும். இது காலம் காலமாக நிரூபிக்கப்பட்ட உண்மை. இதைப் பொய்யாக்கியது ஜப்பான். அரசியல் தள்ளாட்டங்களுக்கு மத்தியிலும் பொருளாதாரக் கப்பல் சீராகப் பயணம் செய்தது. இதற்கு முக்கியக் காரணம் அமெரிக்காவின் மேற்பார்வை. அத்தோடு எந்தக் கட்சி ஆட்சியைப் பிடித்தாலும், அவர்கள் பொருளாதார வளர்ச்சிக் கொள்கைகளோடு விளையாடவில்லை.

யுத்த முடிவில் பொருளாதாரம் படுகுழியில் இருந்ததைப் பார்த்தோம். உணவுப் பஞ்சம், ரேஷன், விலைவாசியின் 350 சதவிகித எகிறல், சிதிலமான தொழிற்சாலைகள், சாலைகள், ரயில் பாதைகள். தபால் தந்தி வசதிகள், குடி தண்ணீர், மின்சாரம் ஆகிய அடிப்படை வசதிகளின் தட்டுப்பாடு, தொழில் உற்பத்தி யில் 90 சதவிகிதச் சரிவு என எங்கு பார்த்தாலும் பிரச்னைகள்.

பொருளாதார அதிரடி நடவடிக்கைகளில் அரசு இறங்கியது. மார்ச் 1946. விலைவாசியைக் குறைப்பது முதல் வேலையாக எடுத்துக்கொள்ளப்பட்டது. விலை உயர என்ன காரணம்? பொருட்கள், தொழிற்சாலைத் தயாரிப்புகள் ஆகிய எல்லாப் பொருட்களின் உற்பத்தியும் குறைவு. மக்களிடம் வாங்கும் சக்தி அதிகமாக இருந்து உற்பத்தி குறைவாக இருந்தால் வியாபாரிகள் பொருள்களைப் பதுக்குவார்கள். பணக்காரர்கள் அதிக விலை கொடுத்து கறுப்புச் சந்தையில் வாங்குவார்கள். ஏழைகளுக்குப் பொருட்கள் கிடைக்காது. இதனால் சமுதாயத்தில் கிளர்ச்சிகள் வரும். உற்பத்தியைவிட மக்களிடம் பண நடமாட்டம் அதிக மாக இருந்தால் விலைவாசி உயரும். இதைக் கட்டுப்படுத்த மூன்று வழிகள்:

1. உற்பத்தியை அதிகமாக்க வேண்டும். உணவுப் பொருட்கள் அதிகமாகவேண்டுமானால், பருவ மழை சரியாகப் பெய்ய வேண்டும், விளைச்சல் பெருக வேண்டும். அல்லது பிற நாடுகளிலிருந்து உணவு இறக்குமதி செய்ய வேண்டும். இவை எதுவுமே உடனே நடக்கும் காரியங்களல்ல.

2. தொழில் உற்பத்தியும் அப்படித்தான். போரில் முப்பது சதவிகிதத் தொழிற்சாலைகள் தரை மட்டமாகிவிட்டன. இவற்றை மறுபடி உருவாக்கப் பெரும் அளவில் பணம் வேண்டும், அதிகக் காலம் வேண்டும். எனவே, உணவு, தயாரிப்புப் பொருட்கள் ஆகிய எந்த உற்பத்தியையும் அதிகரிக்கக் குறைந்தபட்சம் பல மாதங்கள் தேவை.

3. மக்களிடம் பணப் புழக்கத்தைக் குறைக்க வேண்டும். ஆரம்பத்தில் அவர்கள் மனத்தில் அதிருப்தியை ஏற்படுத்தி னாலும், அரசு உறுதியாக இருந்தால் நடக்கிற காரியம் இது.

பணப் புழக்கத்தைக் குறைக்கும் நடவடிக்கைகளில் அரசாங்கம் இறங்கியது. மக்கள் தங்களிடம் இருக்கும் அத்தனை பணத்தை யும் அரசாங்கத்திடம் ஒப்படைக்கும்படி கட்டளை பிறந்தது. பண வீக்கக் காலத்தில் மக்கள் கையிருப்புப் பணத்தைச் செல்லாக் காசாக்கும் demonetisation என்ற நடவடிக்கையை அரசாங்கங்கள் எடுப்பதுண்டு.

மக்களிடம் இருந்த மொத்தப் பணமும் அரசாங்கத்தின் கைக்கு வந்தது. இந்தப் பணத்திலிருந்து ஒவ்வொரு குடும்பமும் மாதம் 500 யென் (Yen - ஜப்பான் பணத்தின் பெயர்) எடுத்துக் கொள்ள லாம். இது மிகச் சிறிய தொகை. ஏன் தெரியுமா? அன்றைய அந்நியச் செலாவணிப்படி ஒரு அமெரிக்க டாலர் 360 யென்.

பணப் புழக்கத்தைக் குறைக்க அரசாங்கம் இன்னொரு நடவடிக் கையும் எடுத்தது. 1946ல் விலை வீக்கம் 350 சதவிகிதம். அதாவது போருக்கு முன்னால் இருந்ததைவிட, போருக்குப் பின் விலை 45 மடங்கு அதிகம். அரசாங்கம், தனியார் ஆகிய எல்லாத் துறை ஊழியர்களின் சம்பளமும் போருக்கு முன் இருந்ததைவிட 28 மடங்குக்கு மேல் இருக்கக்கூடாது என்று உச்ச வரம்பு விதித்தது.

அமெரிக்க உதவியால் எட்டு லட்சம் டன் உணவுப் பொருட்கள் பல்வேறு நாடுகளிலிருந்து வந்து இறங்கின. நிலக்கரி, உருக்கு,

உரம், மின்சார உற்பத்தி ஆகிய தொழில் நிறுவனங்கள் தொடங்கவும், உற்பத்தியைப் பெருக்கவும் அரசாங்கம் கடன் வழங்கியது. இவற்றுக்கெல்லாம் அரசாங்கத்திடம் எப்படிப் பணம் வந்தது? வருமான வரி விதிப்பில் மாற்றம் வந்தது. ஏழைகளுக்கு வரிச் சலுகைகள் கொடுக்கப்பட்ட அதே வேளையில் பணக்காரர்களின் உச்ச வரி விகிதம் 75 சதவிகிதமாக மாற்றப்பட்டது. அரசாங்கத்துக்கு வர வேண்டிய அத்தனை வரித் தொகைகளும் கெடுபிடியாக வசூலிக்கப்பட்டன. அமெரிக்கா கடனாக டாலர்களைக் கொட்டியது. 1945ல் இருந்து 1951 வரையிலான காலகட்டத்தில் ஜப்பான் தொழிற்சாலைகளில் அமெரிக்கா 200 கோடி டாலர் முதலீடு செய்தது.

செய்பத்சுக் குழுமங்கள் பணக்காரக் குடும்பங்களுக்குச் சொந்த மானவை. கீரெட்ஸூக் குழுமங்களின் வசம் வங்கிகள் இருந்தன. எனவே, இந்த இரண்டுவகைக் குழுமங்களும் எந்தத் தொழிலில் இறங்க நினைத்தாலும், இவர்களுக்கு மூலதனம் ஒரு பிரச்னையாகவே இருக்கவில்லை. ஆனால், சிறு தொழில் முனைவோர் பணம் புரட்ட சிரமப்பட்டார்கள். இவர்களுக்காக 1951ல் MITI ஜப்பான் வளர்ச்சி வங்கி (Japan Development Bank) தொடங்கப்பட்டது. ஜப்பான் மக்கள் சேமிப்புப் பழக்கம் உடையவர்கள். அமெரிக்க மக்கள் தங்கள் வருமானத்தில் 7% சேமிப்பார்கள். ஜப்பானில் 18%. புத்திசாலித்தனமான நிதிக் கொள்கைகளால் பொதுமக்கள் சேமிப்பையும் வரிப் பணத்தை யும் கஜானாவுக்கு வரவழைத்த அரசாங்கம், அந்தப் பணத்தைத் தொழில்களில் முதலீடாக்கியது.

ஒரு நாட்டின் தொழில் வளர்ச்சி பல அம்சங்களைச் சார்ந்திருக் கிறது. ஜப்பான் போன்ற நாட்டில் வெளிநாட்டு வியாபாரத்தின் பங்கு மிக முக்கியமானது. பொருளாதாரக் கொள்கை, ஏற்றுமதி இறக்குமதிக் கொள்கை, வங்கி மூலதனங்கள் ஆகியவை ஒருங்கிணைந்தால் மட்டுமே ஜப்பானின் வளர்ச்சி சாத்தியம். இந்த ஒருங்கிணைப்புக்காக 1949ல் உலக வியாபார, தொழில் அமைச்சகம் உருவாக்கப்பட்டது. சுருக்கமாக MITI என்று பெயர்.

உலக வியாபார, தொழில் அமைச்சகம் என்ற பெயர் இருந் தாலும் இந்த அமைச்சகத்தின் அதிகாரங்கள் பரந்துபட்டவை. உள்நாட்டுத் தொழில்கள், மாசுக் கட்டுப்பாடு, மின்சார உற்பத்தி,

மூலதன உதவி, வாடிக்கையாளர் குறைகளை நிவர்த்தி செய்தல் போன்ற பரவலான கடமைகள், அதற்கேற்ற அதிகாரங்கள். ஜப்பானின் வெற்றியில் MITI க்கு முக்கிய பங்கு உண்டு.

இப்படி முயற்சிகள் பல எடுக்கப்பட்டு வந்தபோது, ஜப்பானுக்கு ஒரு லாட்டரியில் பம்பர் பரிசு அடித்தது. அந்த லாட்டரி, 1950 முதல் 1953 வரை நடந்த கொரியப் போர். யுத்தத்தில் ஜப்பானுக்கு எப்படிப் பரிசு மழை கொட்ட முடியும்?

இரண்டாம் உலகப் போருக்கு முன் கொரிய நாடு ஜப்பானின் ஆதிக்கத்தில் இருந்தது. ஜப்பானின் சரணாகதிக்குப் பின் கொரியாவை நேச நாடுகள் கூறு போட்டன. தென் கொரியா அமெரிக்காவுக்கு, வட கொரியா ரஷ்யாவுக்கு. 1950ல் வட கொரியா ரஷ்ய உதவியோடு தென் கொரியாவைத் தாக்கியது. அமெரிக்காவும் ஐக்கிய நாடுகள் சபையும் தென் கொரியாவின் உதவிக்கு வந்தன.

பெரும்பாலான போர் ஆயுதங்களையும் பிற தேவைகளையும் அமெரிக்கா ஜப்பானிடமிருந்து வாங்கியது. ஐக்கிய நாடுகளின் ராணுவமும் தன் ஆர்டர்களை ஜப்பானுக்குக் கொடுக்க அமெரிக்கா சிபாரிசு செய்தது. 1950ல் மட்டும் ஜப்பானுக்குக் கிடைத்த ஆர்டர்களின் மதிப்பு 400 கோடி டாலர்.

வர்த்தகம் மற்றும் காப்பு வரிகளுக்கான பொது ஒப்பந்தம் (General Agreement on Tariffs and Trade) உலக நாடுகளிடையே வியாபாரத்தைப் பெருக்குவதற்காக 1947ல் உருவாக்கப்பட்ட ஒன்று. இது சுருக்கமாக காட் என்று அழைக்கப்படுகிறது. நாடுகள் தமக்குள் விதிக்கும் காட் வியாபாரத் தடைகளை நீக்குவதும், சரக்கு வரிகளைக் குறைப்பதும் இதன் குறிக்கோள். இந்தச் சலுகைகளை காட் நாடுகள் தமக்குள் மட்டுமே பயன் படுத்திக்கொள்வார்கள்.

அமெரிக்க ஆதரவால், 1953ல் ஜப்பான் காட் அங்கத்தினராக ஏற்றுக்கொள்ளப்பட்டது. இங்கிலாந்து, பிரான்ஸ், பெல்ஜியம், நார்வே, பிரேசில், கனடா, சிலி, ஆஸ்திரேலியா, சீனா, இந்தியா, போன்ற 23 நாடுகளோடு ஏற்றுமதி, இறக்குமதி செய்வது ஜப்பானுக்கு எளிதானது. மூலப் பொருட்கள் வாங்கவும், தயாரிப்புப் பொருட்களை விற்கவும் இந்த நாடுகளின் கதவுகள் திறந்தன.

இந்த உந்துசக்தியால் தொழில் உற்பத்தி 50% உயர்ந்தது. 1949ல் நூறாக இருந்த உற்பத்திக் குறியீட்டு எண் 1954ல் 240 ஆனது.

சமுராய், மெய்ஜி காலங்களில் செய்பத்சுக் குடும்பங்கள் பொருளாதார வளர்ச்சியின் முக்கிய உந்துதல் சக்திகளாக இருந்தன. மக் ஆர்தர் கொண்டுவந்த சீர்திருத்தங்களில் இந்தக் குடும்பங்கள் தம் தொழில்களை வளர்க்க அனுமதிக்கப்பட வில்லை. அதே சமயம் போருக்குத் தேவைப்பட்ட ஆயுதங் களைக் குறைந்த காலத்துக்குள் தயாரிப்பதற்கான ஆர்டர்கள் மிட்சுயி, மிட்சுபிஷி, சுமிட்டோமோ ஆகிய செய்பத்சுக் குடும்பங்களிடம் ஒப்படைக்கப்பட்டன. இதன்மூலம் இந்த நிறுவனங்கள் ஜப்பானின் பொருளாதாரத்தில் மறுபடியும் முக்கிய சக்திகளாயின.

1953ல் அமெரிக்கா ஜப்பானை விட்டு வெளியேறியதும் ஜப்பானின் மக்களாட்சி செய்பத்சு நிறுவனங்களின்மீதான இருந்த தடைகளை நீக்கியது.

புதிய அரசின் ஆதரவில் கீரெட்ஸு (Keiretsu) என்னும் வணிகக் குழுமங்கள் தோன்றின. கீரெட்ஸுக்கள் இரண்டு வகை.

1. பல்வேறு தொழில் கீரெட்ஸுக்கள் (Horizontal Keiretsus)

இந்தக் குழுமக் கம்பெனிகள் பல்வேறு தொழில்களில் ஈடு பட்டிருக்கும். இவை அத்தனையும் , தங்களுக்குச் சொந்தமான வங்கியை மையமாகக்கொண்டு செயல்படும். வருமானம், லாப நஷ்டங்கள் ஆகியவற்றில் சரிவுகள் வரும்போது வங்கிகள் இந்த நிறுவனங்களுக்குக் கை கொடுக்கும். ஜப்பானில் இத்தகைய ஆறு கீரெட்ஸுக்கள் இருக்கின்றன. அவை: மிட்சுயி, மிட்சுபிஷி, சுமிட்டோமோ, ஃபுயோ (Fuyo), ஸான்வா (Sanwa) டாய் இச்சி காங்க்யோ (Dai – Ichi Kangyo).

2. ஒரே தொழில் கீரெட்ஸுக்கள் (Vertical Keiretsus)

இந்தக் குழும நிறுவனங்கள் அத்தனையும் ஒரே தொழிலில் ஈடுபட்டிருக்கும். டி.வி, மியூசிக் சிஸ்டம், காமரா, செல்போன், கம்ப்யூட்டர் தயாரிக்கும் சோனி கம்பெனியை உங்கள் எல்லோருக்கும் தெரியும். அவர்களுக்கு உதிரிப் பாகங்கள் விநியோகம் செய்வோர், விற்பனையாளர்கள் ஆகிய எல்லோரும் இத்தகைய கீரெட்ஸுவைச் சேர்ந்தவர்கள். இந்த

வகையில் பிரபல கீரெட்ஸூக்கள் சோனி, ஹிட்டாச்சி, தோஷிபா, பானஸோனிக். டொயோட்டா, ஹோண்டா.

கீரெட்ஸூ குழுமங்களும் அரசாங்கமும் மிகுந்த நெருக்கத் தோடு செயல்பட்டன. இந்தச் சங்கிலிப் பிணைப்பில் இருந்த பிறர்:

★ தயாரிப்பாளர்கள்

★ இயந்திரங்கள், மூலப் பொருட்கள், உதிரிகள் விநியோகம் செய்பவர்கள்

★ விற்பனையாளர்கள்

★ வங்கிகள்

★ அரசு அதிகாரிகள்

சாதாரணமாக நிறுவனங்களில் நெருக்கடிகளுக்கு முக்கியக் காரணம், சின்னப் பிரச்னைகள் வரும்போது அவர்கள் உடனடி நடவடிக்கைகள் எடுக்காமல் இருப்பதுதான். காலம் தாழ்த்தத் தாழ்த்த, சிறு பிரச்னைகள் நெருக்கடிகளாக மாறும். கீரெட்ஸூக் களின் உறவுச் சங்கிலியால், ஏதேனும் ஒரு கம்பெனியில் சின்னப் பிரச்னை வந்தால், அடுத்த கம்பெனிகள் தோள் கொடுத்தன. பிரச்னைகளை முளையிலேயே கிள்ள முடிந்தது.

ஜப்பானின் இமாலய எழுச்சிக்கு MITIயும், *1960* முதல் *1964* வரை பிரதமராக இருந்த ஹயாட்டோ இக்கேடாவும் பிரம்மாக்கள் என்று பார்த்தோம். முதலில் MITIன் சாதனையைப் பார்ப்போம். இது நன்கு புரிய, இரண்டு பொருளாதாரக் கொள்கைகளை நீங்கள் தெரிந்துகொள்ள வேண்டும்.

பொருளாதாரக் கொள்கைகளை இரண்டு வகைகளாகப் பிரிப்பார்கள்.

1. திண் பொருளாதாரம் (Macroeconomics)

2. நுண் பொருளாதாரம் (Microeconomics)

திண் பொருளாதாரம் என்பது நாட்டின் பொருள்கள் மற்றும் சேவைகளின் மொத்த உற்பத்தி, உற்பத்தி வளர்ச்சி, தேசிய மொத்த வருவாய், உற்பத்திக்கான இயற்கை வளங்களைப் பயன் படுத்தல், விலைவாசி, வேலை வாய்ப்புகள் ஆகியவற்றுக்கான

கொள்கைகளை வகுத்தல். புள்ளி விவரங்களைச் சேகரித்து அவற்றின் அடிப்படையில் நாட்டு வளர்ச்சிக்கான இலக்கு களைத் திண் பொருளாதாரம் நிர்ணயிக்கும். இந்த இலக்குகளை எட்டும் பாதையில் முன்னேற்றம் எவ்வாறு இருக்கிறது என்று அடிக்கடி கணித்து, அதற்கேற்றபடி நாட்டின் நிதி அமைச்சகம் கொள்கைகளில் மாற்றங்கள் செய்யும். பரவலான கொள்கை களை வகுப்பது மட்டுமே இதன் குறிக்கோள். திண் பொருளா தாரம் தனிப்பட்ட நிறுவனங்கள் முழுச் சுதந்திரத்தோடு செயல் பட அனுமதிக்கும், அவர்கள் நடவடிக்கைகளில் தலையிடாது.

நுண் பொருளாதாரம் என்பது தனிப்பட்ட நுகர்வோர், நிறுவனம், தொழிற்சாலை போன்றவற்றின் பொருளாதார நடவடிக்கைகள் சம்பந்தப்பட்டது. நாட்டின் மொத்த உற்பத்தி, மொத்த வருமானம் ஆகியவை எப்படி மக்களிடையே பகிர்ந்தளிக்கப்படு கின்றன என்பது நுண் பொருளாதாரத்தின் கீழ் வரும். இது தனி நபர்களை நிலம், உழைப்பு, மூலதனம் ஆகியவற்றை அளிப்ப வராகவும், இவற்றால் தயாரிக்கப்படும் பொருட்களை நுகர்பவர் களாகவும் இரு கோணங்களில் பார்க்கிறது. தயாரிப்பாளர்கள் நியாயமான விலைக்குப் பொருட்களை விற்கிறார்களா, நுகர்வோரின் வாங்கும் சக்திக்கான விலையில் கிடைக் கின்றனவா என்று ஆராயும். உற்பத்தியாளர்கள் கொள்ளை லாபம் அடிப்பதாகத் தோன்றினால் அரசு தலையிட்டு விலை களை நிர்ணயிக்கும். அதேபோல் வெளிநாட்டுப் போட்டிகளால் உள் நாட்டு நிறுவனங்கள் பாதிக்கப்பட்டால், அரசாங்கம் இறக்குமதிகள்மீது கட்டுப்பாடுகள் விதிக்கும், சொந்த நாட்டுக் கம்பெனிகளுக்குப் பாதுகாப்பு அளிக்கும்.

அமெரிக்கா போன்ற முதலாளித்துவ நாடுகளில் திண் பொருளா தாரக் கொள்கை கடைப்பிடிக்கப்படுகிறது. பொதுவுடமை நாடுகளில் இருப்பது நுண் பொருளாதார வழி.

1952ல் அமெரிக்கா போனபின் ஜப்பான் தன் கொள்கைகளை எடை போட்டது. போட்டிகள் நிறைந்த உலகச் சந்தையில் நாடு காலூன்ற வேண்டுமானால், அரசாங்கம் நிறுவனங்களைக் கை பிடித்து ஆதரவு கொடுக்க வேண்டும் என்று தீர்மானித்தது. இந்த வழி, நுண் பொருளாதாரப் பாதை. இதை வெற்றிகரமாகக்க MITI நிறைவேற்றியது. உலகில் வேறு எந்த நாட்டின் அரசாங்கமும் சாதிக்க முடியாத பொருளாதாரப் பாதிப்பை MITI சாதித்திருக் கிறது என்பது மேதைகளின் கணிப்பு.

வளர்ச்சிக்கு முக்கியமான தொழில்களுக்கு அரசாங்க வரிச் சலுகைகளும், கடன் உதவிகளும் அளிக்கப்பட்டன. கார், உருக்கு, இயந்திரச் சாதனங்கள், தகவல் தொடர்புக்கான மின் பொருட்கள் ஆகிய நான்கு தொழில்களுக்கும் முன்னுரிமை கொடுக்கப்பட்டது.

வேகமான வளர்ச்சிக்கு வெளிநாட்டுத் தொழில்நுட்பம் அவசியம் என்பதை நாடு உணர்ந்தது. இவற்றை வாங்கும் சட்டங்கள் எளிமையாக்கப்பட்டன. இந்த எளிமையாக்கல் பல தொழில்கள் தம்மைப் புதுப்பித்துக்கொள்ள உதவியது. ஜப்பான் எந்தத் தொழில்நுட்பத்தை, எந்த இயந்திரத்தை, எந்த மூலப் பொருளை இறக்குமதி செய்யலாம், எவற்றை இறக்குமதி செய்யக்கூடாது என்பதை முடிவு செய்யும் முழு அதிகாரமும் MITI கைகளில் இருந்தது. MITI வானளாவிய இந்த அதிகாரத்தைப் பொறுப்போடு பயன்படுத்தியது.

அந்நிய நாடுகள் ஜப்பானில் முதலீடு செய்வதையும், தொழில்கள் தொடங்குவதையும் MITI தடை செய்தது. அதே நேரத்தில் அவர்களிடமிருந்து தொழில் நுட்பம் விலைக்கு வாங்கும் வழிமுறைகள் மிகவும் எளிதாக்கப்பட்டன. வெளிநாடுகள் காலூன்றினால் அவை நாட்டின் பொருளாதாரத்தை ஆக்கிரமிக்கலாம், உள்நாட்டுக் கம்பெனிகளின் வளர்ச்சியைக் கட்டுப்படுத்தலாம் என்ற அச்சங்கள் இந்தக் கொள்கை முடிவுகளுக்குக் காரணங்களாக இருந்தன. இந்தப் பாதுகாப்புக் குடை ஜப்பானின் தொழில்கள், குறிப்பாகப் புதிய தொழில்களைச் சொந்தக் காலில் வேரூன்ற வைத்தது.

உருக்கு உற்பத்தி, நெசவாலைகள், கப்பல் கட்டுதல், இயந்திரங்கள் தயாரிப்பு, சுரங்கம் ஆகிய தொழில்கள் நாட்டுக்கு முக்கியமானவை என்று தீர்மானிக்கப்பட்டன. இவற்றை வளர்க்க MITI பல நடவடிக்கைகள் எடுத்தது. இந்தச் செயல்களையும் அதன் பலன்களையும் புரிந்துகொள்ள உருக்குத் தொழிலையும், நெசவாலைகளையும் உதாரணங்களாக எடுத்துக் கொள்வோம்.

உருக்குத் தொழில் எல்லா நாடுகளுக்கும் முதுகெலும்பு. இந்த முதுகெலும்பை உறுதியாக்க அமெரிக்க டாக்டர் வந்தார். அமெரிக்காவின் பெத்லஹெம் ஸ்டீல் கார்ப்பரேஷன் 1857ல் நிறுவப்பட்ட நூற்றாண்டுப் பாரம்பரிய நிறுவனம்.

அமெரிக்காவின் இரண்டாவது பெரிய ஸ்டீல் தயாரிப்பு நிறுவனமும்கூட.

ஜப்பான் பெத்லஹெம் கம்பெனியின் உதவியை நாடியது. 1949, 1950களில் இந்தக் கம்பெனியின் வல்லுநர்கள் குழு ஜப்பான் வந்தது. ஜப்பானின் எஞ்சினியர்கள் குழுவும் அமெரிக்கா சென்றது. அமெரிக்கா ஜப்பானைவிடக் குறைந்த விலையில் ஸ்டீல் தயாரித்தது. இதன் காரணங்களை எஞ்சினியர்கள் ஆராய்ந்தார்கள். பல காரணங்கள்:

★ ஜப்பான் மூலப் பொருளான இரும்புத் தாதுவை இறக்குமதி செய்தது. இவை கப்பல்களில் வந்தன. ஸ்டீல் தொழிற் சாலைகள் நாட்டின் உள்பாகங்களில் இருந்தன. தாதுப் பொருட்களை எடுத்துச் செல்லும் பயணச் செலவு அதிகம்.

★ தயாரிப்பு முறைகளில் ஜப்பான் பின்தங்கியிருந்தது. புதிய தொழில் நுட்பங்களைப் பயன்படுத்த வேண்டிய கட்டாயம்.

★ அமெரிக்காவில் தயாரிப்பு பெரும்பாலும் இயந்திர மய மாக்கப்பட்டிருந்தது. ஜப்பானில் தயாரிப்புத் தொழிலாளர் களின் தனிப்பட்ட திறமைகளை நம்பியிருந்தது. இவர்கள் படிப்பறிவு குறைந்தவர்கள். ஆனால், ஸ்டீல் தயாரிப்பில் வாழ்நாள் அனுபவம் கொண்டவர்கள். இதனால், தொழிலாளிகள் அடிக்கடி சம்பள உயர்வு கேட்டார்கள். கொடுக்காவிட்டால் வேலை நிறுத்தங்கள் செய்தார்கள். சம்பள உயர்வுகள் தயாரிப்புச் செலவைக் கூட்டின.

இந்தக் குறைகளை நிவர்த்தி செய்ய சில நடவடிக்கைகள் எடுக்கப்பட்டன.

★ புதிய உருக்கு ஆலைகள் தொடங்கப்பட்டன. இவை அத்தனையும் தாதுப் பொருட்கள் வந்திறங்கும் துறைமுகங் களிலோ அவற்றுக்கு அருகிலோ அமைக்கப்பட்டன. மூலப் பொருட்களை எடுத்துச் செல்லும் வேண்டாச் செலவு இப்போது மிச்சம்!

★ பெத்லஹெம் கம்பெனியிலிருந்து தொழில்நுட்ப ரகசியங்கள் வாங்கப்பட்டன.

★ உற்பத்தி இயந்திரமயமாக்கப்பட்டது. அனுபவம் கொண்ட, அதிகச் சம்பளம் வாங்கிய தொழிலாளிகளின் வேலை

பறிக்கப்பட்டது. இந்த இடங்களில் கல்வி அறிவு பெற்ற இளைஞர்கள் வேலைக்கு அமர்த்தப்பட்டார்கள். இவர்களுடைய சம்பளம் முந்தைய தொழிலாளிகளைவிட மிகக் குறைவு. இவர்களுடைய கல்வி பலத்தால் புதிய தொழில் நுட்பங்களை எளிதாகக் கற்றுக்கொண்டார்கள். அதிக உற்பத்தித் திறன், குறைந்த சம்பளம் - தயாரிப்புச் செலவு குறைந்தது.

இப்போது ஜப்பானின் தயாரிப்புச் செலவு பெத்லஹெம் கம்பெனியைவிட ஒரு டன்னுக்கு 100 டாலர் குறைந்தது. பத்தே வருடங்களில் ஜப்பான் அமெரிக்காவுக்கே ஸ்டீல் ஏற்றுமதி செய்யத் தொடங்கியது. இன்னொரு விசித்திரம், குறிப்பாக ஜப்பானின் விலைக்கு ஈடு கொடுக்க முடியாத பெத்லஹெம் கம்பெனி நஷ்டத்தில் மூழ்கியது, 2001ல் திவாலாகிக் காணாமல் போனது.

1960ல் ஜப்பான் உலகத்தின் நான்காவது பெரிய உருக்குத் தயாரிப்பாளரானது. முதல் மூன்று இடங்களில் இருந்தவர்கள் வளர்ந்த நாடுகளான அமெரிக்கா, ரஷ்யா, ஜெர்மனி. 1964ல் ஜப்பான் ஜெர்மனியைப் புறந்தள்ளி மூன்றாம் இடத்தைப் பிடித்தது.

ஜப்பானின் நூற்பு ஆலைகள் பருத்தி, பட்டு ஆடைகளை மட்டுமே தயாரித்துக்கொண்டிருந்தன. போருக்கு முன் ஜப்பானின் ஏற்றுமதி வருமானத்தில் 57 சதவிகிதம் இவை மூலமாக வந்தன. எனவே, போர் முடிந்தவுடன் அரசு கவனம் செலுத்திய துறைகளில் நெசவாலைகள் முக்கியமானவை. உலகச் சந்தையில் பருத்தி பட்டு ஆடைகளின் மவுசு குறைவதையும் ரேயான், நைலான், பாலியஸ்டர் ஆகிய இழைத் தயாரிப்புகள் மக்கள் மனம் கவர்வதையும் அரசு கவனித்தது. இந்த இழைகளை நெய்யும் தொழில்நுட்பத்தை அமெரிக்காவிலிருந்து வாங்க நெசவாலைகள் அனுமதிக்கப்பட்டன. குறைந்த விலையில் நாகரிக ரேயான், நைலான், பாலியஸ்டர் ஆடைகளை ஜப்பான் ஏற்றுமதி செய்யத் தொடங்கியது. ஏற்றுமதி வருமானத்தில் 48 சதவிகிதத்தை நெசவாலைகள் ஈட்டின.

வளர்ச்சிக்கு பெட்ரோலிய, பிளாஸ்டிக் தயாரிப்பு மிக முக்கியமானது. இந்தத் துறைகளில் முன்னணி நாடு அமெரிக்கா. இந்தத் தொழில்நுட்பங்கள் விலைக்கு வாங்கப்பட்டன.

சில சமயங்களில் குறுக்கு வழிகளும் பயன்பட்டன. மின்சாரம் தயாரிக்கும் டைனமோக்கள் தயாரிப்பில் அமெரிக்காவின் ஜெனரல் எலெக்ட்ரிக் நிறுவனம் முன்னணியில் நின்றது. அரசாங்கம் அவர்களிடமிருந்து ஒரு டைனமோவை இறக்குமதி செய்தது. ஜப்பானியத் தொழில் வல்லுநர்கள் அந்த வடிவமைப்பை அப்படியே நகல் எடுத்துத் தயாரித்தார்கள்.

1949 முதல் MITI நடைமுறைக்குக் கொண்டு வந்த தொழில், பொருளாதாரக் கொள்கைகளால் ஜப்பான் கண்ட வளர்ச்சி, அவர்களே கனவிலும் நினைத்துப்பாராதது.

ஆண்டு	வளர்ச்சி (சதவிகிதம்)
1949	4.80
1950	5.90
1951	8.00
1952	8.60
1953	10.40
1954	11.20
1955	12.10
1956	14.90
1957	17.30
1958	17.40
1959	20.90
1960	26.00
1961	31.00

தயாரிப்புப் பொருள்	உற்பத்தி எண்ணிக்கை	
	1953	*1961*
தொலைக்காட்சிப் பெட்டிகள்	*13,400*	*46, 10,000*
கார்கள்	*20,400*	*2,50,000*
ரேயான், நைலான், பாலியஸ்டர் இழை (டன்கள்)	*13,200*	*1,20,000*

ஜப்பான் கண்ட இந்த வெற்றி பிற நாடுகள் யாருமே நெருங்கவே முடியாத வளர்ச்சி.

மொத்த உற்பத்தி - ஒப்பீடு

நாடு	*1950 - 55 (சதவிகிதம்)*	*1955 - 60 (சதவிகிதம்)*
ஜப்பான்	*9.10*	*10.00*
ஜெர்மனி	*9.00*	*6.00*
இத்தாலி	*6.00*	*5.90*
பிரான்ஸ்	*4.50*	*4.20*
பிரிட்டன்	*2.60*	*2.40*
அமெரிக்கா	*4.30*	*3.20*

ஏற்றுமதி

தன் உயிர்மூச்சான ஏற்றுமதியில் செயல்பாடு எப்படி? அதுவும் பிரம்மாண்டம்தான்!

ஆண்டு	ஏற்றுமதி (மில்லியன் டாலர்களில்)
1951	1355
1952	1273
1953	1275
1954	1629
1955	2011
1956	2501
1958	2858
1959	2877
1960	3456
1961	4055

சராசரித் தனிமனித வருமானம் (Percapita Income)

1949 - 100 டாலர்

1959 - 300 டாலர்

1961 - 400 டாலர்

சராசரி மாதச் சம்பளம் (ஆயிரம் யென்களில்)

ஆண்டு	சம்பளம்	
	ஆண்கள்	பெண்கள்
1952	16.80	6.80
1953	19.10	7.60
1954	20.30	8.10
1955	20.90	8.20
1956	23.20	8.80
1957	24.40	9.20
1958	24.30	9.10
1959	26.20	9.90
1960	28.50	11.00
1961	31.20	12.50

ஒன்பதே வருடங்களில் சம்பளம் இரண்டு மடங்கு அதிகம். அதே சமயம், பெண் ஊழியர்களின் சம்பளம் ஆண்களின் ஊதியத்தில் சுமார் 40 சதவிகிதம்தான்.

இத்தகைய வளர்ச்சிக்குப் பிறகும் ஹயாட்டோ இக்கேடா திருப்தியடையவில்லை. MITI தொழில், பொருளாதார வளர்ச்சிக்குப் போட்ட பலமான அடித்தளத்தில் பொருளாதார ஆச்சரியம் என்னும் மாளிகையை முதலமைச்சர் ஹயாட்டோ இக்கேடா எழுப்பினார். ஜப்பானின் பொருளாதார வளர்ச்சிக்கு ஒரே ஒரு மனிதர் காரணம் என்றால் அவர் இவர்தான் என்று இவரை சாமர்ஸ் ஜான்சன் (Chalmers Johnson) என்னும் அமெரிக்கப் பேராசிரியர் வர்ணித்தார். மிக மிகப் பொருத்தமான புகழ் மாலை இது.

இக்கேடா ஹிரோஷிமாவில் பிறந்தவர். மூன்று முறை பல பிரதமர்களின் அமைச்சரவையில் MITI மந்திரியாக இருந்தார். கனரகத் தொழில்களை வளர்த்தால் மட்டுமே ஜப்பான் வளர முடியும் என்னும் உறுதியான கொள்கை கொண்டவர். போற்றுவோர் போற்றட்டும், புழுதிவாரித் தூற்றுவோர் தூற்றட்டும் என்னும் கொள்கைப் பிடிப்புடைய அஞ்சா நெஞ்சர்.

ஜப்பான் பாராளுமன்றத்தில் இக்கேடா தன் கனரகத் தொழில் முன்னேற்றக் கொள்கையை விளக்கினார்.

இதனால் நாட்டின் சிறு தொழில்கள் பாதிக்கப்படும் என்று பல அங்கத்தினர்கள் பேசினார்கள். இக்கேடாவின் பதில் என்ன தெரியுமா? இதனால் ஐந்தோ பத்தோ சிறு தொழில் அதிபர்கள் தற்கொலை செய்துகொண்டால் நான் அதற்காகக் கவலைப்பட மாட்டேன். இக்கேடாவின் பேச்சுக்கு நாடு முழுக்கக் கடும் எதிர்ப்பு கிளம்பியது. மந்திரி பதவியை ராஜிநாமா செய்ய வேண்டிய கட்டாயம் ஏற்பட்டது. அப்போது பதவி இழந்த போதிலும், பின்னர் மக்கள் அவரிடம்தான் திரும்பி வந்தார்கள். 1956 - 57ல் நிதி அமைச்சர். 1959 - 60ல் MITI அமைச்சர். 1960 - 64ல் முதலமைச்சர். 1964ல் புற்றுநோய் வந்து இக்கேடா உயிரைப் பறித்தது. அப்போது அவருக்கு எழுபது வயது. முதிய வயது தான். ஆனால், நூறாண்டு வாழவேண்டிய மனிதரல்லவா அவர்?

1960ல் முதல்வரானவுடன் வருமானத்தை இரட்டிப்பாக்கும் திட்டம் ஒன்றை இக்கேடா அறிவித்தார். நாட்டின் வளர்ச்சியைக் கணக்கிடும் முக்கியக் குறியீடு மொத்த உள்நாட்டு உற்பத்தி. நாட்டில் தயாராகும் பொருட்கள், சேவைகள் ஆகியவற்றின் மொத்த மதிப்பு இது. சுருக்கமாக இதை ஜிடிபி என்று சொல்வார்கள். ஒவ்வொரு வருடமும் அரசாங்கப் பொருளாதார வல்லுநர்களால் இது கணக்கிடப்படும். நாட்டின் வளர்ச்சியை எடை போடவும், பிற நாடுகளின் வளர்ச்சியோடு ஒப்பிடவும் இந்த அளவுகோல் பயன்படுகிறது. ஜப்பானின் மொத்த உள்நாட்டு உற்பத்தியைப் பத்தே வருடங்களில் இரட்டிப் பாக்குவதுதான் இக்கேடாவின் திட்டம்.

இக்கேடாவின் திட்டங்கள் ஏழு ஆண்டுகளில் இதைச் சாதித்தன.

வங்கிகள் கொடுக்கும் கடனுக்கான வட்டி விகிதத்தைக் குறைத்தார். கம்பெனிகளுக்கும் தனி மனிதர்களுக்கும் குறைந்த வட்டியில் கடன் கிடைத்தது. தொழில் முனைவோர்கள் இந்தப் பணத்தை மூலதனமாக வைத்து தங்கள் தொழில்களை விரிவு படுத்தினார்கள், அல்லது புதிய தொழில்கள் தொடங்கினார்கள்.

தவைகளின் மீட்சித் திறன் என்ற பொருளாதாரச் சித்தாந்தம் என்ன சொல்கிறது? விலை உயர்ந்தால் மக்களின் தேவை குறையும், விலை குறைந்தால் மக்களின் தேவை உயரும். இக்கேடாவின் திட்டப்படி பொருட்களின் விலை குறைந்தது.

பிரதமர் இக்கேடா தொழில்களுக்குக் கொடுக்கும் கடன் வட்டியைக் குறைத்தவுடன் ஜப்பானின் எல்லாத் தொழில்களும்

கிடுகிடுவென்று வளர்ந்தன. இந்த வளர்ச்சியை வண்ணத்துப் பூச்சி விளைவு (Butterfly Efect) என்று பொருளாதார மேதைகள் வர்ணிக்கிறார்கள். இந்தக் கொள்கை, அமெரிக்காவின் புகழ் பெற்ற கணித மேதை எட்வர்ட் நார்டன் லோரென்ஸ் என்பவரின் கண்டுபிடிப்பு.

அதே போல், இரும்பு உருக்குத் தொழிற்சாலைகள், கப்பல் கட்டும் தொழில்கள் ஆகியவை தனிக் கவனம் பெற்றன.நாடு முழுவதும் பல்லாயிரக்கணக்கான தொழிற்சாலைகள் அடுத்தடுத்து உருவாயின.

ஜப்பான் தன் வளர்ச்சியை உலகத்துக்குக் காட்ட வாய்ப்புக் களைத் தேடியது. இதன் முதல் வெளிப்பாடு புல்லட் ரயில் என்று அழைக்கப்படும் அதிவேக ரயில்கள். ரயில்களின் முன்பாகமும் தோட்டா உருவத்தில் இருக்கும். உலகில் இத்தகைய அதிவேக ரயில்களைத் தொடங்கியவர்கள் ஜப்பானியர்கள்தாம். டோக்கியோ, ஒசாகா ஆகியவை ஜப்பானின் இரு முக்கிய நகரங்கள். இவற்றுக்கிடையே தூரம் 402 கிமீ.இக்கேடா ஆட்சியில் இந்த இரண்டு நகரங்களுக்குமிடையே 1964ல் புல்லட் ரயில் சேவை தொடங்கப்பட்டது. 402 கிமீ பயணத்துக்கு இந்த புல்லட் ரயில் எடுத்துக்கொண்டது நான்கு மணி நேரம்! அடுத்த வருடமே பயண நேரத்தை மூன்று மணி பத்து நிமிடங்களாகக் குறைத்துக் காட்டினார்கள். அதாவது சராசரி வேகம் மணிக்கு சுமார் 134 கிமீ.

உலகை அதிசயிக்கவைத்த இன்னொரு காரியத்தையும் ஜப்பான் செய்தது. 1964 வரை எந்த ஆசிய நாட்டிலும் ஒலிம்பிக்ஸ் நடந்ததேயில்லை. முதன் முதலாக ஒலிம்பிக்ஸ் நடத்தும் வாய்ப்பு பெற்ற ஆசிய நாடு ஜப்பான். அதுவரை அமெரிக்கா, ஆஸ்திரேலியா மற்றும் ஐரோப்பிய நாடுகள்தாம் ஒலிம்பிக்ஸை நடத்தியிருந்தன.

1964 ஒலிம்பிக்ஸில் யோஷினொரி ஸக்காய் (Yoshinori Sakai) ஒலிம்பிக் தீபம் ஏற்றினார். ஹிரோஷிமா நகரில் அமெரிக்கா அணுகுண்டு போட்ட அன்று அந்த நகரத்தில் பிறந்தவர் இவர். 19 வருடங்களுக்கு முன்னால் நடந்த கொடுமையை, அழிவை உலகத்துக்கு நினைவூட்டும் உருக்கமான காட்சி வேறு எதுவும் இருக்க முடியாது. அழிவிலிருந்து மீண்டு எத்தனை தூரம் முன்னேறியிருக்கிறோம் என்பதை உலகத்துக்குக் காட்ட

ஜப்பான் மிக மிகப் புத்திசாலித்தனமாக இந்த ஆரம்ப நிகழ்ச்சியை வடிவமைத்திருந்தது.

ஜப்பானின் சாதனைகளை அதற்குப் பிறகு ஒருவராலும் தடுக்கமுடியவில்லை. தன் சொந்த அறிவியல் ஆராய்ச்சிகளின் அடிப்படையில் தகவல் செயற்கைக் கோள் தயாரிப்பில் ஜப்பான் வெற்றி கண்டது. இதன் மூலமாகவே ஒலிம்பிக் நிகழ்ச்சிகள் ஒளிபரப்பப்பட்டன. நாங்கள் அறிவியலில் முன்னணியில் நிற்கிறோம் என்று அமெரிக்காவுக்கும் ஐரோப்பாவுக்கும் ஜப்பான் கொடுத்த பிரகடனம் இது. ஜப்பானுக்கும் அமெரிக்காவுக்கும் தகவல் இணைப்புத் தந்திக் கம்பியும் கடலின் அடி வழியாகப் போடப்பட்டது.

94 நாடுகள் கலந்துகொண்ட இந்த ஒலிம்பிக்ஸை ஜப்பான் அற்புதமாக நிர்வகித்தது. இதற்கு முன்னால் ஜப்பான் கலந்து கொண்டது 1936ல் பெர்லினில் நடந்த ஒலிம்பிக்ஸில்தான். இந்த 28 வருடங்களில் விளையாட்டுக் களத்தில் ஜப்பானின் வளர்ச்சியை இந்தப் பதக்கப் பட்டியல் வெளிப்படுத்தும்.

ஆண்டு	பதக்கங்கள்				பதக்கம் வரிசை
	தங்கம்	வெள்ளி	வெண்கலம்	மொத்தம்	
1936	6	4	8	18	8
1964	16	5	8	29	3

இதற்காகவே காத்திருந்ததுபோல், 1965ல் இக்கேடா மரண மடைந்தார்.

நமக்குப் பரிச்சயமான ஜப்பான் கம்பெனிகளான நேஷனல் பானஸோனிக், சோனி, டொயோட்டா, ஹோண்டா போன்ற நிறுவனங்கள் வளர்ந்ததும் உயர்ந்ததும் இப்போதுதான். நேஷனல் பானசோனிக் 1918ல் தொடங்கியது. ஆரம்ப நாட்களில் சைக்கிள் விளக்குகள் தயாரித்தது. 1961ல் டெலிவிஷன் தயாரிப்பில் இறங்கி, விரைவிலேயே அமெரிக்கச் சந்தையில் முத்திரை பதித்தது. 2008ல் இன்னொரு முன்னணி நிறுவனமான சான்யோ கார்ப்பரேஷன் நேஷனல் பானசோனியுடன் இணைந்தது. 1945ல் போர் முடிந்தவுடன் ஆரம்பிக்கப்பட்ட ரேடியோ பழுதுபார்க்கும் கடை, சோனி. இன்று உலகம் முழுக்கக் கிளை பரப்பியிருக்கும் பிரம்மாண்ட நிறுவனம்.

1933ல் தொடங்கிய டொயோட்டா கம்பெனிக்கு இன்று இந்தியா, பாகிஸ்தான், அமெரிக்கா, ஆஸ்திரேலியா, பிரான்ஸ், பிரேசில், சீனா, ரஷ்யா என்று உலகம் முழுக்கப் பல நாடுகளில் தொழிற்சாலைகள் இருக்கின்றன. உலக கார் தயாரிப்பு கம்பெனிகளில் டொயோட்டா முக்கியமானது.

ஹோண்டா மோட்டார் கம்பெனி 1946ல் சிறிய அளவில் தொடங்கியது. ஒன்பதே வருடங்களில் ஜப்பானின் நம்பர் 1 மோட்டார் சைக்கிள் தயாரிப்பாளராக உயர்ந்த ஹோண்டா, அமெரிக்க ஏற்றுமதி, அமெரிக்காவில் தயாரிப்பு என வளர்ந்து இன்று உலகின் நம்பர் 1 மோட்டார் சைக்கிள் தயாரிப்பாளராக திகழ்கிறது.

ஜப்பானின் பொருளாதார வளர்ச்சிக்கு 1973ல் தடங்கல் ஏற்பட்டது. எகிப்தும் சிரியாவும் இணைந்து இஸ்ரேல்மீது போர் தொடுத்தன. இஸ்ரேலுக்கு அமெரிக்கா உதவியது. Organisation of Petroleum Exporting Countries என்னும் பெட்ரோலிய ஏற்றுமதி நாடுகளின் கூட்டமைப்பில் அல்ஜீரியா, அங்கோலா, ஈக்வடார், இரான், இராக், குவைத், லிபியா, நைஜீரியா, கட்டார், சவுதி அரேபியா, ஐக்கிய அரபு எமிரேட்ஸ், வெனிசுலா ஆகிய நாடுகள் உறுப்பினர்களாக இருந்தன. இஸ்ரேலை ஆதரிக்கும் நாடுகளுக்கு எதிராக தங்கள் கையில் இருந்த பெட்ரோலைப் பொருளாதார ஆயுதமாகப் பயன்படுத்த இவர்கள் முடிவெடுத்தார்கள். உற்பத்தியையும் ஏற்றுமதியையும் குறைத்தார்கள், தங்களின் எதிரி நாடுகளுக்கு பெட்ரோல் விற்பனை செய்வதைத் தடை செய்தார்கள். விலை ஒரு பாரலுக்கு 2 டாலராக இருந்தது 1973ல் 11 டாலரானது.

ஜப்பான் வெளிநாட்டுக் கொள்கையில் அமெரிக்காவை ஆதரிக்க வேண்டிய கட்டாயத்தில் இருந்த நாடு. அதே சமயம் தன் 99.5 சதவிகித பெட்ரோல் தேவைகளுக்கு இறக்குமதியை நம்பியிருந்தது. இதில் 75 சதவிகிதம் மத்திய கிழக்கு நாடுகளிடமிருந்து கிடைத்தது.

1950 முதல் இக்கேடா அரசின் திட்டப்படி ஏராளமான கனரகத் தொழிற்சாலைகள் தொடங்கப்பட்டிருந்தன. இவற்றை இயக்க அதிக அளவில் சக்தி தேவை. இந்தச் சக்தியை நிலக்கரியிலிருந்தோ, பெட்ரோலியப் பொருட்களிலிருந்தோ பெற முடியும். நிலக்கரியைப் பயன்படுத்தும்போது சுற்றுப்புறச்

சூழ்நிலையில் மாசு சேர்கிறது, மக்களின் உடல்நலம் பாதிக்கப் படுகிறது. இதனால், அரசாங்கத்தின் வழிகாட்டலின்படி பெரும் பாலான தொழிற்சாலைகள் நிலக்கரியிலிருந்து பெட்ரோலியப் பொருட்களுக்கு மாறிவிட்டன. பெட்ரோல் கிடைக்காமல் ஜப்பானின் கனரகத் தொழிற்சாலைகள் தள்ளாடின.

குறைந்த விலையில் தரமான பொருட்களை ஏற்றுமதி செய்வது தான் பொருளாதாரத்தின் உயிர் மூச்சு. இந்த ஏற்றுமதியை பெட்ரோல் விலை உயர்வு இரண்டு வகைகளில் தாக்கியது. அமெரிக்கா, ஐரோப்பிய நாடுகள் பெட்ரோலுக்காக அதிகப் பணம் செலவிட வேண்டியிருந்தது. அதனால் பிற பொருட் களின் இறக்குமதியைக் கணிசமாகக் குறைத்துக்கொண்டன. அதே சமயம், ஜப்பானின் உற்பத்திச் செலவு கூடியதால் விற்பனை விலை அதிகமானது. இப்படி அதிசயமாக ஏற்றுமதி ஆர்டர்கள் வந்தாலும் அடிமாட்டு விலைக்குக் கேட்டார்கள். லாபம் சரிந்தது. பல உச்ச நிறுவனங்கள் திவாலாகும் நிலையை எட்டின. அந்நியச் செலாவணி தட்டுப்பாட்டால் அரசாங்கமும் இவர்களுக்கு உதவும் நிலையில் இல்லை.

வேறு எந்த நாடும் நம்பிக்கையை இழந்திருக்கும். ஆனால், ஜப்பான் இந்தத் தடைக்கல்லைப் புதுப் புது வெற்றிகளின் படிக்கல்லாக்கியது.

பெட்ரோல் அதிகமாகக் குடிக்கும் தொழில்கள் எவை என்று அரசாங்கம் ஆராய்ச்சி செய்தது. இவற்றுள் நாட்டுக்குத் தேவையான தொழில்கள் அடையாளம் காணப்பட்டன. இவற்றுக்கு பெட்ரோல் கிடைக்க அரசாங்கம் நடவடிக்கை எடுத்தது. பிற தொழிற்சாலைகள் மூடினால் அரசாங்கம் கண்டு கொள்ளவில்லை.

பெட்ரோல் குடிக்கும் தொழிலகங்கள் தங்கள் பெட்ரோல் உபயோகத்தைக் கணிசமாகக் குறைக்குமாறு கட்டளையிடப் பட்டன. எப்படி நுகர்வைக் குறைக்கலாம் என்று பாதிக்கப்பட்ட நிறுவனங்கள் யோசித்தன. 1973 தொடங்கி 1979 வரையிலான ஆறு வருடங்களில் அபார முன்னேற்றம் ஏற்பட்டது. போட்டி போட்டுக்கொண்டு ஒவ்வொரு தொழிலும் பெட்ரோல் நுகர்வைக் குறைத்தன. கார்த் தயாரிப்பில் பெட்ரோல் நுகர்வு 23 சதவிகிதம் குறைந்தது. ரசாயனத் தொழிற்சாலைகளில் 23 சத விகிதம். இரும்பு உருக்குத் தொழிற்சாலைகளில் 27.8 சதவிகிதம்.

1973ல் நாட்டின் மொத்த சக்தித் தேவைகளில் 80.3 சதவிகிதத்தை பெட்ரோல் பூர்த்தி செய்தது. இந்தச் சார்பு 61 சதவிகிதமாகக் குறைந்தது.

பெட்ரோல் தட்டுப்பாடும் விலை உயர்வும் தொழில் பிரச்னையோ, பொருளாதாரப் பிரச்னையோ அல்ல. ஒபெக் நாடுகள் உருவாக்கிய அரசியல் பிரச்னை இது. இந்த நாடுகளின் பொருளாதாரம் முழுக்க முழுக்க பெட்ரோலை நம்பியிருப்பது. அதனால் பெட்ரோல் வருமானம் குறைந்தால் ஒபெக் நாடு களால் அதிகக் காலம் தாக்குப் பிடிக்க முடியாது. 1974ல் ஒபெக் நாடுகள் பெட்ரோல் உற்பத்தியைப் பெருக்கி, தடைகளை நீக்கி, விலையைக் குறைத்தன. ஜப்பான் தன் பெட்ரோல் உபயோகத்தைக் குறைத்துவிட்டதே? அதனால் இறக்குமதி குறைந்தது, பொருட்களின் தயாரிப்புச் செலவு முன்பைவிடக் குறைந்தது. ஏற்றுமதியில் புதிய ஏற்றங்கள் காண இது உதவியது.

கார்கள் தயாரிப்பு

1950 - 35211

1980 - ஒரு கோடி 10 லட்சம்

1990 - ஒரு கோடி 13 லட்சம்

உருக்குத் தயாரிப்பு

1950 - 48 லட்சம் டன்

1970 - 9 கோடி 33 லட்சம் டன்

1990 - 11 கோடி 34 லட்சம் டன்

வாஷிங் மெஷின்கள்

1965 - 22 லட்சம்

1990 - 56 லட்சம்

குளிர்சாதனப் பெட்டிகள்

1965 - 23 லட்சம்

1990 - 52 லட்சம்

கலர் டிவி

1965 - 96,000

1990 - 1 கோடி 34 லட்சம்

1950 முதல் 1990 வரை நிகழ்ந்த பொருளாதார வளர்ச்சி உலகின் எந்த நாடுமே, இதற்கு முன்போ அல்லது இன்றைய 2010 வரையிலோ கண்டதேயில்லை. அதனால்தான் இந்த வளர்ச்சியைப் பொருளாதார அதிசயம் என்று உலகம் வியக்கிறது.

இந்தக் காலகட்டத்தை மூன்று காலங்களாகப் பொருளாதார மேதைகள் பிரிக்கிறார்கள்.

1. **ஐம்பதுகள்** - நிலக்கரி, உருக்கு, கப்பல் கட்டுதல் போன்ற கனரகத் தொழில்களின் காலம்.
2. **அறுபதுகள், எழுபதுகள்** - கார், கலர் டிவி, வாஷிங் மெஷின், குளிர்சாதனப் பெட்டி போன்ற வாடிக்கையாளர் நுகர்வுப் பொருட்களின் காலம்.
3. **தொண்ணூறுகள்** - கம்ப்யூட்டர், எலெக்ட்ரானிக்ஸ் பொருள்களின் காலம்.

இந்த வளர்ச்சிகள் சாமானிய ஜப்பானியரின் வாழ்க்கையில் என்ன மாற்றங்கள் கொண்டு வந்தன?

நாற்பதுகள் - நாட்டில் பஞ்சம், பசி, பட்டினி தலை விரித்து ஆடின. அத்தியாவசியப் பொருள்கள்கூட கறுப்புச் சந்தையில், விண்ணைத் தொடும் விலைகளில் இருந்தன.

ஐம்பதுகள், அறுபதுகள் - மக்கள் கறுப்பு வெள்ளை தொலைக் காட்சிப் பெட்டிகள் வாங்கினார்கள்.

எழுபதுகள் - பெரும்பாலான வீடுகளில் கார்கள், கலர் டிவி, வாஷிங் மெஷின், குளிர்சாதனப் பெட்டிகள் இருந்தன.

எண்பதுகள், தொண்ணூறுகள் **ஆரம்ப காலம்** - ஜப்பான் தொழிலதிபர்களுக்குப் பொற்காலம். ஏற்றுமதி வியாபாரம் விண்ணைத் தொட்டது. உலகத்தின் எல்லா நாடுகளிலும், எங்கெல்லாம் சொத்து வாங்கச் சட்டம் அனுமதித்ததோ, அங்கெல்லாம் நிலங்கள், வீடுகள் வாங்கிக் குவித்தார்கள்.

இதுவரை

1945 முதல் *1990* வரையிலான முக்கிய நிகழ்வுகளை நினைவில் கொண்டு வருவோம். இந்தக் காலகட்டத்தில் முக்கிய மாற்றம் கொண்டு வந்தவர்கள்:

- அமெரிக்கா
- *1949*ல் அரசால் உருவாக்கப்பட்ட உலக வியாபார, தொழில் அமைச்சகம். சுருக்கமாக MITI.
- *1960* முதல் *1964* வரை பிரதமராக இருந்த ஹயாட்டோ இக்கேடா (Hayato Ikeda).
- *1945*ல் இருந்து *1951* வரை ஜப்பான் தொழிற்சாலைகளில் அமெரிக்கா *200* கோடி டாலர் முதலீடு செய்தது. பெரும்பாலான போர் ஆயுதங்களையும் மற்றத் தேவை களையும் ஜப்பானிடமிருந்து வாங்கியது. ஐக்கிய நாடுகளின் ராணுவமும் தன் ஆர்டர்களை ஜப்பானுக்குக் கொடுக்க அமெரிக்கா சிபாரிசு செய்தது. *1950*ல் மட்டும் ஜப்பானுக்குக் கிடைத்த ஆர்டர்களின் மதிப்பு *400* கோடி டாலர்.
- MITI முக்கியமான தொழில்களுக்கு அரசாங்க வரிச் சலுகைகளும், கடன் உதவிகளும் கொடுத்தது. கார், உருக்கு, இயந்திர சாதனங்கள், தகவல் தொடர்புக்கான மின் பொருட்கள் ஆகிய நான்கு தொழில்களுக்கும் முன்னுரிமை கொடுக்கப்பட்டது. தொழில் நுட்பங் களையும், இயந்திரங்களையும் இறக்குமதி செய்யும் நெறிமுறைகள் எளிமையாக்கப்பட்டன.
- ஹயாட்டோ இக்கேடா வருமானத்தை இரட்டிப் பாக்கும் திட்டத்தை அறிவித்தார். வங்கிகள் கொடுக் கும் கடனுக்கான வட்டி விகிதத்தைக் குறைத்தார், கனரகத் தொழில்கள் தொடங்கினார். உலகம் வியக்கும் வகையில் பொருளாதார அதிசயம் நிகழ்ந்தது.

8

மாபெரும் பாய்ச்சல்கள்

*1945*ல் டோக்கியோவில் அமெரிக்க விமானங்களின் தாக்குதலால் சேதமான ஒரு கட்டடத்தில் மசாரு இபாக்கா (Masaru Ibaka) என்பவர் Tokyo Telecommunications Research Laboratories என்ற கம்பெனியை நடத்தி வந்தார். எலிப் பொந்து போன்ற ஒரு சிறிய அறையை மட்டுமே கொண்ட அலுவலகம் அது. ரேடியோ பழுது பார்ப்பது தொழில். அதில் ஏழு ஊழியர்கள் இருந்தார்கள்.

இபுகாவின் மூலதனம் அவரிடமிருந்த சொற்பத் தொகைதான். பணம்தான் குறைவே தவிர சிந்தனைகளுக்குக் குறைவில்லை. அகியோ மோரிடா இபாகாவின் நண்பர். 1946ல் மோரிடா இபாகோவோடு கை கோர்த்தார். Tokyo Telecommunications Engineering Company என்ற புதுப் பெயரில் கம்பெனி தொடங்கினார்கள். புரட்ட முடிந்தது 500 டாலர் மட்டுமே. இன்று யாஹூவின் ஆராய்ச்சிப்படி ஜப்பானின் நம்பர் 1 எலெக்ட்ரானிக்ஸ் கம்பெனி சோனிதான். ஃபார்ச்சூன் என்னும் புகழ் பெற்ற அமெரிக்கப் பத்திரிகையின் பட்டியல்படி, விற்பனை

அடிப்படையில் சோனி உலக வரிசையில் 87வது இடம் பிடித்திருக்கிறது. விற்பனை 82,237 மில்லியன் டாலர்கள்.

இபுகாவும் அகியோ மொரிடாவும் மார்க்கெட்டில் இறக்கிய முதல் தயாரிப்பு டேப் ரெக்கார்டர். இது சிறப்பாக வேலை செய்தது. அதன் செயலாற்றலைக் கேட்டவர்கள் அனைவரும் பாராட்டினார்கள். ஆனால் ஒன்றுகூட விற்கவில்லை. ஏன் என்று மோரிடா சிந்தித்தார். டேப் ரெக்கார்டர் 35 கிலோ எடை இருந்தது. விலை 360 டாலர். அப்போது ஒரு காரின் விலையும் 360 டாலர்தான். தூக்கவே முடியாத எடையும், ஆகாய விலையும் வாடிக்கையாளர்கள் தம்மிடம் நெருங்கவிடாமல் தடுக்கின்றன என்று மோரிடா புரிந்துகொண்டார்.

அப்போது மோரிடா கற்றுக்கொண்டதைத் தன் வாழ்நாள் முழுவதும் கடைபிடித்தார். ஒரு பொருள் தொழில்நுட்பத்தில் சிறப்பாக இருந்தால் மட்டும் போதாது. அந்தப் பொருள் விற்பனையாக வேண்டுமென்றால் அதை வாங்கும் மனிதரைக் கண்டுபிடிக்க வேண்டும். அந்தப் பொருள் அவருடைய தேவைகளை எப்படிப் பூர்த்தி செய்யும் என்று அவருக்குப் புரியவைக்க வேண்டும்.

டேப் ரெக்கார்டர்கள் யாருக்குத் தேவை என்ற ஆராய்ச்சியைத் தொடங்கினார் மோரிடா. அப்போது ஜப்பானில் சுருக்கெழுத் தாளர்களுக்கு தட்டுப்பாடு இருந்தது. நீதிமன்றங்களில் வக்கீல் களின் வாதங்களையும், நீதிபதிகளின் தீர்ப்பையும் சுருக்கெழுத் தாளர்கள் குறிப்பெடுத்து, பிறகு அவற்றை டைப் செய்வார்கள். மோரிடா ஜப்பான் உயர் நீதிமன்றத்தில் டேப் ரெக்கார்டர்களை இயக்கிக் காட்டினார். 20 கருவிகளுக்கு ஆர்டர் கிடைத்தது. கம்பெனி அன்று இருந்த நிலையில் இது பெரிய ஆர்டர் மட்டு மல்ல, ஒரு அங்கீகாரம், வருங்காலப் பெரிய ஆர்டர்களுக்கான அச்சாரம்.

மோரிடாவின் அடுத்த இலக்கு கல்வி நிலையங்கள். அப்போது பள்ளிக்கூடங்களில் அமெரிக்கக் கல்வி முறையும் ஆங்கிலக் கல்வியும் தொடங்கியிருந்தன. ஆங்கில ஆசிரியர்கள் குறைவு. ஆங்கில மொழிப் பாடங்களை டேப்பில் பதிவு செய்து மாணவர்களுக்குப் போட்டுக் காட்டினால் மாணவர்கள் எளிதில் ஆங்கிலம் கற்க முடியுமே என மோரிடா மூளையில் மின்னல் வெட்டியது. பல பள்ளிகளுக்குச் சென்றார். சோனி டேப்

ரெக்கார்டர்களை வெள்ளோட்டம் விட்டுக் காட்டினார். மோரிடா வின் எண்ண ஓட்டத்தின் அடிப்படையைக் கல்வியாளர்கள் ஏற்றுக்கொண்டார்கள். ஆனால், இரண்டு பிரச்சனைகள். முதல் பிரச்சனை, 35 கிலோ கருவியைத் தூக்கிச் சுமப்பது முடியாத காரியம். இரண்டாவது பிரச்சனை, 360 டாலர் பள்ளிக்கூடங் களுக்குக் கட்டுப்படியாகாது. மோரிடா கம்பெனிக்குத் திரும்பிப் போனார். பல இரவுகள் சோனி அலுவலகத்தில் விடிய விடிய விளக்குகள் எரிந்தன. டேப் ரெக்கார்டர் பள்ளிகளுக்குத் தேவை யான சிறிய அளவில் அழகிய வடிவில் உருவமைக்கப்பட்டது. விலையும் குறைக்கப்பட்டது.

அழகிய வடிவம், நியாய விலை, நீதிமன்றங்கள், பள்ளிக் கூடங்கள் ஆகியோரின் அங்கீகாரம் - டேப் ரெக்கார்டர்களில் தமக்குப் பிடித்த இசையைப் பதிவு செய்து கொள்ளலாம், விரும்பும்போதெல்லாம் கேட்கலாம் என்னும் பயன்களை மக்கள் உணர்ந்தார்கள். விரைவில் எல்லா வீடுகளிலும் டேப் ரெக்கார்டர் அத்தியாவசியப் பொருளானது.

இந்த வெற்றியில் மோரிடா தெரிந்துகொண்ட உண்மை, அழகிய வடிவில், கைக்கு அடக்கமான அளவில், நியாய விலையில், வாடிக்கையாளர்களின் தேவைகளைப் பூர்த்தி செய்யும் பொருள் களைக் கொடுத்தால் அவர்கள் உங்கள் தயாரிப்பை அள்ளிக் கொண்டு போவார்கள். இந்த உண்மை ஜப்பானுக்கு மட்டுமல்ல, அமெரிக்காவுக்கும் அகில உலக மக்களுக்கும்கூடப் பொருந்தும். மேலும், இந்தப் பொருட்கள் தொழில் நுட்பத்தில் சிறப்பாக இருந்தால் மட்டும் போதாது, மக்களின் தேவைகளைப் பூர்த்தி செய்தால் மட்டுமே, ஜெயிக்க முடியும் என்று சோனி உறுதியாக நம்பியது.

சாதாரணமாகப் பொது மக்களின் தேவைகள் என்னென்ன என்று தெரிந்துகொள்ள, நிறுவனங்கள் கருத்துக் கணிப்புகள் நடத்து வது வழக்கம். பெரும்பாலான மக்களின் தேவைகள் என்ன என்று தெரிந்துகொண்டு, அந்த அடிப்படையில் பொருட்களை வடிவமைப்பார்கள், மார்க்கெட்டில் அறிமுகம் செய்வார்கள்.

எலெக்ட்ரானிக்ஸ் துறையில் இது முடியாத காரியம். தொழில் நுட்பம் நாளுக்கு நாள் மாறுகிறது. வாடிக்கையாளர்கள் தம் தேவைகளைத் தெரிவிக்க வேண்டுமானால், அவர்கள் இந்த மாற்றங்களைத் தெரிந்துகொள்ளவேண்டும். நாம் வாழ்வது

போட்டிகள் நிறைந்த உலகம், அதுவும், வியாபாரத்தில் இன்று நடப்பவை வெறும் போட்டிகள் அல்ல, மார்க்கெட்டிங் யுத்தங்கள். எலெக்ட்ரானிக்ஸ் போன்ற தொழில்நுட்பத் துறைகளில் நடக்கும் போர்களில் எதிரிகளை வெல்லவேண்டுமானால் புதிது புதிதாகப் பொருள்களை அறிமுகம் செய்துகொண்டே இருக்கவேண்டும்.

சோனி அதைத்தான் செய்தது. பாக்கெட் சைஸ் டிரான்சிஸ்டர் ரேடியோ, வாக்மேன், டிரான்சிஸ்டர்கள் பயன்படுத்தப்படும் டெலிவிஷன்கள், பாக்கெட் சைஸ் கலர் டெலிவிஷன்கள், ப்ளேஸ்டேஷன் வீடியோ கேம்ஸ் போன்ற கண்டுபிடிப்புகள் அடுத்தடுத்து அறிமுகப்படுத்தப்பட்டன.

சோனியைப் பொறுத்தவரை, தயாரிப்புப் பொருட்களுக்கு மட்டுமல்ல, கம்பெனியின் பெயருக்கே நேயர் விருப்பம்தான் அடிப்படை. Tokyo Telecommunications Engineering Company என்ற பெயர் மிக நீளமாக, வாடிக்கையாளர்கள் வாயில் நுழையக் கஷ்டமானதாக இருப்பதை மோரிடா உணர்ந்தார். ஜப்பானியர்கள் மட்டுமல்ல, உலக மக்கள் அனைவரும் எளிதாக உச்சரிக்கும் பெயராக இருக்கவேண்டும் என்று திட்டமிட்டார்.

சோனஸ் என்ற லத்தீன் மொழி வார்த்தைக்கு ஓசை என்று பொருள். இந்த அடிப்படையில், 1955ல் எல்லாத் தயாரிப்புகளும் சோனி என்ற பிராண்ட் பெயரில் வெளிவந்தன. கம்பெனி பெயரையும் சோனி என்று மாற்ற மோரிடா பிடிவாதமாக இருந்தார். அவருடைய பங்குதாரர் இபாகாவும், மிட்சுயி வங்கியும் ஒத்துக்கொள்ள மறுத்தார்கள். மோரிடா தன் கருத்தில் விடாப்பிடியாக இருந்ததால் அவர்கள் இணங்கினார்கள். தங்கள் நிறுவனம் ஜப்பானைத் தாண்டி அகில உலகக் கம்பெனியாகப் போகிறது என்னும் மோரிடாவின் தொலைநோக்குப் பார்வை இது.

கம்பெனி ஊழியர்களைப் பணியாளர்களாக நடத்தாமல், குடும்ப அங்கத்தினர்களாக உணரவைப்பது ஜப்பானின் மரபு. ஜப்பானில் ஒருவர் ஒரு கம்பெனியில் வேலைக்குச் சேர்ந்தால் வாழ்நாள் முழுக்க அவருக்கு அங்கே பணி உத்திரவாதம். இது ஜப்பானியக் கண்டுபிடிப்பு அல்ல. போருக்குப் பின் அமெரிக்காவின் கட்டுப்பாட்டில் ஜப்பான் இருந்தபோது அமெரிக்கா உருவாக்கிய தொழிலாளர் சட்டங்களின் விளைவு. எந்த நாட்டிலும்

நிறுவனங்கள் தொடர்ந்து லாபகரமாக இயங்குவதற்கு அங்கே பணி புரியும் ஊழியர்கள் அதிகபட்சத் திறமையுடனும் முழுமை யான அர்ப்பணிப்புடனும் செயலாற்றுவது மிக அவசியம். இதற்கு, அவர்கள் தங்கள் வேலையை, தங்கள் நிறுவனத்தை நேசிக்க வேண்டும். ஆயுட்கால வேலை பார்க்கும் ஜப்பானில் இந்த நேசிப்பு இன்னும் முக்கியமானதாகிறது.

இந்த நேசிப்பை, அர்ப்பணிப்பை உருவாக்க, பாதுகாக்க, நிறுவனங்கள் தமக்கே உரிய பாணிகளில் முயற்சி செய்கின்றன. சோனி அலுவலகங்களில் உயர் அதிகாரிகளுக்குத் தனி அறைகள் கிடையாது. சக ஊழியர்களுடன் அமர்ந்துதான் அவர்கள் பணியாற்ற வேண்டும். உணவகத்திலும் நிர்வாகிகளுக்கு தனி இடம் கிடையாது. எல்லோரும் சமம். உணவு, சீருடை அனைத்தும் ஒன்றுபோல் இருக்கும்.

தொழிற்சாலையில் ஒவ்வொரு நாளும் வேலை தொடங்குமுன், தொழிலாளர்களின் மேலதிகாரி முந்தைய நாளின் வேலை பற்றிய அறிக்கையை அவர்களுடன் விவாதிப்பார். அன்றைய வேலை என்னவென்று விளக்குவார். அவர்கள் கருத்துகளைக் கேட்பார். இதற்குப் பிறகுதான் வேலை தொடங்கும். தான் ஒரு இயந்திரமாக நடத்தப்படவில்லை, தன் கருத்துகளுக்கும் உணர்ச்சிகளுக்கும் மதிப்பு இருக்கிறது என்ற எண்ணம் வரும் போது, தொழிலாளி தன்னைக் கம்பெனியின் அங்கமாக உணர் கிறான். வேலையில் தன் முழுத் திறமையையும் காட்டுகிறான். சோனியில் மட்டுமல்ல, பெரும்பாலான ஜப்பானியக் கம்பெனி களில் தன்னிச்சையாக ஊழியர்கள் பிற நாடுகளைவிட அதிக மணி நேரங்கள் உழைக்கிறார்கள். தங்களுக்கு உரிமையான விடுமுறை நாட்களைக்கூட அவர்கள் பயன்படுத்துவதில்லை. அதற்குக் காரணம், அவர்களைக் கம்பெனியின் அங்கமாக, குடும்ப அங்கத்தினராக உணர வைப்பதுதான்.

சோனியில் தொழிலாளர்கள் ஊக்கத்தோடு செயல்படுவதால், நிர்வாகிகளுக்கு விரய நேரம் மிச்சமாகிறது. இந்த வேளையில் அவர்கள் உற்பத்தித் திறனை மேம்படுத்துதல், தொழிலாளர் களின் பயிற்சி, வருங்கால வளர்ச்சி போன்ற ஆக்கப்பூர்வமான வேலைகளைச் செய்ய முடிகிறது.

தங்கள் குடும்பத்தில் இணையும் மனப்பாங்கு உள்ளவர்களை சோனி எப்படிக் கண்டுபிடிக்கிறது? சோனி குடும்பத்தில் ஒருவர்

இணைய என்ன தகுதி வேண்டும்? படிப்பு, அனுபவம்? இவை எல்லாவற்றையும்விட முக்கிய தகுதி - எதிலும், எல்லா வற்றிலும் முன்னேற்றம் தரும் திருத்தங்கள் செய்ய என்னால் முடியும் என்ற தன்னம்பிக்கை.

மோரிடா அமெரிக்கக் கம்பெனி அமைப்புகளைச் செங்கல் சுவருக்கும், ஜப்பானியக் கம்பெனி அமைப்புகளைக் கருங்கல் சுவருக்கும் ஒப்பிடுவார். அமெரிக்க நிர்வாக முறையில் மனிதவளத் தேவைகளைத் திட்டமிடும்போது வேலை விளக்கம் என்னும் ஆவணத்தை உருவாக்குகிறார்கள். அந்த வேலையில் செய்ய வேண்டிய பணிகள் என்னென்ன, அதைச் செம்மையாகச் செய்து முடிக்க என்னென்ன படிப்புத் தகுதிகள் வேண்டும், என்னென்ன குணநலன்கள் வேண்டும் என்கிற விவரங்கள் பதிவாகின்றன. வேலைக்கு ஆட்களைத் தேர்ந்தெடுக்கும்போது இந்த ஜாடிகளுக்கு ஏற்ற மூடிகள் தேர்வாகின்றன. விண்ணப் பிப்பவரின் தகுதிகள் அதிகமாக இருந்தாலும், குறைவாக இருந்தாலும், அவர் நிராகரிக்கப்படுகிறார். சோனியில் புதியவர் களை வேலைக்கு அமர்த்துகிறார்கள். இதற்குப் பிறகு அவர்கள் திறமைகளைக் கண்டறிந்து எந்த வேலைக்கு யாரைப் பயன் படுத்துவது என்று முடிவு செய்கிறார்கள்.

அமெரிக்காவில் ஊழியரின் அர்ப்பணிப்பை ஏற்படுத்துவது வேலை நிலைக்க வேண்டுமே என்கிற பயம். ஜப்பானில் அர்ப்பணிப்பை ஏற்படுத்துவது கம்பெனியோடு இருக்கும் பாசப் பிணைப்பு. சோனியில் யாருக்குமே மிக அதிக ஆரம்பச் சம்பளம் கொடுக்கப்படுவதில்லை. ஒவ்வொரு ஆண்டும் ஊதியம் உயர்கிறது. எல்லோருக்குமே ஒரே மாதிரியான ஊதிய உயர்வு அளிக்கப்படுகிறது. அனுபவம் அதிகரிக்க, அதிகரிக்க ஊதியம் கூடுகிறது. அமெரிக்காவில் ஊதிய உயர்வுதான் ஊழியர்களின் அர்ப்பணிப்பைத் தூண்டும் முக்கிய உந்துதல் சக்தியாகக் கருதப்படுகிறது. ஜப்பானில் சம்பளம் இரண்டாம் பட்சம்தான். திறமையுள்ள ஊழியர்களுக்கு கம்பெனியின் முக்கியமான, பொறுப்பான வேலைகள் கொடுக்கப்படுகின்றன. இந்த மதிப்பும் அங்கீகாரமும் சம்பள உயர்வைவிட அதிக சக்தி கொண்டவை என்பது சோனியும் ஜப்பான் தொழிலதிபர்களும் கண்டறிந்த உண்மை. இதனால், ஜப்பானில் உச்ச மட்ட நிர்வாகியின் சம்பளம் ஆரம்பக் கடைநிலை ஊழியரின் சம்பளத்தைவிட எட்டு மடங்குக்குமேல் இருப்பதில்லை.

1946. போர் முடிந்தவுடன் தளவாடங்கள் தயாரிக்கும் தொழிற் சாலைகளை அமெரிக்க ஆக்கிரமிப்பு அரசு மூடியது. இவை அதிக மின்சாரம் பயன்படுத்தின. இந்தத் தொழிற்சாலைகள் மூடியவுடன், நாட்டில் தேவைக்கும் அதிகமான மின்சார உற்பத்தி இருந்தது. இங்கே இபுகா ஓர் அற்புத வாய்ப்பைக் கண்டுபிடித்தார். மின்சாரத்தில் இயங்கும் வீட்டு சாதனங்கள் கண்டுபிடித்தால் என்ன? மோரிடாவும் ஒத்துக் கொண்டார். ஜப்பானியரின் முக்கிய உணவு அரிசிச் சாதம். எனவே, இபுகா ரைஸ் குக்கர் தயாரிக்கத் தொடங்கினார். அரிசி சில சமயங்களில் அதிகம் வெந்து குழைந்தது, சில வேளைகளில் வேகவே யில்லை. முயற்சிகள் அனைத்தும் தோல்வி. இபாகா முயற்சி யைக் கை விட்டார். தன் சகாவின் தவறுகளும் தோல்விகளும் சகஜம் என்று மோரிடா ஒத்துக் கொண்டது, வெறும் பெருந் தன்மை மட்டுமல்ல, அவருடைய நிர்வாகக் கொள்கையின் வெளிப்பாடும்கூட.

மோரிடாவும் தன் பங்குக்குத் தவறு பண்ணியிருக்கிறார். 1964ல் சோனி உலகின் முதல் கையடக்க எலெக்ட்ரானிக் கால்குலேட்டரை அறிமுகம் செய்தது.அலுவலகப் பணி களுக்குக் கால்குலேட்டர்கள் உதவியாக இருப்பது கண்ட மக்கள் பரவலாக இதைப் பயன்படுத்தத் தொடங்கினார்கள். விற்பனை பல கோடிகளைத் தொட்டது.

உடனே டஜன் கணக்கில் புதிய கம்பெனிகள் புகுந்தன. இத்தனை பேரும் எப்படி விற்பது? கால்குலேட்டர்களின் விலை மளமளவெனச் சரிந்தது. விலையைக் குறைத்தால் மட்டுமே விற்க முடியும் என்ற நிலை. சோனி தயாரிப்புச் செலவைக் குறைக்க முயற்சிகள் செய்தது. சில வெற்றிகள் கிடைத்தன. ஒரு கட்டத்தில் பாகங்களின் தரத்தைக் குறைத்தால் மட்டுமே விலை குறைக்க முடியும் என்ற நிலை. சோனி பிராண்ட் வாடிக்கை யாளர்கள் நம்பும் பிராண்ட், எனவே தரத்தில் சமரசமே கூடாது என மோரிடா பிடிவாதமாக இருந்தார். 1973ல் கால்குலேட்டர் தயாரிப்பை சோனி கைவிட்டது.

1997ல் சோனி கம்ப்யூட்டர் தயாரிப்பில் தாமதமாக நுழைந்தது. கால்குலேட்டர் தயாரிப்பில் தொடர்ந்திருந்தால், கம்ப்யூட்டர் களின் ஆரம்ப காலத்திலேயே நுழைந்து பல சாதனைகளைச் செய்திருக்க முடியும். பின்னாளில் மோரிடா தன் தவறை

உணர்ந்தார். அவர் சொன்னார். அறிவியல் துறையில் இருக்க வேண்டிய தொலைநோக்குப் பார்வையை நான் காட்டவில்லை. தவறு நடக்கிறபோது சாக்குப் போக்குச் சொல்லாமல், பழியைப் பிறர்மேல் சுமத்தாமல் பொறுப்பேற்கும் தலைவனை உலகம் நம்பும். சோனி ஊழியர்கள் நம்பினார்கள்.

சோனியைப் போலவே சாதனை படைத்த மற்றொரு ஜப்பானிய நிறுவனம் டொயோட்டா. டொயோட்டாவின் வெற்றி ஜப்பான் கார் தொழிலின் வெற்றி. ஜப்பான் சாலைகளில் முதன் முறையாகக் கார் ஓடியது 1901ல். இந்தக் கார் அமெரிக்காவிலிருந்து இறக்குமதியானது. ஜப்பானியர்கள் புதிதாக ஏதாவது செய்வதில் அடங்காத ஆர்வம் கொண்டவர்கள். 1902ல் கொமானோஸுகே உச்சியாமா (Komanosuke Uchiyama) என்னும் 21 வயது இளைஞர் இரண்டு கார்கள் தயாரித்தார்.

1918ல் ஏழு உள்ளூர்க் கார்த் தயாரிப்பாளர்கள் இருந்தார்கள். எல்லோரும் பாகங்களை அமெரிக்காவிலிருந்து இறக்குமதி செய்து கார் அசெம்பிள் செய்யும் கம்பெனிகள். 1925ல் அமெரிக்காவின் ஃபோர்ட் கம்பெனியும், 1927ல் ஜெனரல் மோட்டார்ஸ் நிறுவனமும் பாகங்களை இறக்குமதி செய்து ஜப்பானில் கார்களை அசெம்பிள் செய்தன. இவர்கள் வருகையால் கார் உற்பத்தி பிரம்மாண்டமாக உயர்ந்தது. 1925ல் மொத்த உற்பத்தி 43 கார்கள். 1930ல் இந்த எண்ணிக்கை 19,684.

1936 ஜப்பானின் கார்த் தொழில் வரலாற்றில் முக்கிய ஆண்டு. நாட்டின் பாதுகாப்புக் காரணங்களால் ஜப்பானியக் கம்பெனிகள் மட்டுமே கார் தயாரிக்க வேண்டும் என்று அரசாங்கம் முடிவு செய்தது. இதற்காக, கார் உற்பத்தித் தொழில் சட்டத்தை (Automobile Manufacturing Industries Act) அமலுக்குக் கொண்டு வந்தது. இந்தக் கட்டுப்பாடுகளால் 1939ல் ஃபோர்ட் கம்பெனியும், ஜெனரல் மோட்டார்ஸும் ஜப்பானை விட்டு வெளியேறின.

இரண்டாம் உலகப் போர் முடிவில் ஜப்பானுக்குக் கார் தொழிற்சாலைகளே தேவையில்லை என்று பெரும்பாலானோர் எண்ணினார்கள். ஜப்பான் வங்கித் தலைவரான ஹிஸாட்டோ இச்சிமடா, ஜப்பான் தன் கார் தொழிலை வளர்ப்பது அர்த்தமற்ற வேலை என்றார். ஐரோப்பிய, அமெரிக்க கார் தயாரிப்பாளர்களோடு

ஜப்பானால் போட்டிபோட முடியாது என்று அவர்கள் நம்பினார்கள். அன்றைய காலகட்டத்தில் இச்சிமடா சொன்னது முழுக்க முழுக்க உண்மை. அடுத்த இருபது வருடங்களில் அமெரிக்காவை ஜப்பான் கார் பந்தயத்தில் வீழ்த்தப்போகிறது என்று யார் நினைத்திருப்பார்கள்?

குறைந்த விலையில் சிறிய கார்கள் தயாரித்தால் பொருளாதார வளர்ச்சிக்கும் மக்களின் வாழ்க்கைத்தர மேம்பாட்டுக்கும் உந்துதலாக இருக்கும் என்று அரசு நம்பியது. இதற்காக 1955ல் மக்கள் கார் என்ற திட்டத்தைக் கொண்டு வந்தது. அரசு சொன்ன விலையில் தயாரிக்க முடியாது என்று அத்தனை தயாரிப்பாளர் களும் கை விரித்தார்கள். எனவே, மக்கள் கார் திட்டம் கிடப்பில் போடப்பட்டது. ஆனால், சின்னக் கார் தயாரித்தால் ஏராளமான ஜப்பான் குடும்பங்கள் கார் வாங்குவார்கள், விற்பனை எகிறும் என்கிற எண்ண விதை பல தொழில் முனைவோர் மனத்தில் விழுந்தது. சுசூகி, ஃப்யூஜி, மிட்சுபிஷி, மாஸ்டா போன்ற பலர் கார் தயாரிப்பில் நுழைந்தார்கள்.

முதல்வர் இக்கேடா 1960ல் வருமானத்தை இரட்டிப்பாக்கும் திட்டத்தை அறிவித்ததைத் தொடர்ந்து மக்களின் வாழ்க்கைத் தரம் உயர்ந்தது. ஒவ்வொரு வீட்டுக்கும் 3 C – க்கள் வேண்டு மென்று மக்கள் ஆசைப்பட்டார்கள். அவை (Air) Conditioners, Cars, Colour Televisions.

மக்கள் ஆர்வத்துடன் கார் வாங்கத் தொடங்கினார்கள். 1960ல் நான்கு சக்கர வண்டிகளின் (கார்,டிரக், பஸ்) உற்பத்தி 4,81,551 ஆக இருந்தது. இது 1973ல் 70,82,757 என சுமார் 15 மடங்கு உயர்ந்தது. கார்களின் மொத்த விற்பனையில் 14 சதவிகிதம் தனி மனிதர்கள் வாங்கினார்கள். இது 1967ல் 37 சதவிகிதம் ஆனது. 1970ல் 50 - 60 சதவிகிதம் ஆனது.

கார்களின் ஏற்றுமதியும் சூடுபிடித்தது. 1947ல் ஏற்றுமதி 2 கார்கள். ஆமாம், இரண்டே இரண்டு கார்கள்தாம். 1964ல் 12,680 கார்கள். டொயோட்டா, நிஸான் ஆகிய இரு ஜப்பானியத் தயாரிப்பாளர் களும் பிரேசில், சிலி, மெக்சிகோ ஆகிய நாடுகளில் தயாரிப்புத் தொழிற்சாலைகள் தொடங்கினார்கள். அதிகக் கார்கள் தயாரிக்கும் நாடுகளின் வரிசையில் ஜப்பான் கிடுகிடுவென மேலே போனது.

வருடம்	பட்டியலில் இடம்
1962	6
1964	4
1966	3
1980	1

எழுபதுகளில் உற்பத்தி அதிகரித்தபோது கார் தொழிற்சாலைகள் தொழிலாளர்களின் எண்ணிக்கையைக் கூட்டவில்லை: மாறாக தானியங்கி இயந்திரங்களும் ரோபோக்களும் புழக்கத்துக்கு வந்தன. இதனால் ஜப்பான் கார்களின் தயாரிப்புச் செலவு ஐரோப்பாவையும் அமெரிக்காவையும்விட மிகக் குறைவாக இருந்தது.

ஜப்பான் கம்பெனிகள் சிறிய கார்களையே தயாரித்தன. கார்களை அதிகம் பயன்படுத்தும் நாடு அமெரிக்கா. அங்கே கார்களைச் சுற்றித்தான் பொருளாதாரம் சுழல்கிறது. இங்கிலாந்தில் பொது மக்களின் போக்குவரத்து வாகனம் ரயில்.

கார்கள் அதிகம் விற்பனையாகும் நாடு அமெரிக்கா. அங்கே பஸ் போன்ற பொதுப் போக்குவரத்து வசதிகள் மிகவும் குறைவு. எனவே கார் அங்கே ஆடம்பரப் பொருள் அல்ல, அத்தியாவசியப் போக்குவரத்துச் சாதனம். ஒவ்வொருவரிடமும் ஒரு கார் இருக்கும். இதனால், ஃபோர்ட், ஜெனரல் மோட்டார்ஸ், க்ரைஸ்லர் போன்ற அமெரிக்க நிறுவனங்கள் மட்டுமே உலகின் பெரிய கார் தயாரிப்பாளர்களாக இருந்தார்கள்.

அமெரிக்க மக்களுக்குக் கார் என்பது போக்குவரத்துச் சாதனம் மட்டுமல்ல, தங்கள் சமுதாய மதிப்பை அறிவிக்கும் சின்னமும் கூட. அவர்கள் பெரிய கார்களை வாங்கினார்கள். அடிக்கடி தங்கள் கார்களை மாற்றினார்கள். பெரிய கார்களை மட்டுமே விரும்பும் அமெரிக்கப் பழக்கத்தால் ஜப்பானின் சின்னக் கார்களை அமெரிக்காவில் சீந்துவாரில்லை. அப்படி வாங்கிய சிலரையும் அமெரிக்க சமுதாயம் கொஞ்சம் ஏளனமாகவே பார்த்தது.

அமெரிக்கா பெரும்பாலான பெட்ரோலை அரபு நாடுகளிலிருந்து இறக்குமதி செய்தது. டாலரை வீசினால் பெட்ரோல் கிடைக்கும் என்ற துணிச்சலில் அமெரிக்கர்கள் பெட்ரோலைத் தண்ணீராகச்

செலவழித்தார்கள். 1973ல் ஓபெக் நாடுகள் பெட்ரோல் விலையை பாரலுக்கு 2 டாலரிலிருந்து 11 டாலராக உயர்த்திய போது, இஸ்ரேலுக்கு உதவிய அமெரிக்காவுக்கு பெட்ரோல் ஏற்றுமதி செய்வதை நிறுத்தினார்கள்.அமெரிக்க மக்களின் கனவு கலைந்தது. சிறிய கார் வாங்க ஆரம்பித்தார்கள். 1970ல் ஜப்பானின் ஏற்றுமதி 10,90,000 கார்கள். 1974ல் 26,20,000. ஜப்பானின் இந்த ஏறுமுகத்துக்கு அமெரிக்காவில் ஏற்பட்ட ஒரு சமுதாய மாற்றமும் முக்கியக் காரணமாக இருந்தது.

1930களில் பொருளாதார வீழ்ச்சி, அதிலிருந்து எழும்போது வந்த இரண்டாவது உலகப் போர் ஆகிய காரணங்களால் அமெரிக்கர்கள் ஒவ்வொரு பென்னியையும் கணக்குப் பார்த்துச் செலவிட்டார்கள். எந்தப் பொருளை வாங்குவதற்கு முன்னாலும் ஆயிரம் முறை ஆலோசித்தார்கள். குழந்தைகள் பிறந்தால் செலவுகள் அதிகமாகும் என்று பயந்து குழந்தைகள் பிறப்பதைத் தவிர்த்தார்கள். 1946ல் உலகப் போர் முடிந்ததும்தான் மக்களின் பயம் விலகியது. அமெரிக்க மக்கள் தொகை பெருகத் தொடங்கியது. 1930களில், பிறந்த குழந்தைகளின் எண்ணிக்கை வருடத்துக்கு 24 மில்லியன். 1946ல் இருந்து 1964 வரை ஒவ்வொரு வருடமும் 40 லட்சம் குழந்தைகள் பிறந்தன. இந்தக் காலகட்டத் தைக் குழந்தைகள் பெருகிய காலம் என்றே அழைத்தார்கள்.

இந்தத் தலைமுறை புதிய பொருளாதாரச் சூழலில் வளர்ந் தார்கள். அவர்களுடைய பெற்றோர் வாழ்ந்த பணத் தட்டுப்பாடு காலம் முடிந்துவிட்டது. காசுமேலே காசு வந்து கொட்டுகிற நேரம். இவர்களின் தேவைகளை, ஆசைகளை, தொலைக்காட்சி விளம்பரங்கள் தூண்டிவிட்டன. வகை வகையாகப் புதுப் பொருட்கள் சந்தைக்கு வரத் தொடங்கின. இந்த பேபி பூமர்கள் 1973 வாக்கில் எல்லாப் பொருட்களின் முக்கிய வாடிக்கையாளர் களானார்கள். இவர்களில் பலர் தங்களுடைய முதல் காரை வாங்கியபோது அவர்களுக்கு 18 வயதுதான்.

இந்த இளைய தலைமுறை சிறிய கார்களை, விலை அதிக மில்லாத கார்களை விரும்பியது. இந்தத் தேவைகளை முழுக்க முழுக்க ஜப்பான் கார்கள் மட்டுமே பூர்த்தி செய்தன. ஜப்பான் கார்களின் விற்பனை உச்சம் தொட்டது. பெட்ரோல் பிரச்சனை முடிந்தது. ஆனால், அமெரிக்கர்கள் ஜப்பானின் சிறிய, அழகான கார்கள்மேல் கொண்ட காதல் குறையவில்லை. ஜப்பான்

கார்களின் விற்பனை நாளுக்கு நாள் உயர்ந்தது. இதுவரை தனிக்காட்டு ராஜாங்கம் செய்த அமெரிக்க கார்க் கம்பெனிகள் நடுங்கின. தங்களைக் காப்பாற்றுமாறு வேண்டி அமெரிக்க அரசின் காலில் விழுந்தன. அமெரிக்கா ஜப்பானோடு பேச்சு வார்த்தைகள் நடத்தியது. ஜப்பானிலிருந்து இறக்குமதியாகும் கார்களின் எண்ணிக்கைக்கு உச்ச வரம்பு விதிக்கப்பட்டது. இந்த வரம்புகள் எவ்வளவு தெரியுமா?

1981 முதல் 1983 வரை - 16,80,000

1984 முதல் 1985 வரை - 18,50,000

1986 முதல் 1991 வரை - 23,00,000

இந்தச் சிக்கலுக்குத் தீர்வு காண ஜப்பானியர்களுக்கா தெரியாது? இறக்குமதிக்குத்தானே உச்ச வரம்பு? அமெரிக்காவிலேயே ஜப்பானியக் கார்களைத் தயாரித்தால் யாரும் குறுக்கே நிற்க முடியாது அல்லவா? 1989 அளவில் மிட்சுபிஷி, மாஸ்டா, சுசூகி, ஃபூஜி, இஸூஸூ ஆகிய ஜப்பான் கார்த் தயாரிப்பாளர்கள் அமெரிக்காவில் தயாரிப்புத் தொழிற்சாலைகள் தொடங்கி விட்டார்கள்.

ஜப்பான் கார்த் தொழிலின் இந்த வெற்றி சகாப்தத்தில் டொயோட்டா கம்பெனிக்குத் தனி இடம் உண்டு. 1867 முதல் 1930 வரை வாழ்ந்த ஸக்கிச்சி டொயோடா (Sakichi Toyoda) ஜப்பானின் எடிசன். இவர் தன் கண்டுபிடிப்புகளுக்காக நூற்றுக்கும் மேலான காப்புரிமைகள் பெற்றார். டொயோட்டா ஆட்டோமாட்டிக் லூம் ஒர்க்ஸ் என்ற தானியங்கி தறிகள் தயாரிக்கும் தொழிற்சாலை தொடங்கி மாபெரும் வெற்றி கண்டார்.

ஸக்கிச்சி டொயோட்டாவின் மகன் கிச்சிரோ டொயொட்டா அப்பாவின் கம்பெனியில் சேர்ந்தார். அப்பாவின் நிறுவனத்தில் தொடர்ந்தாலும், புதிய பாதை போட விரும்பினார். அப்போது ஜப்பானில் கார்கள் அத்தியாவசியப் பொருட்களல்ல, அதிசயப் பொருட்கள். 1934ல் இவர் கார் தயாரிப்புத் துறையில் இறங்கி னார். 1937ல் டொயோட்டா கார்ப்பரேஷன் தனி கம்பெனியானது. 1935ல் தயாரிப்பு 20 கார்கள். 2011ல் 78,58,091 வாகனங்கள்.

டொயோட்டா எப்படி இதைச் சாதித்தது? தொடங்கும்போதே, கம்பெனி நடத்துவது வாடிக்கையாளர்களின் மகிழ்ச்சிக்கே

என்னும் எண்ணம் டொயோட்டாவின் ரத்தத்தில் ஊறியிருந்தது. தயாரிக்கப்போகும் கார்கள் மட்டுமல்ல, கம்பெனியின் பெயரையே வாடிக்கையாளர்கள்தாம் தீர்மானிக்க வேண்டு மென்று டொயோட்டா முடிவெடுத்தார். கம்பெனிக்கு என்ன பெயர் வைக்கலாம் என்று ஆலோசனை கேட்டு பொது மக்களிடம் போட்டி வைத்தார். 27000 க்கும் அதிகமான பெயர்கள் வந்து குவிந்தன. இவற்றிலிருந்து, Toyota என்ற பெயர் முடிவு செய்யப்பட்டது. அதாவது, Toyoda என்னும் குடும்பப் பெயரில் d என்னும் எழுத்து t–யாக மாற்றப்பட்டது. மூன்று காரணங்கள்:

1. ஜப்பானிய மொழியில் Toyoda என்னும் வார்த்தையைவிட Toyota என்னும் வார்த்தையை எழுதுவது எளிது.

2. Toyota வார்த்தையை ஜப்பானிய மொழியில் எழுத எட்டு வீச்சுக் கோடுகள் (Strokes) தேவைப்படும். ஜப்பானில் 8 ராசியான எண்.

3. கடைசியாக, ஆனால் மிக முக்கியமாக, ஏராளம் மக்கள் விரும்பிய பெயர் Toyota.

1945 வரை ஆமை வேகத்தில் நிறுவனம் நகர்ந்தது. இரண்டாம் உலகப் போர் முடிந்தபின் பொருளாதாரம் தலை தூக்கத் தொடங்கியது. சீக்கிரமே மக்களிடம் பண நடமாட்டம் அதிகரிக்கும், சேமிக்கும் பழக்கம் கொண்ட ஜப்பானியர்கள் இந்தச் சேமிப்பில் பல பொருட்கள் வாங்க ஆசைப்படுவார்கள், அவர்கள் வாங்க ஆசைப்படும் பொருட்களில் காரும் இருக்கும் என்று கிச்சிரா கணித்தார்.

அதே சமயம், ஒவ்வொரு யென் செலவிடும்போதும் அந்தச் செலவு தேவைதானா என்று ஜப்பானியர்கள் கணக்குப் பார்த்துச் செலவிட்ட சமயம் அது.இந்த மனநிலையில் மக்கள் எப்படிப்பட்ட கார் வாங்குவார்கள் என்று கிச்சிரோ சிந்தித்தார்.

★ குடும்பத்தின் தேவைக்குப் போதுமான அளவில் இருந்தால் போதும், அதற்குமேல் பெரியதாக இருக்கக்கூடாது. வசதிகள் வேண்டும், ஆடம்பரம் கூடாது.

★ தொலைநோக்குப் பார்வையோடு காரின் விலையை நிர்ண யிக்க வேண்டும். உடனடி அதிக லாபம் எதிர்பார்க்காமல் இயன்ற அளவு குறைந்த விலையில் விற்பனை செய்ய வேண்டும்.

1947ல் SA என்ற மாடலை டொயோட்டா அறிமுகம் செய்தது. கம்பெனியே எதிர்பாராத ஆரவார வரவேற்பு கிடைத்தது. 1950ல் டொயோட்டா அமெரிக்க மார்க்கெட்டில் நுழைந்தது. மக்களின் தேவைகளை நுணுக்கமாக ஆராய்ந்தது. 1965ல் அமெரிக்கர் களுக்காகவே கொரோனா (Corona) என்ற மாடல் உருவாக்கப் பட்டது. விற்பனை உயர்ந்தது. 1980களில் டொயோட்டா அமெரிக்காவில் கார் உற்பத்தித் தொழிற்சாலை தொடங்கியது. அன்று தொடங்கி இன்றுவரை உலகின் தலைசிறந்த உற்பத்தி முறையை டொயோட்டா கடைபிடிக்கிறது.

இதுவரை

சோனியும் டொயோட்டாவும் கண்ட மாபெரும் வெற்றிகளுக்கு என்ன காரணம்?

- வாடிக்கையாளர்களை மட்டுமே மையமாக வைத்துத் தீட்டப்படும் திட்டங்கள்.
- நிறுவனங்களைக் குடும்பங்களாக நடத்துதல்.
- விரயம் தவிர்த்தல்.
- தர வெறி.

9

சறுக்கல்கள்

1960 முதல் ஜப்பானியப் பொருளாதாரம் மிகப் பெரிய அளவில் வளர்ச்சியடைய ஆரம்பித்தது. குறிப்பாக, எலெக்ட்ரானிக்ஸ், கார் ஆகிய பொருள்களுக்கு உலகச் சந்தையில் ஜப்பான் தனி முத்திரை பதித்தது. வீட்டுக்கு வீடு ஏர் கண்டிஷனர், கலர் டிவி, கார் என்று மக்கள் வாழ்க்கையில் மாபெரும் ஏற்றம் காணப்பட்டது.

ஜப்பானிய சோனி, நேஷனல், பானஸோனிக், டொயோட்டா, ஹோண்டா நிறுவனங்கள் அமெரிக்க, ஐரோப்பியக் கம்பெனிகளை உலகச் சந்தைகளிலெல்லாம் ஓட ஓட விரட்டிக்கொண்டிருந்தன. அதே சமயம் ஜப்பான், உள்நாட்டுக் கம்பெனிகளுக்குப் பாதுகாப்பு வளையம் போட்டது. அயல்நாட்டுத் தயாரிப்புகளின் இறக்குமதியில் கட்டுப்பாடுகள், அதிக வரி எனப் பல தடைக் கற்கள் போடப்பட்டன.

பூகம்பம், எரிமலைச் சீற்றங்கள் ஆகிய பயங்களால், ஜப்பானிய மக்கள் நாளைய செலவுக்குப் பணம் வேண்டுமே என்ற கவலை கொண்டவர்கள். தங்கள்

வருமானத்தில் சுமார் 8 சதவிகிதம் சேமிக்கும் பழக்கம் கொண்டவர்கள். 1960 முதல் அரசாங்கம் இந்த இயற்கைச் சேமிப்புப் பழக்கத்தை மேலும் தூண்டிவிட்டது. 1989 வரை சேமிப்பு 15 சதவிகிதம் தொட்டது. வங்கிகளில் பணம் குவிந்தது.

ஜப்பான் அரசாங்கம் தங்களுடைய நாணயமான யென்னுக்கும் (Yen) டாலர் போன்ற வெளிநாட்டுப் பணங்களுக்குமான நாணய மாற்று விகிதத்தைக் கட்டுப்பாட்டில் வைத்திருந்தது. ஒரு டாலர் என்பது 80 யென் என்று வைத்துக்கொள்வோம். ஒரு அமெரிக்கர் 4000 யென் மதிப்புள்ள சோனி டி.வி வாங்க 50 டாலர் கொடுப்பார். 1 டாலர் = 100 யென் ஆகும்போது அவர் 40 டாலர் கொடுத்தால் போதும். எனவே அவர் அதிக அளவில் சோனி டிவி வாங்குவார். இதுவே 1 டாலர் = 50 யென் ஆனால், அவர் கொடுக்கும் விலை 80 டாலர். எனவே, பொருளை வாங்கமாட்டார். ஜப்பான் அரசாங்கம் டாலர் - யென் நாணயமாற்று விகிதம் தங்கள் ஏற்றுமதிக்கு அனுகூலமாக இருக்குமாறு கட்டுப்படுத்தியது. இதனால், ஜப்பானின் ஏற்றுமதி எகிறியது, அந்நியச் செலாவணிப் பணமும் வங்கிகளில் குவிந்தது. மக்களின் சேமிப்பு, ஏற்றுமதி வருமானம் என ஜப்பான் வங்கிகளில் எக்கச்சக்கப் பணம் சேரத் தொடங்கியது.

வங்கிகளுக்கு லாபம் எப்படி வருகிறது? மக்கள் சேமிப்பில் போடும் பணத்துக்கு வங்கிகள் வட்டி கொடுக்கிறார்கள். இந்தப் பணத்தைக் கடனுக்கு விடுகிறார்கள். கடனுக்கு விடும் வட்டி, சேமிப்புக்குக் கொடுக்கும் வட்டியைவிட அதிகமாக இருக்கும். இந்த வட்டி வித்தியாசம்தான் வங்கிகளின் லாபம். வங்கிகளிடம் சேமிப்புப் பணம் குவிந்தது. இந்தப் பணத்தைப் புழக்கத்தில் விட்டு லாபம் பார்ப்பதற்காக, வங்கிகள் கம்பெனிகளுக்குக் குறைந்த வட்டியில் கடன் கொடுத்தார்கள்.

பெரும்பாலான கம்பெனிகளுக்கு வியாபாரம் அமோகமாக நடந்ததால், அவர்களிடம் நிறையப் பணம் இருந்தது. வங்கிகளிடம் கடன் வாங்க வேண்டிய தேவை அவர்களுக்கு இருக்கவில்லை. எனவே, வட்டி விகிதக் குறைப்பால் வங்கிகளுக்கு அதிகப் பலன் ஏற்படவில்லை.

கடன் வாங்க ஆள் இல்லாவிட்டால், வங்கிகள் பிழைப்பு எப்படி நடக்கும்? எனவே, கடன் கொடுக்க வட்டியைக் குறைத்தது மட்டுமல்லாமல், பிற நெறிமுறைகளையும் தளர்த்தினார்கள்.

இதைப் பயன்படுத்திக்கொண்டு, பல போலி நிறுவனங்கள் வங்கிகளிடமிருந்து லட்சக்கணக்கில் பணம் பெற்றார்கள்.

அடுத்ததாகப் பொது மக்களுக்கு வலை விரித்தன வங்கிகள். பண விஷயத்தில் கில்லாடிகளான மனிதர்கள் பலர் உண்டு. கையில் கிடைக்கும் காசைப் பணம் காய்ச்சி மரமாக்கும் மர்மம் பலருக்குத் தெரியும். நம் ஊரிலும் பாருங்கள். சாதாரணமாகப் பெரும்பாலானோரும் தங்கள் பணத்தைக் குட்டிபோட வைப்பது பங்குச் சந்தையில், அல்லது வீடுகள், வீட்டு மனைகளில். இது நம் ஊர்ப் பழக்கம் மட்டுமில்லை. உலகப் பழக்கம். ஜப்பானியரும் இதைத்தான் செய்தார்கள். குறைந்த வட்டியில் வங்கிகளில் கடன் எடுத்தார்கள். அந்தப் பணத்தில் கம்பெனிப் பங்குகள், நிலங்கள் வாங்கினார்கள். வாங்குவோர் அதிகமானதால், பங்குகள், நிலம் ஆகியவற்றின் விலைகள் விண்ணைத் தொட்டன.

ஜப்பான் பங்குச் சந்தைக் குறியீட்டின் ஏற்றம் இதுதான்:

31.12.1960	-	*1356.71*
31.12.1986	-	*18701.30*
31.12.1987	-	*21564.00*
31.12.1988	-	*30159.00*
31.12.1989	-	*39915.90*

அதாவது, 29 வருடங்களில், குறியீடு 29 மடங்கு அதிகரித்து விட்டது.

பங்குச் சந்தையைவிடக் கொடுமையான சூதாட்டம் நில விலையில் நிகழ்ந்தது. ஜப்பானியத் தலைநகரான டோக்கியோ வின் கின்ஸா (Ginza) பகுதி ஒரு வியாபார மையம். இங்கே 1960களில் ஒரு சதுர அடி நிலம் விலை சுமார் 620 டாலராக இருந்தது. 1989ல் ஒரு சதுர அடி விலை 93,000 டாலர். அதாவது 30 வருடங்களில் விலை 150 மடங்கு அதிகரித்துவிட்டது. ஜப்பானின் பிற பகுதிகளிலும் இதே கதைதான்.

இது வளர்ச்சியல்ல, வியாதி என்று அறிந்த ஜப்பானிய நிதி அமைச்சகம் வட்டி விகிதத்தை உயர்த்தியது. இந்த வைத்தியம் வியாதியைக் குணப்படுத்தியது. ஆனால், 1960ல் தொடங்கிய ஜப்பானின் வெற்றிப் பயணத்தையும் முடிவுக்குக்

கொண்டுவந்துவிட்டது. 1989ல் தொடங்கிய சறுக்கல் இன்று வரை தொடர்கிறது.

நிதி அமைச்சகம் வட்டி விகிதத்தை உயர்த்தியவுடன் வங்கிகள் கடனுக்கான வட்டியை உயர்த்தின. பொது மக்கள் கடன் வாங்குவதை நிறுத்தினார்கள். பங்குகளையும் நிலங்களையும் வாங்குவதை நிறுத்தினார்கள். இவற்றின் விலை உயர்வு நிஜமானது அல்ல என்பதால் செயற்கையான வீக்கம் தணிந்தது. இந்த வீழ்ச்சியால், ஆயிரக்கணக்கான ஜப்பானியர்களின் வாழ்க்கை கேள்விக்குறியானது.

பங்குச் சந்தைக் குறியீடு நாலே வருடங்களில் அடிமட்டம் தொட்டது:

31.12.1989	-	*39915.90*
31.12.1990	-	*23848.70*
31.12.1991	-	*22983.80*
31.12.1992	-	*16925.00*

மனைகளில் முதலீடு செய்தவர்கள் அந்தோ பரிதாப நிலை! ஒரே வருடத்தில் விலை மூன்றில் ஒரு பங்காக விழுந்தது.

பங்குச் சந்தையிலும் வீட்டு மனைகளிலும் முதலீடு செய்திருந்த வர்கள் தங்கள் சொத்தில் பெரும் பகுதியை இழந்தார்கள். இவர்கள் அத்தனை பேரையும்விட நஷ்டம் யாருக்குத் தெரியுமா? வங்கிகளுக்கு. ஏன்? இவர்கள் அத்தனை பேரும் தங்கள் சொந்தப் பணத்தை முதலீடு செய்யவில்லை. வங்கிகளில் கடன் வாங்கிய பணத்தை முடக்கியிருந்தார்கள். வங்கிகள் வட்டியையும் முதலையும் இழந்தன. வங்கிகளின் லாக்கரில் இவர்கள் பிணையாகக் கொடுத்த கம்பெனிப் பங்குகளும், நிலப் பத்திரங்களும் பத்திரமாக இருந்தன. ஆனால், பல சொத்துக் களின் விலை அந்தக் காகிதங்களின் விலை மட்டுமேதான்!

கடன் வாங்கிய போலி கம்பெனிகள் காணாமல் போய்விட்டன. வங்கிகளிடம் கடன் வாங்கியவர்களில் 25 சதவிகிதம் கம்பெனிகள் இந்த மாதிரி ஏமாற்று கம்பெனிகளாக இருந்தன. கொடுத்த கடன் திருப்பி வராததால் பல வங்கிகள் திவாலாயின. சில வங்கிகள் அரசாங்க தயவால் மூச்சு விட்டன.

இந்தப் பங்குச் சந்தை, வீட்டு விலைச் சரிவுகள், வங்கிப் பிரச்னைகள் ஆகியவற்றால் ஜப்பானியப் பொருளாதாரம் பல லட்சம் கோடி டாலர்களை இழந்ததாகக் கணக்கிடப்படுகிறது .

ஜப்பானிய *சொத்துக் குமிழி உடைவு* (Asset Bubble Burst) என்று இந்த நிகழ்வுகளை வரலாறு அழைக்கிறது.

தொடர்ந்து, ஜப்பானியப் பொருளாதாரம் அடுத்து சந்தித்த பிரச்சனை **பண வாட்டம்.**

பண வாட்டம் என்பது பொருளாதார வார்த்தை. இதற்கு என்ன அர்த்தம்? பணவாட்டம் வரும்போது என்ன நடக்கிறது? இதனால் வரும் பாதிப்புகள் என்னென்ன?

பண வாட்டம் என்றால், மக்கள் மத்தியில் புழக்கத்தில் இருக்கும் பணத்தின் அளவும், அவர்களுக்குக் கிடைக்கும் கடன் வசதி களும் குறைவது. பண வசதிகளும், கடன் வசதிகளும் குறையும் போது என்ன நடக்கிறது? விலைவாசிகள் குறைகின்றன. விலை குறைவது நல்ல விஷயம்தானே, எல்லோரும் சந்தோஷப்பட வேண்டிய சமாசாரம்தானே என்று சொல்கிறீர்களா?

விலைவாசி குறையப் பல காரணங்கள் உண்டு. பதினெட்டாம் நூற்றாண்டில் இங்கிலாந்தில் தொழிற்புரட்சி வந்தது. புதிய புதிய இயந்திரங்கள் களத்துக்கு வரத் தொடங்கின. இந்த இயந்திரங்களால், உற்பத்தி பன்மடங்கு பெருகியது, உற்பத்திச் செலவு கணிசமாகக் குறைந்தது. பொருட்களின் விலைகள் குறைந்தன. இது நல்ல சமாசாரம்.

ஆனால், பண வசதிகளும், கடன் வசதிகளும் குறைவதனால் விலைவாசிகள் குறையுமானால், அது கெட்ட சேதி என்கிறார் கள் பொருளாதார அறிஞர்கள். ஏன் என்று பார்ப்போம். விலைவாசி குறைந்துகொண்டே வரும் நிலையைக் கற்பனை செய்து பார்ப்போம். உங்களுக்கு ஒரு டி.வி. வாங்கவேண்டும். நேற்று விலை 10,000 ரூபாய். இன்று விலை 9500 ரூபாய். நீங்கள் டிவி வாங்குவீர்களா? மாட்டீர்கள். ஒரு வேளை, நாளைக்கு விலை 9000 ஆகலாமே என்று காத்திருப்பீர்கள். இப்படி எல்லோரும் வாங்குவதைத் தள்ளிப் போடுவார்கள்.

டிவி கம்பெனி உற்பத்தியைக் குறைக்கும். உற்பத்தி குறைவ தால், பல தொழிலாளர்களை வீட்டுக்கு அனுப்பும், இருக்கும்

தொழிலாளர்களின் சம்பளத்தைக் குறைக்கும். பலர் வேலை இழக்கும்போது நாட்டில் வாங்கும் சக்தி இன்னும் குறையும், பணப் புழக்கம் இன்னும் குறையும். வேலையை இழந்தவர்கள் வங்கிகளில் கடன் வாங்கியிருந்தால், வட்டியையும் அசலையும் அவர்களால் திருப்பிக் கொடுக்க முடியாது. வங்கிகள் என்ன செய்யும்? கடன் கொடுப்பதைக் குறைக்கும். அப்போது பணப்புழக்கம் இன்னும் குறையும். கையில் காசில்லாத மக்கள் பொருட்களை வாங்கமாட்டார்கள். கம்பெனிகள் தங்கள் உற்பத்தியைக் குறைப்பார்கள். இப்படி ஏராளமான கம்பெனிகள் உற்பத்தியைக் குறைக்கும்போது பொருளாதாரம் *பின்னடைவு* (Recession) நிலையை அடையும்.

1989 முதல் இன்றுவரை ஜப்பான் இந்தப் புதைகுழியில்தான் சிக்கிக் கொண்டிருக்கிறது. பணவாட்டத்தால் பொருளாதாரப் பின்னடைவு வந்தது. இந்தப் பின்னடைவில் வளர்ச்சி கடுமையாகப் பாதிக்கப்பட்டது. 1960 முதல் 1989 வரை பொருளாதார வளர்ச்சி 10 சதவிகிதத்துக்குச் சற்று அதிகமாக இருந்தது.

வருடம்	***வளர்ச்சி (சதவிகிதம்)***
2002	- 0.30
2003	2.70
2004	2.90
2005	2.60
2006	2.20
2007	2.00
2008	- 0.70
2009	- 5.20
2010	- 3.90
2011	- 0.70

பண வாட்டம், பொருளாதாரப் பின்னடைவு ஆகிய ஜப்பானைப் பீடித்திருக்கும் இந்த நோய்களைத் தீர்க்க, பிரதமர்களாக வந்த பலரின் வைத்தியமும் இன்றுவரை பலன் தரவில்லை.

உலக மகா கொடுமை, வாழ்ந்து கெட்டுப்போவது. ஒரு மனிதன் தன் உழைப்பால் முன்னேறுகிறான். அதிர்ஷ்டமும் கை

கொடுக்கிறது. செல்வமும் புகழும் அவன் காலடியில் வந்து விழுகின்றன. அவன் தன்னைக் கடவுளாக நினைக்கிறான். திடீரென்று இந்தப் பணமும் புகழும் வந்த வேகத்தில் மறைந்து விட்டால் அவன் வாழ்க்கை என்னவாகும்? ஜப்பானும் வாழ்ந்து கெட்ட நாடு. ஜப்பான் எதிர்கொள்ளும் சில முக்கிய விசித்திரப் பிரச்னைகளைப் பார்ப்போம்.

குறையும் மக்கள் தொகை

சமீபகாலமாக ஜப்பானின் மக்கள் தொகை குறைந்துகொண்டே வருகிறது. புள்ளி விவரங்களைப் பார்ப்போம்.

வருடம்	மக்கள் தொகை (கோடியில்)
2004	12.787
2005	12.768
2006	12.770
2007	12.771
2008	12.769
2009	12.751
2010	12.806
2011	12.737

வரும் ஆண்டுகளில் இந்த எண்ணிக்கை எப்படி இருக்கும்? இதுதான் கணிப்பு:

வருடம்	மக்கள் தொகை (கோடியில்)
2020	12.273
2030	11.522
2040	10.569
2050	9.515

மக்கள் தொகை ஏன் குறைகிறது?

1970களில் சராசரி ஜப்பானியப் பெண் பெற்றெடுத்த குழந்தைகளின் சராசரி எண்ணிக்கை 1.934. இன்று இந்த எண்ணிக்கை 1.39.

ஏன்? ஜப்பானியப் பெண் தன் முதல் குழந்தையைப் பெற்ற சராசரி வயது 1970ல் 25.6 ஆக இருந்தது. இன்று சராசரியாக அவளுடைய 29.7 வயதில்தான் முதல் குழந்தை பிறக்கிறது. 1970களில், தன் 24.2 வயதில் திருமணம் செய்துகொண்டிருந்த பெண் இன்று தன் 28.6 வயதில்தான் திருமணம் செய்துகொள் கிறாள். திருமணத்தை அவள் தள்ளிப் போடுவதற்குப் பொருளாதார நிலைமை முக்கியக் காரணம்.

குடும்பச் செலவை ஈடுகட்ட பெண்கள் பணிக்குச் சென்றார்கள். தன் பெற்றோருக்கு உதவ வேண்டிய கடமைக்காக அவள் தன் திருமணத்தைத் தள்ளிப் போடுகிறாள். திருமணம் முடிந்தபின் கணவனுக்காகச் சம்பாதிக்கிறாள். குழந்தை பராமரிப்பு நிலையங்கள் ஜப்பானில் அதிகமாக இல்லை. எனவே, குழந்தை பிறந்தால், தன் வேலையை விட்டால்தான், குழந்தையைக் கவனிக்க, வளர்க்க அவளுக்கு நேரம் கிடைக்கும். வீட்டுச் செலவுக்கும் குழந்தை வளர்ப்புச் செலவுக்கும் இருவரின் சேமிப்புப் போதுமானதாக இருக்க வேண்டும். சேமிப்பு இந்த அளவை எட்டுவதுவரை அவள் குழந்தைப் பிறப்பை ஒத்தி வைக்கிறாள்.

ஆண்களும் இதே நிலைதான். 1970களில் சராசரி ஜப்பானிய ஆண் 28.4 வயதில் திருமணம் செய்துகொண்டிருந்தான், இன்று அந்த வயது 30.4 ஆகிவிட்டது.

பெருகிவரும் கிழவர்கள்

ஜப்பானியரின் ஆயுள் காலம் அதிகரித்து வருகிறது. 1970களில் சராசரி ஜப்பானிய ஆணின் ஆயுள்காலம் 69.31. அது இன்று 80.57 ஆக உயர்ந்திருக்கிறது. இதேபோல் சராசரி ஜப்பானியப் பெண்ணின் ஆயுள்காலம் 74.66ல் இருந்து 87.43 ஆக உயர்ந்திருக் கிறது. உலகிலேயே ஆயுள்கால எதிர்பார்ப்பு அதிகமான நாடு ஜப்பான்தான்.

குழந்தை பிறப்பு பல காரணங்களால் குறைந்துகொண்டே வரும் வேளையில், ஆயுள்காலம் அதிகரிப்பதால், மக்கள் தொகையில் 65 வயதுக்கு மேலான முதியோர் சதவிகிதம் அதிகரித்து வருகிறது. இந்தப் புள்ளிவிவரங்களைப் பாருங்கள்:

வருடம்	மக்கள் தொகையில் சதவிகிதம்		
	வயது 0-14	வயது 15-64	வயது 65-ம் அதிகமும்
1950	35.40	59.60	5.00
2011	13.10	64.00	22.90
2050(கணக்கீடு)	*8.60*	*51.80*	*39.60*

பிற நாடுகளோடு ஒப்பிட்டுப் பார்த்தால்தான், இந்த விகிதா சாரத்தின் விசித்திரம் புரியும். 2009ன் விகிதங்களைப் பார்ப்போம்.

நாடு	மக்கள் தொகையில் சதவிகிதம்		
	வயது 0-14	வயது 15-64	வயது 65-ம் அதிகமும்
ஜப்பான்	13.10	64.00	22.90
இந்தியா	29.70	64.80	5.50
சீனா	17.60	73.60	8.90
அமெரிக்கா	20.10	66.80	13.10

இந்த விசித்திர விகிதாச்சாரம் வெறும் புள்ளிவிவரம் அல்ல, விபரீதப் பொருளாதார விளைவுகளை ஏற்படுத்துவது. எப்படி என்று கேட்கிறீர்களா?

ஜப்பானின் மொத்த 127 மில்லியன் மக்கள் தொகையில் 65 வயதுக்கு அதிகமானவர்கள் 28.5 மில்லியன் இருக்கிறார்கள். இவர்கள் வேலைகளிலிருந்து ஓய்வு பெற்றவர்கள்.

பொருளாதாரத்தைப் பொறுத்தவரை இவர்கள் 57 மில்லியன் உழைக்கும் கரங்கள் அல்ல, 28.5 மில்லியன் பசிக்கும் வயிறுகள். அரசாங்க நிதிக் கணக்கில் இவர்கள் அத்தனைபேரும் செலவினங்கள். ஓய்வுபெற்றுவிட்ட இவர்கள் வருமான வரி செலுத்த மாட்டார்கள். ஆனால், இவர்களுக்கு ஓய்வு ஊதியம் கொடுக்க வேண்டும். அத்தோடு, அரசாங்கத்தின் மருத்துவ உதவி, காப்பீடு போன்ற வசதிகளையும் கொடுக்க வேண்டும். முன்னேற்றப் பாதையில் பயணிக்க விரும்பும் எல்லா நாடுகளும் வெறுக்கும் சுமைகள்.

வேலையில்லாத் திண்டாட்டம்

ஜப்பானிய நிறுவனங்களில் இரண்டுவிதமான ஊழியர்கள் உண்டு. அவர்கள்

1. நிரந்தர ஊழியர்கள்
2. தாற்காலிக ஊழியர்கள்

நிரந்தர ஊழியர்களுக்கு வாழ்நாள் வேலை உத்தரவாதம் உண்டு. விற்பனையும், உற்பத்தியும் குறையும்போது இவர்களை வீட்டுக்கு அனுப்ப முடியாது. அத்தோடு, இவர்களுக்கு வருடா வருடம் ஊதிய உயர்வு, மருத்துவ உதவிகள், பென்ஷன் ஆகியவை கொடுக்க வேண்டும். எனவே, நிரந்தர ஊழியர்களை நியமித்தால், நிறுவனங்களுக்குச் செலவு அதிகம். இதைத் தவிர்க்க, தற்காலிக ஊழியர்களைப் பணியில் அமர்த்துவார்கள். உற்பத்தி பெருகும்போது இவர்கள் நியமிக்கப்படுவார்கள், உற்பத்தி குறையும்போது நீக்கப்படுவார்கள். சாதாரணமாக, கம்பெனிகளில் நிரந்தர ஊழியர்களின் எண்ணிக்கை அதிகமாக இருக்கும், தாற்காலிக ஊழியர்களின் எண்ணிக்கை குறைவாக இருக்கும்.

பண வாட்டமும், பொருளாதாரப் பின்னடைவும் ஏற்பட்டிருக்கும் இந்த நாட்களில் நிரந்தர ஊழியர்களின் செலவுச் சுமையைத் தாங்குவதற்குக் கம்பெனிகள் சிரமப்படுகின்றன. இதற்கு ஜப்பான் அரசாங்கம் தோள் கொடுக்கிறது. 2009ல் 88,000 கம்பெனிகளில் அரசாங்கம் பண உதவி அளித்து, 24 லட்சம் நிரந்தர ஊழியர்கள் வேலை இழக்காமல் காப்பாற்றியிருக்கிறது.

ஆனால், அரசாங்கமே தள்ளாடும்போது இந்த உதவிகள் தொடருமா என்ற நியாயமான பயம் கம்பெனிகளுக்கு வந்து விட்டது. எனவே, புதிய ஊழியர்களை வேலைக்குத் தேர்ந் தெடுக்கும்போது, தாற்காலிகப் பணியாளர்களாகத்தான் வேலையில் அமர்த்துகிறார்கள். இந்தப் புதுப் பணியாளர்கள் பலருக்கு இதுதான் முதல் வேலை. இவர்களின் வயது சாதாரணமாக 15 முதல் 24 வரை. அண்மை நிலவரப்படி, இந்த இளைய தலைமுறையில் வேலை பார்ப்பவர்களில் 31 சதவிகிதம் பேர் தாற்காலிக ஊழியர்கள். இவர்கள் ஏன் இந்த வேலைகளை ஒத்துக்கொள்கிறார்கள்? ஒரே ஒரு காரணம்தான். நாட்டில், வேலை இல்லாத் திண்டாட்டம் 5.7 சதவிகிதமாக இருக்கிறது.

அதாவது வேலை பார்க்கும் வயதில் இருப்பவர்கள் 100 பேரில் சுமார் 6 பேருக்கு வேலைகள் கிடைப்பதில்லை. கிடைக்கும் வேலை தாற்காலிகமானது என்றாலும், ஒத்துக்கொள்ள வேண்டிய கட்டாயம்.

சமுதாய அதிர்ச்சிகள்

வேலை கிடைப்பதில்லை, கிடைத்தாலும் தாற்காலிக வேலை, ஈவு இரக்கமின்றிக் கசக்கிப் பிழியும் வேலைச் சுமை, செலவுக்குப் போதாத சம்பளம் - இந்தக் காரணங்களால், ஜப்பானில் பலரைப் பாதிக்கும் நோய் மன அழுத்தம். இதனால், 20 சதவிகிதத் திருமணங்கள் மணமுறிவில் முடிகின்றன. 12 லட்சம் தாய்மார்கள் கணவர்களிடமிருந்து பிரிந்து வாழ்பவர்கள். இந்தக் குழந்தை களுக்குத் தந்தையரின் வழிகாட்டல் இல்லை. அத்தோடு, அரசாங்கம் கொடுக்கும் உதவித் தொகையில் குடும்பம் வாழ்வ தால், இந்தக் குழந்தைகள் நல்ல கல்வியும் பெறுவதில்லை. இந்தத் தலைமுறை தவறான பாதைகளில் நடக்கும் வாய்ப்புகள் அதிகம். இந்தக் குழந்தைகளைப் பார்க்கும்போது, ஜப்பானின் வருங்காலத்தை நினைக்க பயமாக இருக்கிறது.

மன அழுத்தம் பலரைத் தற்கொலைவரை அனுப்பி விடுகிறது. 1998 முதல் இன்றுவரை ஆண்டுதோறும் தற்கொலை செய்து கொள்பவர்கள் 300,000க்கும் மேல்.

தலைவிரித்தாடும் லஞ்சம்

1957 முதல் 1960 வரை கிஷி நொபுஸுகே (Kishi Nobusuke) ஜப்பானின் பிரதமராக இருந்தார். நாட்டு அரசியலில் லஞ்ச லாவண்யம் வளர்வதற்கு வித்திட்ட பெருமை இவருக்கு உண்டு. லிபரல் டெமாக்ரடிக் கட்சியில் பல கோஷ்டிகளை இவர் உருவாக்கினார். ஒவ்வொரு கோஷ்டியும் பணபலத்தால் தன்னை நிலை நிறுத்திக்கொள்ள முயன்றது. கம்பெனிகளிடம் லஞ்சம் வாங்குவது அன்றாட விஷயமானது. 1974ல் பிரதமர் காக்குயி தனகாவும் (Kakuei Tanaka), 1989ல் நொபேரு டக்கேஷிட்டாவும் (Noberu Takeshita) லஞ்சம் வாங்கியதற்காகப் பதவியிலிருந்து துரத்தப்பட்டார்கள்.

2007ல் விவசாய அமைச்சர் தோஷிகாட்ஸி மாட்ஸுஓக்கா (Toshikatsi Matsuoka) பணம் வாங்கி மாட்டிக்கொண்டு தற்கொலையும் செய்துகொண்டார்.

ஜப்பானின் லஞ்ச சாதனைக்குப் பிரதமர்களுக்கும், அமைச்சர்களுக்கும் மட்டுமே மகுடம் சூட்டுவது நியாயமல்ல. அரசாங்க அதிகாரிகளும், கம்பெனி நிர்வாகிகளும் கையூட்டுப் பெறுவதைத் தவறாமல் செய்து வருகிறார்கள்.

ரவுடிகள் ராஜ்ஜியம்

மாமூல், சொத்துச் சண்டை, நிலத்தகராறு, வராத கடன் வசூல், சச்சரவு, சூதாட்டம், கள்ளச் சாராயம், இரவு விடுதிகள், விபசாரம், கலப்பட வியாபாரம், போதை மருந்துகள், அடிதடி, கொலை, கொள்ளை, கட்டப் பஞ்சாயத்து செய்யும் பேட்டை ரௌடிகள் எல்லா ஊர்களிலும், எல்லா நாடுகளிலும் உண்டு. சில நாடுகளில் இவர்கள் நாடு முழுக்கப் பரவலான இணைப்பாகச் செயல்படுவார்கள். இந்தக் கும்பல் சில குறிப்பிட்ட ஆட்கள் அல்லது குடும்பங்களின் கட்டுப்பாட்டில் இருக்கும். இத்தாலியில் இந்தக் கிரிமினல் கும்பல் மிக்க சக்தி கொண்டது. இவர்களை மாஃபியா (Mafia) என்று அழைப்பார்கள். ஜப்பானிலும் இத்தகைய நாடு தழுவிய கிரிமினல் கும்பல்கள் உண்டு. இவர்களுக்கு ஜப்பானில் *யாக்குஸா* (Yakuza) என்று பெயர்.

யாக்குஸாக்கள் 16ம் நூற்றாண்டின் தொடக்கம் முதலே இருந்ததாக நம்பப்படுகிறது. இரண்டாம் உலகப் போர்க் காலத்தில் இவர்கள் வால்களைச் சுருட்டிக் கொண்டிருந்தார்கள், 1980 காலகட்டங்களில் இந்தக் கும்பல்கள் தலைதூக்கின.

1980களில் நில மனைகளின் விலைகள் ஏறத் தொடங்கின. பணக்காரர்கள் கண்ணுக்குத் தெரிந்த எல்லா நிலங்களையும் வளைத்துப்போடத் தொடங்கினார்கள். தங்கள் நிலங்களை விற்கச் சம்மதிக்காதவர்களையும், சொன்ன விலைக்குப் படியாதவர்களையும் அதட்டி, மிரட்டி, காட்டிய இடங்களில் கையெழுத்துப் போடவைக்கப் பணக்காரர்கள் யாக்குஸாக்களைப் பயன்படுத்தினார்கள். எடுத்த காரியத்தைக் கன கச்சிதமாக முடிக்கும் சாமர்த்தியக்காரர்கள் யாக்குஸாக்கள். எனவே, 1980களில் அவர்கள் அமோகமாக வளர்ந்தார்கள்.

1989ல் பொருளாதாரம் சரிந்தது. யாக்குஸாக்கள் காட்டில் அடை மழை. வங்கிகள் போலி கம்பெனிகளுக்கும் பொது மக்களுக்கும் கடனை வாரி வாரிக் கொடுத்தார்கள் அல்லவா? இந்தக்

கடன்களை வாங்கியவர்கள் மாயமாக மறைந்தார்கள். அல்லது, திருப்பிக்கொடுக்க மறுத்தார்கள். வங்கிகள் யாக்குஸாக்களிடம் சரணடைந்தார்கள். மிரட்டல், அடி, தடி, உதை என்று யாக்குஸாக்கள் பல வழிமுறைகளைப் பயன்படுத்தி கடன் வசூல் செய்தார்கள்.

இன்றைய ஜப்பானில் 5 யாக்குஸா இணைப்புகள் இருக்கின்றன. இவற்றில் சுமார் 87,000 அங்கத்தினர்கள் இருக்கிறார்கள். இந்த ஐந்து இணைப்புகளும் ஐந்து குடும்பங்களின் கட்டுப்பாட்டில் இருக்கின்றன. இவர்கள் ரகசிய இணைப்பு அல்ல. இவர்களுக்கு அலுவலகங்கள் உண்டு, வெளிப்படையான பெயர்கள் உண்டு. தற்சமயம் யாக்குஸாக்கள் தங்கள் அதிகார வளையங்களை விரிவுபடுத்தி வருகிறார்கள். அரசியல் தொடர்புகள், அகில உலக நடவடிக்கைகள் என்று வளர்கிறார்கள்.

பொருளாதாரக் குழப்பங்கள், லஞ்சம், அரசியல் தள்ளாட்டம், திருமண முறிவுகள், மன அழுத்த நோய்கள், தற்கொலைகள், கிரிமினல் கும்பல்கள் என எண்ணற்ற பிரச்னைகளை ஜப்பான் சந்தித்துக்கொண்டு வருகிறது. இவற்றை ஜப்பான் எப்படி எதிர்கொள்ளும், மறுபடியும் அவர்களால் வெற்றிப் பாதைக்குத் திரும்ப முடியுமா என உலக அரங்குகளில் ஆயிரம் ஆயிரம் கேள்விக் குறிகள்!

10

எதிர்காலம்

1990க்குப் பிறகு ஜப்பான் வெற்றிப் பாதையிலிருந்து சறுக்க ஆரம்பித்தது. இன்றைய உலகை ICE age என்று சொல்கிறார்கள். Information, Communication, Entertainment ஆகியவற்றின் காலம். செய்தி, தொலைத் தொடர்பு, பொழுது போக்கு ஆகிய மூன்றையும் ஒருசேர அளிக்கும் தொழில்நுட்பத்தை நோக்கி உலகம் பாய்ந்து கொண்டிருக்கிறது. இதில் ஜப்பான் வகிக்கும் இடம் என்ன என்று பார்க்கும்போது கவலையே பிறக்கிறது.

செய்தி, தொலைத்தொடர்பு தேவைகளை கணிணிகளும் செல்பேசிகளும் பூர்த்தி செய்கின்றன. கம்ப்யூட்டர் உலகில் முன் வரிசையில் டெல், HP, லெனோவா, ஆப்பிள் ஆகியவை இடம்பெறுகின்றன. சோனி. தோஷிபா ஆகிய பெயர்களைப் பட்டியலில் மிகவும் கீழே காண்கிறோம். கம்ப்யூட்டர் சிப் தயாரிப்பில் அமெரிக்க இன்டெல் கம்பெனி முதல் இடம் வகிக்கிறது. ஆபரேடிங் சிஸ்டமில் அமெரிக்க மைக்ரோசாஃப்ட் ஆதிக்கம் செலுத்துகிறது. ஜப்பான் எங்கே?

செல்பேசிகளில் உலக நிலவரம் எப்படி? விற்பனையில் முன்னணி பிராண்டுகளின் பங்கு இதுதான்.

பிராண்ட்	விற்பனையில் இடம்	விற்பனையில் பங்கு (%)
சாம்ஸங் (கொரியா)	1	22.90
நோக்கியா (பின்லாந்து)	2	19.20
ஆப்பிள் (அமெரிக்கா)	3	5.50
ZTE (சீனா)	4	3.90
எல். ஜி (கொரியா)	5	3.30
Huawei (சீனா)	6	2.80
TCL கம்யூனிகேஷன் (சீனா)	7	2.20
ப்ளாக்பெரி (கனடா)	8	2.10
மோட்டரோலா (அமெரிக்கா)	9	2.00
HTC (தாய்வான்)	10	2.00
பிறர்		34.10

இந்தப் பட்டியலில், ஒரு காலத்தில் சோனி இடம்பெற்றிருந்தது. இன்று உலக செல்போன் தயாரிப்பாளர்கள் வரிசையிலிருந்து சோனி காணாமல் போய்விட்டது.

கணிணி, செல்பேசிக்கு அடுத்து கேளிக்கைத் துறை வருகிறது. சுமார் பத்து ஆண்டுகளுக்கு முன்னால், இந்தியாவில் டிவி, டேப் ரெகார்டர் என்றால் எல்லோரும் சோனி, பானஸோனிக் அல்லது ஸான்யோவைத் தேர்ந்தெடுப்பார்கள். இன்று எல்.ஜி, சாம்ஸங் என்று கொரியாவின் தரமான தயாரிப்புகள் ஜப்பான் பொருட்களோடு நேரடியாகப் போட்டி போடுகின்றன. 1979ல் சோனி வாக்மேன் அறிமுகம் செய்தபின், சொல்லிக்கொள்ளும்படி வேறு எதுவும் இன்றுவரை வெளிவரவில்லை என்பதுதான் உண்மை.

இன்னொரு முக்கியப் பொழுதுபோக்குத் தயாரிப்பு வீடியோ கேம்ஸ். 2002ல் ஜப்பானியக் கம்பெனிகளின் விற்பனைப் பங்கு 50 சதவிகிதம். இன்று இந்தப் பங்கு பத்து சதவிகிதமாகக் குறைந்துவிட்டது. ஜப்பானின் காப்காம் (Capcom) வீடியோ

கேம்ஸ் கம்பெனியின் ஆராய்ச்சித் தலைவர் கெய்ஜி இனஃபுனே (Keiji Inafune) சொல்கிறார். 'ஜப்பானின் வீடியோ கேம்ஸ் உலக அளவில் குறைந்தது ஐந்து வருடங்கள் பின்தங்கி இருக்கிறது. இன்னும் இருபது வருடங்களில் படுகுழியில் இருக்கும்.'

டொயோட்டா நிறுவனத்தின் தயாரிப்பு முறையைப் போட்டி யாளர்களே போற்றிப் பின்பற்றி வந்த காலம் ஒன்று உண்டு. இத்தனை புகழ்பெற்ற டொயோட்டாவின் இன்றைய நிலைமை என்ன? ஜப்பானிலும் அமெரிக்காவிலும் டொயோட்டா 2009 - 2010 ஆண்டுகளில் தயாரித்த கார்களில் பல கோளாறுகள் கண்டு பிடிக்கப்பட்டன. சுமார் 80 லட்சம் கார்கள் திரும்பப்பெறப் பட்டன.

நேரம் காலம் பார்க்காமல் இளைஞர்கள் பணியாற்றிய காலம் போய், பத்து மணிக்கு ஆபீஸ் வந்து ஐந்து மணிக்கு வீட்டுக்குப் போகும் வேலையைத்தான் இன்று பலர் விரும்புகிறார்கள்.

1984ல் நான் முதன் முதலாக ஜப்பான் போனேன். டோக்கியோ நகரத்தில் சுற்றுலா முடித்துக்கொண்டு கிளம்புவதற்கு இரவு 11 மணி ஆகிவிட்டது. நான் தங்கியிருக்கும் ஹோட்டலுக்கு சுமார் அரை கிலோ மீட்டர் நடந்து வர வேண்டும். அலுவலக வேலையாகச் சந்தித்த மிஸ். ஸுகியாமாவிடம் கேட்டேன். வழியில் திருட்டு பயம் உண்டா? நடந்து செல்லலாமா? அவர் சொன்னார். நள்ளிரவில் என்னைப் போன்ற இளம்பெண்களே தனியாக வரலாம். எங்கள் நாடு அத்தனை பாதுகாப்பானது. இன்று? யாக்குஸா என்னும் கிரிமினல் கும்பல் பாலியல் விடுதிகளை நடத்திக்கொண்டிருக்கிறது. பெண்கள் அல்ல, ஆண்களே இரவில் நடமாடமுடியாத நிலை.

ஜப்பானின் வெற்றிக்கு முக்கியக் காரணமாகத் திகழ்ந்தது ஜெயிக்கவேண்டும் என்னும் வெறி. சமுராய்கள், மெய்ஜி மன்னர், மெக் ஆர்தர், ஹயாட்டோ இக்கேடா போன்ற அற்புதமான தலைவர்கள் ஜப்பானை வெற்றிப் பாதையில் வழிநடத்தினார்கள். இந்த வெறியும், தலைமையும் கடந்த இருபதாண்டு காலமாகக் காணாமல் போய்விட்டன. இதற்குப் பல காரணங்கள்.

1989 முதல் இன்றுவரை 17 பிரதம மந்திரிகள் பதவிக்கு வந்து விட்டார்கள். ஜுனிச்சிரோ கோய்ஸுமி (Junichiro Koizumi)

ஒருவர் மட்டுமே 2001 முதல் 2006 வரை நீண்ட காலம் முதல்வராக இருந்திருக்கிறார். இவர் தவிர்த்து, 17 ஆண்டுகளில் 14 பிரதம மந்திரிகள் வந்து போய்விட்டார்கள். சிலர் மாதக் கணக்கில் மட்டுமே ஆட்சியில் இருந்திருக்கிறார்கள். இவர்களில் பலர் லஞ்சக் குற்றச்சாட்டுகளில் பதவியிலிருந்து துரத்தப்பட்ட வர்கள். 1955 முதல் 2009 வரை லிபரல் டெமாக்ரடிக் கட்சி தொடர்ந்து ஆட்சியில் இருந்தது. லஞ்சத்துக்குப் பெயர் போன கட்சி என்று சாதனையும் படைத்தது.

இரண்டாம் உலகப் போர் அழிவிலிருந்து மீண்டு வர ஜப்பானியர்கள் வியர்வையையும் ரத்தத்தையும் செலுத்தினார்கள். அவர்களுக்குப் பிந்தைய தலைமுறையினர் அதன் பலன்களை அனுபவித்தார்களே ஒழிய அந்த அளவுக்கு உழைப்பைச் செலுத்தவில்லை.

1960களில் முதல் தரமான பொருட்களைத் தயாரித்து தரம், விலை, சேவை ஆகிய நேர்மையான ஆயுதங்களால் தன் போட்டியாளர்களை உலகச் சந்தையில் வீழ்த்தியது ஜப்பான். 1989ல் எப்படி வேண்டுமானாலும் பணம் சம்பாதிக்கலாம் என்னும் போக்கு தலைதூக்கியது. சோனி நிறுவனர் மோரிடா அன்றே சொன்னார். 'அமெரிக்காவின் சில நிர்வாகிகள் பொருட் களை விற்று லாபம் சம்பாதிப்பதைவிடப் பணத்தை விற்று லாபம் சம்பாதிப்பது சுலபம் என்ற முடிவுக்கு வந்து விட்டார்கள்.' பங்குச் சந்தையிலும், வீட்டு மனைகளிலும் பணம்போட்டுச் சூதாடத் தொடங்கினார்கள் ஜப்பானியர்கள். இந்தக் குறுக்கு வழி புதைக்குழிக்கு ஜப்பானை அழைத்துச் சென்றது.

அரசியல்வாதிகளும், அதிகாரிகளும், தொழிலதிபர்களும், பொது மக்களும் பணத்தைத் துரத்திக்கொண்டு ஓடத் தொடங்கி னார்கள். பிரதமர் லஞ்ச ஊழலில் மாட்டிக்கொண்டு பதவி இழந்தபோதும் யாரும் அதிர்ச்சியடையவில்லை. ஜப்பான் நேர்மையை விற்க ஆரம்பித்த தருணம் இது.

தென் கொரியா, சீனா, தாய்வான் ஆகிய நாடுகளில் ஜப்பானை விடக் குறைந்த ஊதியங்களில் தொழிலாளிகள் பணிபுரிகிறார்கள். அவர்களுடைய உற்பத்திச் செலவு ஜப்பானைவிடக் குறைவு. அவர்களை வெற்றி கொள்ளவேண்டுமானால் ஜப்பான் தன்னை முற்றிலுமாக மாற்றிக்கொள்ளவேண்டும்.

மார்ச் 11, 2011ல் சுனாமி ஜப்பானைத் தாக்கியது. 8.9 அளவில் நில அதிர்வு ஏற்பட்டது. இதைத் தொடர்ந்து பெரியதும், சிறியதுமாக ஆயிரம் நில நடுக்கங்கள். 33 அடி உயர ஆழிப் பேரலைகள் எழும்பின. பல மாடிக் கட்டடங்கள் சீட்டுக் கட்டுகளாகச் சரிந்தன. ரயில் பாதைகளும் சாலைகளும் விமானத் தளங்களும் அழிந்தன. விமானங்களும் கப்பல்களும் கார்களும் நீரில் பொம்மைகளாக மிதந்தன. இரண்டாம் உலகப் போருக்குப் பிறகு ஜப்பானை உலுக்கிய மாபெரும் அழிவு இது.

தொடர்ந்து, ஃபுகுஷிமா அணு இயக்க ஆலையில் கடல்நீர் நுழைந்தது. ரியாக்டர்கள் வெடிக்கத் தொடங்கின. கதிர்வீச்சு அபாயம் காரணமாகச் சுற்றுப்புறப் பகுதிகளில் வசித்த லட்சக் கணக்கான மக்கள் இடம்பெயர்ந்தனர். எழுபது நாட்களுக்குப் பிறகுதான், ஊழியர்கள் அணு இயக்க ஆலைக்குள் வர முடிந்தது. 4.4 மில்லியன் வீடுகளுக்கு மின்சாரமும் குடி நீரும் கிடைக்கவில்லை. கதிர்வீச்சால் தாக்கப்பட்டு ஆயிரத்துக்கும் அதிகமானவர்கள் புற்றுநோய்க்கு ஆளாகியிருக்கலாம் என்று நிபுணர்கள் கணக்கிட்டார்கள்.

ஆனால், மூன்றே மாதங்களில், ஜப்பான் விழித்தெழுந்தது. இரண்டாம் உலகப் போரிலிருந்து மீண்டதைப் போலவே இதிலிருந்தும் ஜப்பான் மீண்டது. ஜப்பானின் சமீபத்திய போக்கின் காரணமாகக் கவலை கொண்டிருந்த பலருக்குள் நம்பிக்கை வெளிச்சம் பரவத் தொடங்கியது. ஆழிப்பேரலையில் இருந்து மீண்டெழுந்த ஜப்பான் உலகச் சந்தையில் மீண்டும் தன் இடத்தை நிலைநாட்டுமா? கீழிறங்கிக் கிடக்கும் பொருளா தாரம் உச்சத்தைத் தொடுமா?

புதிதாக ஆட்சிக்கு வந்திருக்கும் டெமாக்ரடிக் கட்சி, 1990 முதல் 2010 வரையிலான இருபது ஆண்டுகளில் ஜப்பான் தொலைத்து விட்ட மேன்மையைத் திரும்பப் பெறுவோம் என்று வாக்குறுதி அளித்திருக்கிறது. வெளிநாட்டு நிறுவனங்கள் ஜப்பானில் முதலீடு செய்யவும், ஆராய்ச்சிக்கூடங்கள் அமைக்கவும் வரிச் சலுகைகள் அறிவிக்கப்பட்டுள்ளன. வெளிநாட்டவர்கள் வந்து போக எளிய விசா நடைமுறைகள் கொண்டுவரப்பட்டுள்ளன. சீனா, இந்தியா போன்ற ஆசிய நாடுகளுடன் வணிக உறவுகளை வளர்க்கும் முயற்சிகள் தொடங்கப்பட்டன.

ரயில் போக்குவரத்து, மின்சார உற்பத்தி, துறைமுக நிர்மாணம் போன்ற துறைகளில் ஜப்பான் இன்றளவும் தலைசிறந்த தொழில்நுட்ப அறிவும் அனுபவமும் கொண்டிருக்கிறது. ஜப்பானின் அந்நியச் செலாவணிக் கையிருப்பு 1277 பில்லியன் டாலரைத் தாண்டிவிட்டது. இது மாபெரும் தொகை. இந்தியாவின் கையிருப்பைவிட ஐந்து மடங்கு அதிகம். இந்தத் தொகையை ஆசிய நாடுகளின் கட்டுமானத் துறையில் முதலீடு செய்ய டெமாக்ரடிக் கட்சி ஐம்பது வருடத் திட்டம் ஒன்றைத் தீட்டியிருக்கிறது.

ஜப்பானின் வளர்ச்சித் திட்டங்களில் இந்தியாவும் முக்கியப் பங்கு வகிக்கவேண்டும் என்பது பல இந்தியர்களின் விருப்பம். 1981ல் இந்திய மாருதி நிறுவனம் அரசாங்க நிறுவனமாக இருந்தது. ஜப்பானோடு இணைந்து கார் தயாரிப்பில் ஈடுபட இந்தியா விரும்பிய காலகட்டம் அது. அப்போது ஜப்பானில் கார் தயாரிப்பில் டொயோட்டா முதல் இடம் வகித்தது. இரண்டாவதாக ஹோண்டா. மூன்றாவது இடத்தில் நிஸானும் அடுத்ததாக சுசூகியும் இருந்தது. டொயோட்டா இந்தியாவோடு பேச மறுத்துவிட்டது. நிஸான், ஹோண்டா இரண்டுக்கும் இந்தியாவில் நுழைய விருப்பம் இல்லை. கடைசியில் சிறிய தயாரிப்பாளரான சுசூகி மட்டுமே இந்தியாவில் முதலீடு செய்ய விருப்பம் தெரிவித்தது.

இந்தியாவின் கார் தயாரிப்பு ஆண்டுக்கு இரண்டு லட்சத்துக்கும் மேல். ஃபியட், பி.எம்.டபிள்யூ, மெர்சிடஸ் பென்ஸ், ஜெனரல் மோட்டார்ஸ், ஃபோர்டு, டொயோட்டா, வோக்ஸ்வாகன், ஹுண்டாய், சுசூகி, ஹோண்டா, ரெனால்ட் என உலகின் பெரிய கார் தயாரிப்பாளர்கள் எல்லோருமே இன்று இந்தியாவில் இருக்கிறார்கள். இந்தியாவின் கார் தேவை 26 சதவிகிதத்தில் வளர்கிறது. 2050ம் ஆண்டில் இந்திய சாலைகளில் 61 கோடி கார்கள் ஓடும், உலகிலேயே இந்தியாவில்தான் அதிகமான கார்கள் ஓடும் என்று ஆராய்ச்சியாளர்கள் கணிக்கிறார்கள். 2011ல் உலகில் 6 கோடி கார்கள் தயாரிக்கப்பட்டன. உலக வாகனங்கள் தயாரிப்பில் இந்தியா ஆறாவது இடத்தில் இருக்கிறது. இந்தியாவின் நம்பர் 1 தயாரிப்பாளர் மாருதி சுசூகி.

இதைவிடப் பிரமாண்டமான வாய்ப்புகள் இந்தியாவில் நித்தம் நித்தம் உருவாகிக்கொண்டிருக்கின்றன. காஷ்மிர் முதல்

கன்னியாகுமரி வரை இணைக்கும் நான்கு வழிப் பாதை, மேம்பாலங்கள், துறைமுகங்கள், நவீன விமான நிலையங்கள் எனக் கட்டுமானப் பணிகள் பல லட்சம் கோடி ரூபாய் முதலீட்டில் இந்தியாவில் கனகச்சிதமாக நடக்கின்றன. இந்த முயற்சிகளில் ஜப்பான் இந்தியாவோடு இணையலாம். அதிவேக ரயில்கள் தயாரிப்பிலும் ஜப்பானின் பங்களிப்பு இந்தியாவுக்கு அவசியம்.

ஜப்பான் மாபெரும் அழிவுகளையும் மாபெரும் உயரங்களையும் கண்டிருக்கிறது. அழிவுகளில் இருந்து மீண்டெழும் வித்தையைப் பிற நாடுகளைக் காட்டிலும் ஜப்பான் அனுபவப் பூர்வமாகக் கற்றுத் தேர்ந்திருக்கிறது. இந்தப் பின்னணியில், தற்போது ஜப்பான் சந்தித்து வரும் பிரச்னைகளை அனைத்தையும் ஜப்பான் வென்றெடுக்கும், வென்றெடுக்கவேண்டும். இந்தியா மட்டுமல்ல உலகின் எதிர்பார்ப்பும் இதுதான்.

பின்னிணைப்பு

உதவிய நூல்கள்

1. பிரிட்டானியா தகவல் களஞ்சியம் - விகடன் பிரசுரம் - 2007
2. இரண்டாம் உலகப் போர் - மருதன் - கிழக்கு பதிப்பகம், 2009
3. ஹிட்லர் - பா. ராகவன் - கிழக்கு பதிப்பகம், 2006.
4. மகாபாரதம் - உமா சம்பத்- கிழக்கு பதிப்பகம், 2007
5. ஜப்பானிய நிர்வாக முறையிலிருந்து கற்றுக்கொள்ள வேண்டியவை - ஆர்வியென் - கண்ணதாசன் பதிப்பகம் - 2008
6. TQM தர நிர்வாகம் - சிபி. கே. சாலமன் - கிழக்கு பதிப்பகம் - 2008
7. The Making of Modern Japan – Marius B. Jansen – The Belknap Press of Harvard University Press, USA – 2002
8. The Making of Modern Japan – Kenneth B. Payle – D. C. Heath and Company, USA – 1996
9. American Military History – Center of Miitary History, US Army, 1989
10. Eastern Phoenix, Japan since 1945 – Mikiso Hane – Westview Press, USA – 1996
11. MITI and the Japanese Miracle, The growth of Industrial Policy 1925 - 1975 – Chalmers Johnson – Stanford University Press, USA – 1982
12. How Toyota became # 1. Leadeship lessons from the world's greatest car company - David Magee – Portfolio USA – 2007
13. Japan's Economic Dilemma: The Institutional Origins of Prosperity and Stagnation - Bai Gao – Cambridge University Press, USA, 2001

14. Business the Sony way. Secrets of the world's most innovative electronics giant – Shu Shin Luh – John Wiley & Sons (Asia) - 2003

15. *Made in Japan, Akio Morito and Sony* - Akio Morita, Edwin M. Reingold and Mitsuko Shimomura – Signet Books, USA – 1986

16. Contemporary Japan. History, Politics and Social Change since the 1980s – Jeff Kingston – Wiley – Blackwell, USA – 2010

17. Only the Paranoid Survive – Andrew S. Grove – Doubleday Business, USA - 1996

18. The Maruti Story - How a Public Sector Company put India on wheels – R. C. Bhargava with Seetha – Collins Business, New Delhi - 2010

உதவிய இதழ்கள்

1. *புதிய தலைமுறை, 22 ஜூலை 2010*
2. The Financial Express, October 9, 2010
3. Quality Progress Magazine, USA, November 2010
4. The Economic Times, September 21, 2010
5. The Times of India, October 22, 2010
6. *பாக்யா, ஆகஸ்ட் 13 - 19, 2010*
7. Fortune, July 23, 2012

உதவிய இணையத்தளங்கள்

1. www.worldatlas.com
2. www.volcanolive.com
3. http://earthquakefacts.net/japanese-earthquake
4. www.harpercollege.edu/mhealy/g101ilec/Japan
5. www.time.com
6. www.oica.net/category/production-statistics
7. www.worldsteel.org
8. www.internetworldstats.com/stats
9. www.csmonitor.com

10. www.mythencyclopedia.com

11. www.newadvent.org

12. www.samurai-archives.com

13. filebox.vt.edu/users/jojacks2/words/redhairs

14. onlineessays.com/essays/history

15. ocw.mit.edu/ans7870/21f/21f.027/yokohama/yb_essay02

16. web.jjay.cuny.edu/~jobrien/reference/

17. www.thecorner.org/hist/japan

18. http://europeanhistory.about.com/cs/worldwar1/a/blww1 casualties.htm

19. www.questia.com

20. www.historyorb.com › Asian History

21. www.jstor.org/stable/3024753

22. www.strategicstudiesinstitute.army.mil/pubs (Japan's decision for war in 1941 : Some enduring lesons – Jeffrey Record – February 2009)

23. www.essortment.com

24. www.johnstonsarchive.net/nuclear/radevents/1945JAP2

25. www.international.ucla.edu/eas/documents/peace1951

26. en.citizendium.org/wiki/Steel_industry,_history

27. multinationalmonitor.org/hyper/issues/.../shorrock-japan

28. www.fundinguniverse.com/.../Kobe-Steel-Ltd-Company-History.

29. onlinelibrary.wiley.com (Economic Growth of Postwar Japan)

30. www.wto.org

31. factsanddetails.com › Japan

32. www.njkk.com

33. www.cnnmoney.com

34. www.tradingmarkets.com
35. www.sony.net/SonyInfo/CorporateInfo/History/history.html
36. www.myjourneytobillionaireclub.com/.../kalanithi-maran.
37. edison.rutgers.edu/list.htm
38. www.wtec.org/loyola
39. www.1000advices.com/.../quality_tqm_14points_deming.
40. www.chinability.com/GDP
41. www.tradingeconomics.com/Economics/GDP-Growth
42. petervenn.tripod.com
43. www.indexmundi.com
44. www.frbsf.org/publications/economics/papers/2006/Saving and intereset rates in Japan: Why have they fallen?
45. www.stat.go.jp
46. www.webbikeworld.com
47. factsanddetails.com › Japan › 01Government
48. www.sonyericsson.com
49. www.entrepreneur.com
50. www.cia.gov/library/publications/the-world factbook
51. www.rootsweb.ancestry.com/~lkawgw/natchetty
52. mobithinking.com/mobile-marketing-tools/latest-mobile-stats

உதவிய நண்பர்கள்

1. Katsuhiko Nagashima, Numazu, Japan
2. A. Ramachandran, Director, Institute of Quality Management, Trichy
3. மருதன், கிழக்கு பதிப்பகம், சென்னை

www.ingramcontent.com/pod-product-compliance
Lightning Source LLC
LaVergne TN
LVHW102039051026
849518LV00014B/2027
* 9 7 8 8 1 8 4 9 3 7 8 2 4 *